ஸ்கெட்சஸ்
சொற்சித்திரங்கள்

ஸ்கெட்சஸ்

சொற்சித்திரங்கள்

பா. திருச்செந்தாழை

எதிர்
வெளியீடு

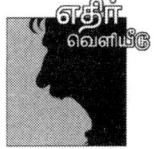

ஸ்கெட்சஸ் – சொற்சித்திரங்கள்
பா. திருச்செந்தாழை

முதல் பதிப்பு: ஜனவரி 2023

எதிர் வெளியீடு,
96, நியூ ஸ்கீம் ரோடு, பொள்ளாச்சி – 642 002
தொலைபேசி: 04259 – 226012, 99425 11302

விலை: ரூ. 350

Sketches - Sorchitirangal
B. Tirusenthalai

Copyright © Tirusenthalai
First Edition: January 2023

Published by
Ethir Veliyeedu, 96, New Scheme Road. Pollachi – 2
email: ethirveliyedu@gmail.com
www.ethirveliyeedu.com

ISBN: 978-93-90811-55-7
Cover Design: Santhosh Narayanan
Printed at Jothy Enterprises, Chennai.

All rights reserved. No part of this book may be reprinted or reproduced or utilised in any form or by any electronic, mechanical or other means, now known or hereafter invented, including Photocopying and recording, or in any information storage or retrieval system, without permission in writing from the Publisher.

காட்சிகளை, அதன் வழியான மனஉணர்வுகளை எதன்மீது எது இருக்கிறதென்றே அறியாவண்ணம் தனது சாயங்கால வெளிச்சம் போன்ற மொழியால், மனதால் எழுதுகின்ற **திரு. வண்ணதாசனுக்கு,** அவரது 'வண்ணதாசன் கடிதங்கள்' தொகுப்பை முதன்முதலாக வாசித்து மனம்பிதற்றித்திரிந்த வாசகனாகவே இத்தொகுப்பை மகிழ்வோடும் பணிந்தும் ஒப்புவிக்கிறேன்.

என்னுரை

விலாஸம் தொகுப்பிற்குப் பிறகு, உடனடியான இந்த இரண்டாவது சந்திப்பு மெலிதான ஆச்சர்யத்தையும், மகிழ்ச்சியையும் ஒருங்கே உண்டுபண்ணுகிறது.

முகநூலில் நான் எழுத ஆரம்பித்து ஆறு வருடங் களாகின்றன. எனது முதல் தொகுப்பிற்குப் பிறகு சின்னச் சின்னதாக வாசிப்பனுபவங்களை, பிடித்த திரைப்படங்களை, அவ்வப்போது கவிதை போன்ற கவிதைகளை, உருகிய மொழியிலான உரைநடைகளை இங்கே நான் எழுதி வந்துள்ளேன். சிறுபத்திரிக்கைச் சூழலில் இருந்து வருபவர்களுக்கு இணையங்களில், முகநூலில், *PDF*களில் ஏற்படுகின்ற இனம் தெரியாத ஒரு விலகல் இன்று வரைக்கும் எனக்குள்ளும் அவ்வப்போது எழுந்து கொண்டுதான் உள்ளது. ஆனால் முகநூல் எனக்கும் எனது கதை கூறல் மொழிக்கும் ஏதோ ஒரு வகையில் உபயோகமான களனாகவே இந்த ஆறு வருடங்களில் இருந்து வந்திருப்பதாகவே நான் நம்புகிறேன். குறிப்பாக எனது முதல் தொகுப்பின் அடர்ந்த மொழியை சில சேதாரங்களுடன் இலகுவாக்கித் தந்ததில் முகநூலில் நான் அவ்வப்போது எழுதி வந்த பதிவுகளுக்கு முக்கியப் பங்கு உண்டு. அவை, முழுக்கவே தன்மையமாகிச் செல்வதை விருப்பமாகக் கொண்டிருந்த எனது கதை கூறல்களில் வாசிப்பவர்களுக்கான பாதையின் முக்கியத்துவத்தையும், அவர்களது சுதந்திரமான வாசிப்பை கவனத்தில் கொள்வதன் அவசியத்தையும் எனக்கு உணர்த்தின. அப்படி என்றால் ஒரு வாசகனை எதிர்நோக்கியே ஒரு பிரதி எழுதப்பட வேண்டுமா என்கின்ற கேள்வியை எனக்குள்ளே கேட்டுக் கொண்டதுண்டு. ஆனால் அது அப்படி அல்ல. தேவையான பகல் வெளிச்சங்களுக்காகத் திறக்கவும், மழை இரவுகளில் நன்கு சாத்தி வைத்து மழையின் சத்தங்களை மட்டும் கேட்கவும் வசதியுள்ள எனது மன ஜன்னலின் உட்தாழ்ப்பாளில் சேர்ந்த சில துருக்களைக் களைவது

போல முகநூலில் நான் எழுதிய பதிவுகள் எனது மொழியின் சிடுக்கை அகற்ற உதவின.

அது காகிதமோ ஐந்து அங்குல அலைபேசித் திரையோ, எழுதுகின்ற ஒவ்வொரு சொல்லுக்கும் என்னால் மட்டுமான கவனத்தையும், ஆர்வத்தையும் ஒரு சிறுகதை எழுதுவதற்கான அதே முழுமையோடு ஒப்புக்கொடுக்கவும் செய்திருக்கிறேன். ஆகவே பதிலுக்கு அதுவும் அதன் உதவிகளை மகிழ்ந்து செய்திருக்கிறது. விலாஸம் தொகுதியின் உரைநடைப் பகுதிகளின் சில வெளிப்பாடுகளுக்கும், மனித முகங்களை பெயர்களை ஒரு சிறுகதையில் எழுதும்போதெல்லாம் வழக்கமாக வந்துவிடுகின்ற கசப்புணர்வு இல்லாமல் போனதற்கும் ஒரு பயிற்சியைப் போல நான் எழுதி வந்த முகநூல் பதிவுகளும் ஒரு காரணம்.

இந்தத் தொகுப்பிற்காக இதனை ஒன்றாக்கி வாசிக்கும் போது வெவ்வேறு மனநிலைகளிலான இந்தப் பக்கங்கள் ஒரே சமயத்தில் சில சுவாரசியங்களையும் மெல்லிய அயர்ச்சியையும் உண்டு பண்ணுகின்றன. சாதாரணத்திற்கும் அசாதாரணத்திற்கும் இடையே ஊடாடிச் செல்கின்ற இந்தப் பக்கங்களில் ஒரு வாசகர் எங்கு வேண்டுமானாலும் ஏறிக்கொள்ளலாம், சிறிய ஓய்விற்கு இறங்கியும் செல்லலாம்.

ஒரு கனவை, விளக்க முடியாத உணர்வை மொழியால் வரைந்து காட்ட முயன்று, சொற்களை உருக்கியூற்றக் கற்றுக் கொண்டிருப்பவனது ஒரு பருவம் இந்தப் புத்தகம்.

இதனைத் தொகுப்பாக்கும் பணியைச் சிரத்தையாக முடித்துத்தந்த சுபத்ரா, முகநூலில் இவற்றை எழுதியபோது அடிக்கடி பரவலானவர்களுக்குக் கவனப்படுத்திய மீனம்மா கயல், இதைத் தொகுப்பாக்க வேண்டும் என நீண்ட நாட்களாகச் சொல்லி வந்த அண்ணன் நா. கதிர்வேலன், இதனைப் புத்தகமாக வெளியிடுவதில் முதலில் இருந்தே மிகுந்த ஆர்வம் கொண்டிருந்த நண்பன் கார்த்திகைப்பாண்டியன், புத்தகமாக வெளியிடுகின்ற எதிர் வெளியீடு ஆகியோருக்கு மிக்க அன்பு.

பா. திருச்செந்தாழை
மதுரை
29.10.2022

புத்தகம் வாசிக்கும்போதெல்லாம்,
பூமிக்கு வெளியே இருந்தவாறு
அமைதியாக எல்லோரையும் பார்த்தபடியிருக்கும் உணர்வு.
●

எழுத நினைக்காத வரியொன்று
அவன் பார்க்கும்போதே அவன் கைகள் எழுதுகின்றன.
குவிந்த அந்த விரல்களில்
அப்போது இரண்டு கண்களிருந்தன.
●

உங்கள் கனவுகளை
காதலிப்பவர்களை
சமீபித்திருங்கள்,
அவர்களே உங்களின்
விடுதலையை விரும்புபவர்கள்
●

கீழ் இமைக்கு மையிடும் ஒரு பெண்ணின்
சுண்டுவிரலைப் பார்த்தேன்.
சிறிய பிறையை வரைகின்ற அதே நேரத்தில்
மிகச்சிறிய வயலினையும் அவ்விரல் இசைக்கிறது.
⬤

                      பேசிக்கொண்டிருக்கும் போதே
        சட்டென குரலைத் தாழ்த்திப் பேசும் பெண்கள்
                பைத்தியம் பிடிக்கவிடுகின்றனர்.
                                 ⬤

பொய் சொல்பவர்கள், சூதாடிகள், சதியர்கள், கோழைகள்,
அவமானங்களை மென்று முழுங்கி அமைதி காப்பவர்கள்...
இவர்கள்தான் யதார்த்த சாம்பாருக்குள்
'திடுக்' மீன்களை போடுபவர்கள்.
பரிசுத்தவான்களோ தேவாலயத்திற்கு செங்கல் சுமக்கிறார்கள்.
⬤

புதிய ஊர்களில் முதலில் உணரும்
அந்த அனாதைத்தனத்தில் எவ்வளவு கிளர்ச்சி!
ஒரு சிறுகதையின் முதல்வரியை துவக்குவது போல...
●

பின்னால் அமர்ந்திருக்கும் நிறைசூலி மனைவியுடன்
சண்டையிட்டபடி பதனமாக சைக்கிள் மிதிக்கிறான்.
அப்படி ஒரு அழகான கோபம் எங்கேயும் இல்லை.
●

எப்போதாவது வாசிப்பவர்கள் தங்கள் வாசிப்பின் வழியே,
வரிகளுக்குள் புதைந்துகிடக்கும் சிறிய சிணுக்கரியை கண்டுபிடித்து
வைத்துக்கொள்கிறார்கள்.
பெருஞ்சிக்கலான தங்கள் வாழ்வை
அந்த சிணுக்கரியால் மெல்ல மெல்ல கோதி
அதனை பொன்னாக மாற்றிக் கொள்கிறார்கள்.
●

என் பார்வையின் கடைசிவரை
உடைந்துவிடாமல் மிதந்துசெல்கிறது நீர்க்குமிழ் ஒன்று.
இறுதிவரை நொறுங்கிவிடாத மகிழ்ச்சியொன்றை
இப்போதுதான் பார்க்கிறேன்.

●

அனுப்பி நெடு நேரமாகியும்,
நீ பார்த்திடாத குறுஞ்செய்திகளைத் திரும்பத்திரும்ப
சரிபார்க்கிறேன்.
காத்திருக்கின்ற இந்த வரிகளிலிருந்து
இன்னும் பறக்கத்துவங்காத
சிறு குருவிகள்
என்னை அண்ணாந்திருக்கின்றன.

●

மிக பரபரப்பான நாளொன்றின் நடுவே,
நீண்ட காலங்களுக்குப் பிறகு
உன் தவறிய அழைப்பு.
இந்த ஒரு கைப்பிடி தனிமையை
கொதிக்கின்ற இந்நாளின் நடுவே
நான் எங்கே வைப்பது?

●

'போதும், மேல சொல்ல வேணாம்' என்றான்.
பூங்காவில் அதிக கூட்டமில்லை.
கலங்கிய கண்களுடன் அவள் மொபைலை நோண்டுவதாக
பாவித்தாள்.
அவன் மௌனமாக புல்லின் தலைகளை உன்னித்திருந்தான்.
நீண்டகால அசைவின்மையில் உறைந்திருந்த சிறுவர்களுக்கான
நீர்த்தொட்டியிலிருந்து
ஒரு வயதான தவளை மேலேறி வந்து கொண்டிருந்தது.
●

பதிலேதுமின்றி நீ திரும்பிச்சென்று
நெடுநேரமாகி விட்டது.
இந்த தனிமையின் மௌனத்தின்மேல்
மெல்லிய கீச்கீச் பறவைகள்
இப்போது சரிகை நெய்கின்றன.
●

சட்டென மூழ்கி தனியனாக, மிகத்தனியனாக
இந்த மாலைச்சமவெளி நிலங்களுக்கு வந்து விட்டேன்.
யாருமற்ற, நீயுமற்ற இந்த கணங்களில் என் ஞாபகங்கள்
ஓய்கின்றன.
தனிமை எல்லாவற்றையும்
உலரச் செய்கையில்
எஞ்சுகின்ற கூழாங்கல் நீ.
காதலை மேலும் காதலாக
அல்லது இறைமையாக்கி விட்ட
இந்த அந்தியில்
ஒரு மலைப்புல்லின் பாடலுடன்
நான் எதிர்நோக்கி வருகின்ற
முதல் முகம் உனது.
●

கண்ணாடியால் வேயப்பட்ட அலுவலகமொன்றில் எனது வேலை முடிந்து மழைக்காக தாமதித்து அமர்ந்திருக்கிறேன்.

என்னை எனக்குள்ளாகவே மழை செலுத்திக் கொண்டிருக்கிறது. நான் இவ்வளவு நெகிழ்கின்றவனா...?

எனது காமம் இறைச்சியை கிழித்துண்ணும் வெறியிலிருந்து,

சிறு புத்தர் சிலை முன் கசிந்து வளரும் ஊதுபத்திப் புகையென மாறியிருந்தது.

மாடிப்படி எவர்சில்வர் கைப்பிடியின் மிருதுவான வளைவுகள், வண்ண வண்ண பழங்கள் நிறைந்த சிறு கூடை,
முழுவதும் நனைந்து, உலர்வதற்காக தரையில் விரித்து வைக்கப்பட்டிருக்கும் மஞ்சள் குடை,
இன்னும் பாதம் படாத புது கால்மிதியின் கூந்தல் நூல்களென...
காமத்தின் திசைகாட்டிகள் எங்கெங்கும்.
எனது கனப்பு அடுப்பில் சுள்ளிகளுக்கு பதில் சிறு மீன்களை வீசிக் கொண்டிருந்தேன்.

என் கனவுகளுக்கு இந்த சிற்றுடல் பெண்கள் எங்கனம் பொருந்துவர்!
ஈரம் வழிய வழிய பச்சையம் குலுங்கி நின்ற ஒரு இளமரத்தைத் தழுவியபடி நான் தணிந்து கொண்டிருப்பதை மழை புரிந்து பெய்தது.

●

அவள் பணி முடிந்து வெளியே வந்தபோது இறுக பற்றியிருந்த குளிர் நீங்கி ஊறியிருந்த விரல்களை சொடுக்கெடுத்தாள்.

நிறுவனத்தின் ஹைட்ராலிக் கதவுகள் மூர்க்கமாய் பூட்டிக் கொண்டன.

நடு நிசியில் வேலை முடிந்து வீடு திரும்பும் பெண் அவள்.

வெளிச்சத் திரையைப் பார்த்துப் பார்த்து சோர்ந்திருந்த கண்களை நீவினாள். முலைகளை தளர்த்தினாள்.

மெல்லிய பசி மெல்லிய நகங்களினாள் வயிற்றைக் கீறியது.

அவளது கணக்கில் நிறைய பணம் இருந்தது.

ஒரு ப்ரெட் வாங்கக் கூட கடைகளில்லை.

ஆயாசமாய் தனது ஸ்கூட்டியை தனிமையான பாலத்தில் செலுத்தினாள்.

கொஞ்சம் பசியும், இனந்தெரியாத வெறுமையுமான இந்த கணத்தில் தனது காதலை, காதலனை நினைத்தாள்.

அவை வேறு காலத்தில் உலர்ந்திருந்தன.

அதிகம் படித்து, அதிகம் சம்பாதிக்கும் அவள் இந்த எளிய பசியை,

சோம்பேறிக் காதலை வெறுத்தாள்.

நமது மீறல்கள் நமது உரிமையெனும் வேடிக்கையான கோஷம் கூடத் தோன்றியது.

ஒரு திடுக்கிடும் விடியலை விரும்பிய அவள் இரவு போக்கிரிகள் நடமாடும் கஞ்சாப் புகைத் தெருவிற்குள் தன் ஸ்கூட்டியைத் திருப்பினாள்.

●

ஏற்கனேவே நிறமிழந்த சேலை,

மழையில் வேறு நனைந்ததில் மெல்லிய ஒப்பனைகள் கலைந்திருந்தன.

அவளது கணவர் பிள்ளைகளின் தலையை துவட்டிவிட்டுக் கொண்டிருந்தார்.

கொஞ்சம் வசதியானவர்களின் விசேஷ வீடு.

அவளது துடிப்புக்கும், அகத்திலிருந்து சிரிக்கும் அந்த தூய வெள்ளை புன்னகைக்கும் அடிமையான பெரியம்மாதான் ஓடிப் போய் வரவேற்றாள்.

'ஏந்தம்பி... ஒரு ஆட்டோ வைக்ககூடாது... என்ன போங்க...'

அவள் சேலைத் தலைப்பை உதறியபடி கூட்டத்தைப் பார்த்தாள்.

இல்லை.. என்னைத் தேடினாள்.

நான் அதை கவனித்து பதுங்கினேன்.

அவளது சடங்கின் போது பொருந்தா சேலையுடன் அவளை அலங்கரித்து சபைக்கு கூட்டி வரும்போது இதே பெரியம்மாதான் 'உனக்கு கட்டி வச்சிருவமாடா' என்றாள்.

எனக்கு வெட்கமும் கூச்சமும் ஏற்பட இதேபோல அன்றும் கூட்டத்தில் பதுங்கினேன்.

அவள் என்னை விட ஆறு வருடங்கள் மூத்த முறைப்பெண்.

அதன் பிறகு வெவ்வேறு சந்தர்ப்பங்களில் நாங்கள் சம்பிரதாயமாக சிரித்து, சம்பிரதாயமாக நலம் விசாரித்து விலகினாலும் இருவரிடமும் ஒரு சுவாரஸ்யமான மறைமுக விளையாட்டு ஓடிக்கொண்டிருக்கும்.

இந்த மத்திம வயதில் எல்லாரும், எல்லாவற்றிலிருந்தும் கொஞ்சம் தளர்ந்து கொள்கின்றனர்.

என்னைப் பார்த்து விட்டாள், சட்டென அருகிலிருந்த வரவேற்பு குழந்தையிடமிருந்து கொஞ்சம் சந்தனத்தை எடுத்து ஈரமான நெற்றியில் ஒரு சிறு கோடிழுத்து, தீப்பற்றிய நிறத்திலிருந்த பெயர் தெரியாப்பூவை வெறுமனே கூந்தல் கற்றைக்கிடையே பின்னிவிட்டு ஒரு சிரிப்பு நேருக்கு நேர் பார்த்து,

முக்கியமான நேரங்களில் எனக்கு கண்ணைக்கட்டி கருப்படித்து விடுகிறது.

ஒரு மின்னலை நேர்கொண்டு பார்த்ததுபோல....

●

அவள் தாமதமாக வீடு திரும்பிக்கொண்டிருக்கிறாள்.
இன்னும் சற்று நேரத்தில் அவள் இறங்க வேண்டிய நிறுத்தம் வர இருக்கிறது.
அவளது கணவரும், குழந்தைகளும் வரலாற்றின் சாயம்போன தாதி உடையை அவளுக்காக கைகளில் வைத்தபடி காத்திருக்கின்றனர்.
அவள் தனது நகச்சாயங்களின் தொலியை உறிக்கிறாள்,
அறியாமல் முணுமுணுக்கும் பாடலின் வரியை நறுக்குகிறாள்,
மாலை ஒளி மிளிரும் தனது முகத்தில் சில உடனடி சுருக்கங்களை வரவழைக்கிறாள்,
மிகுந்த ஞாபகத்துடன் தனது உடலின் மேல் ஒரு பதிமூன்று வருட வயோதிகத்தை படர விடுகிறாள்...
எல்லாம் சரியாகத்தான் நிகழ்ந்து கொண்டிருந்தது,
சற்று பார்த்துக்கொள்ளும்படி,
ஒரு உறையிடப்பட்ட இசைக்கருவியை அவளது மடியில் இந்தப் பயணி கிடத்தும் வரை.
தவிப்பும், கனவுமாக அதன் உடலின் நீண்ட இசைக்கம்பிகளை அவளது விரல்கள் தீண்டுகையில
தூரக் கடல் காற்று ஆண்டுகளின் ஆவேசத்துடன் ஜன்னலில் மோதியது.
பிறகு, அந்த பேருந்து எந்த நிறுத்தத்திலும் நிற்கவில்லை.

டேபிளில் இருக்கும் தண்ணீரைக்கூட
எடுத்துக் குடிக்கமுடியாதபடி
சவுக்கால் விரட்டும் பணியே!
என்னுள்ளிருக்கும் மெல்லியவை அழிகின்றன
கோடையில் கருகும் பனித்துளி போல
அதற்கான சின்ன விசும்பலும் என்னுள் உண்டு.
போலவே, எவ்வளவு கண்ணீராலும் துடைக்கமுடியாத
கடந்தகாலங்களின் துயரை
இந்த நாளொன்றுக்குள் அனுமதிக்காமல்
காலை உடைத்து திருப்பி அனுப்பும்
உன் கருணையின் மீது லேசான காதலும் உண்டு.
கழுத்தைக் கடித்து தூக்கிச்செல்கின்ற
என் அபிமான விலங்கே!
உன் குரூர முகத்தில் நான் முத்தமிட விரும்புகிறேன்
எதையோ நினைத்து உடைய துவங்கும்போதே,
சாட்டையால் அடித்து என்னை விரட்டிய
உன் நிர்தாட்சண்யத்திற்கு;

●

காயமடைந்த வலதுகை சுவற்றில் சோர்ந்திருக்கிறது.
உடல் வெறுமனே சுடுநீர்த்தொட்டியின் முன் ;
எதற்கும் பழகியிராத இடதுகை
வளையமுடியாத சிரமங்களுடன்,
புதிய திசைகளில், பார்த்திராத உடலின் பக்கங்களில் தயங்கியபடி
சோப்புடன் வழுவுகிறது.
கை என்பதன் அர்த்தங்கள்
அதனை வந்தடைந்துகொண்டிருக்கும்பொழுதில்
தகப்பன் சாவிற்குப் பின்,
தலைப்பிள்ளையின் முதல் வேலைநாளைப் போல,
நின்றுகொண்டிருக்கிறது
இந்த உடல்.

●

அண்ணனுக்கு எதையும் முழுமையாகச் செய்யத்தெரியாது.
குளிக்கும்போது நனையாத பின்னங்காலைப் பார்த்து அம்மா
திட்டுவார்.
காலை சாப்பிட்டது மதியம் நினைவிலிருக்காது.
இந்த சட்டை நேற்றே போட்டது என அண்ணி திட்டும்போதே
அவதியவதியாய் கிட்டங்கிக்கு வேலைக்கு ஓடுவான்.
எல்லா பண்டிகையின்போதும் அது முடிந்தபிறகே,
தன்னைக் கொன்றுறிஞ்சும் வேலைப்பளுவின் தூக்கம் நீங்கி மலங்க
மலங்க எழுந்தமர்வான்.
அவன் வீடுதிரும்புகிற பின்னிரவில்,
எங்கள் தூக்கம்கெடாதவாறு
ஊமையாக்கப்பட்ட
கருப்புவெள்ளைப் பாடல்களைப் பார்த்தபடி சோறுண்ணுவான்.
இந்த வினாடியில் அவன் நின்றிருக்கும்போது,
அடுத்த வினாடி மேம்பாலத்தில் அவனை வேகுவேகுவென
சைக்கிள் மிதித்தபடி எங்கேயோ ஏவிக்கொண்டிருக்கும்.
ஒரு வினாடியை பூரணஅழகோடு அவன் வரைந்ததேயில்லை.
அப்பாவின் புகைப்படத்திற்கு பூ வைத்தவாறே அம்மா அவனை
அவதிபிடித்தவன் எனத் திட்டுவார்.
ஈரானில் பதுங்குகுழிக்குள் கிடக்கும் தனதுகுடும்பத்திற்காக,
கடைவீதியில் ரொட்டியைத் திருடிக்கொண்டு ஓடுகிற
ஒரு சிறுவனது காட்சி தொலைக்காட்சியில்
போய்க்கொண்டிருந்தது
தனது ஜேபியிலிருந்த வியர்வையான ரூபாய்களை
அம்மாவிடம் எண்ணிக்கொடுத்தபடி,
அண்ணன் அந்த சிறுவனது
செருப்பணியாத கால்களை,
பட்டன் இழந்த சட்டையை,
அவன் கை பற்றியிருந்த
ரொட்டித்துண்டைப் பார்த்தான்.
மிகத்துக்ககரமான அந்தக் காட்சியைப் பார்த்தபடி,
சினேகபூர்வமாக லேசாக அவன் சிரித்துக்கொண்டான்.
எங்களுக்கு அந்த சிரிப்பு வரவேயில்லை.
●

சொர்க்கம்

பிறந்து சிலமணிகளிலேயே இறந்துவிட்ட
சிசுவை அழுக்குத்துணியில் பொதிந்து செல்கிறான். ரொம்ப
சின்ன துக்கம் என்பதைப் போல ஆட்டோக்காரனுடன் சிரித்து
பேசிவருகிறாள் ஒரு உறவுப்பெண்.
ஒரு வயதானபெண்ணோ கொஞ்சம் கருணையுடன் 'வயசுருக்குடா
பிரதாப்பு... கோணாத..' என்கிறாள்.
சிசுவின் தகப்பன் அதிகாலைப் பிரசவத்திற்காக இரவுமுழுவதும்
கண் விழித்திருப்பான் போல.
லேசான பரதேசிக்களையுடன் அவன் யாரையும்
பொருட்படுத்தாமல் கையிலிருக்கும் சிசுவை மூலக்கரை
நெருங்கும்முன் விதவிதமாக கையிலேந்திப் பார்த்து திருப்தி
கொள்கிறான்.
கொடும்வெயில்நாளான இந்த மதியத்தில்
இப்போது மிக அமைதியாக மழை பெய்யத்துவங்கியுள்ளது.

●

பூ விற்கும் பதினாறு வயது இளைஞன்.அவன் பெண்மையின் ஒயிலை தன்னுள் விரும்பி பொதிந்தவன். குரலும் சற்றேறக்குறைய பெண்தான். சிறிய சிணுங்களுடன் தன் வியாபாரத்தை துவங்குபவன். சட்டையும், பேண்ட்டும் அவன் விரும்பாமலே அணிகிறான். இன்று வடக்குகோபுரத்தருகே அவனை யாரோ அடித்திருக்கிறார்கள். மோசமான மெல்லிய கேவலுடன் இன்னும் விற்காத பூப்பந்துகளுடன் அவன் வீடு திரும்புகையில் சித்திரை வீதியில் மின்சாரம் தடைபட்டு எங்கும் இருள். புராதன இடங்கள் இந்த இருளில் வேறு கால நிழல் கொள்கின்றன. தனது காமிராவில் இந்த இருளுடன் கோபுரத்தை படம் எடுக்க விழையும் வெளி நாட்டு இளைஞனிடம், பூ விற்பவன் கண்ணீர் தேங்கிய கண்களுடன் பூ வேணுமா எனவும், காமிராவிலிருந்து தனது விழிகளைத் தாழ்த்தி அவன், அவன் குரல், அவனது பூக்கூடையை இடுப்பில் தாங்கி நிற்கும் பாவனை, முக்கியமாக அவனது இருளில் கேவலுடன் பளபளக்கும் உதடுகளைக் கண்டவன் சட்டென அவ்வுதடுகளில் ஆழ்ந்த முத்தம் பதித்தான். இருள் அமைதியானது. என் எழுத்தால் செல்ல முடியாத அமைதி. சில கணங்களில் நடுங்கியபடி விளக்குகள் ஒளிரத் துவங்கின.அனைவரும் கலையத்துவங்கிய இப்பொழுது பூக்கள் மொட்டவிழ்ந்த வாசனை ஒரு இசையைப்போல கசியத் துவங்கியிருந்தது.

●

"உன்னை ரொம்பப் பிடிக்கும்..."
சிறிய அழகான பதட்டத்தோடு,
"ரொம்பன்னா ரொம்பவே..."
துல்லியமாக அளவிட்டு சொல்லாத
எளிமையான வார்த்தைகள்தான்.
மண்வெட்டிகளும்,கடப்பாரைகளும்
போராடி ஓய்ந்த ஊற்றுமுகத்தில்
கடைசி கையளவு மணலை
வெறுங்கையால் அள்ளியவுடன்,
சுரந்து பரவுகிறது ஊற்று நீர்.
மணல் அப்பிய அந்த வெறுங்கைக்கும்,
வியர்வை பூத்த உதட்டோடு
"ரொம்பவே" எனச்சொல்லி நிற்கின்ற முகத்துக்கும்
வித்தியாசம் ஏதுமில்லை.
●

இப்படி தறிகெட்ட மனநிலையை சமன்படுத்த தியானம் செய்வது பழைய வழி. நான் ரோஜர் பெடரரின் டென்னிஸைப் பார்க்கிறேன். டென்னிஸ் பந்து ஒரு பழகிய கிளி போல அந்த மட்டையை முத்தமிட்டு, பெடரரின் சாந்த முகம் காட்டும் திசையில் இரையெடுக்கின்றன. பேரமைதியின் நீர்க்குமிழ் உள்ளே மைதானம் சப்தமிழந்து உறைந்திருக்க, பெடரர் நிகழ்த்திக் கொண்டிருப்பது ஒரு கலை.
●

கடிகாரங்கள் பழுது நீக்கும் கடையைப் போல சுவாரஸ்யமான
விசயம் வேறில்லை.
ஒருநாள் என்பது அங்கே கணம்கணமாக
உறைந்து வழிகிறது.
நேற்றைய தினத்தில் நின்றுவிட்ட மரக்கடிகார வயிற்றை
தள்ளிவைத்து,
ஒற்றைக் கண்ணில் பொருத்திய ஜூம் லென்ஸுடன் நாகராஜ் ஒரு
முதலையைப் போல நிமிர்ந்து பார்த்து,
‘இருங்க வர்றேன்’ எனும்போது நாம் அவருக்கு எதிர்காலத்தில்
இருந்து வந்திருக்கிறோம்.
●

ஷேன்வார்னின் உள்ளங்கையிலிருந்து
ஒரு பித்துக்குளிபிரபஞ்சம் கிளம்புகிறது.
மண்ணில் வீழ்ந்து ஒருகணம்,
அது தனது கடவுளிடம் “லெப்டா, ரைட்டா”
என எழும்பிக்கொண்டே கேட்கிறது.
வார்னே யோசிக்கும் கணத்தின்
மீச்சிறு மறைவில்,
அது தனக்குத்தானே கடவுளாகி
சிறிய பெய்ல்ஸ்களை
நோக்கி சீறிச்செல்கிறது.
●

நேற்றிரவு வீடு திரும்புகையில் பழுதடைந்துவிட்ட பைக்கை வேறுவழியில்லாமல் ரோட்டோரமாகவே நிறுத்திவிட்டு நடக்கத் துவங்கினேன். முதுகுப்புறத்தில் பைக் புது இடம் குறித்து அஞ்சி நடுங்குவதை உணர முடிந்தது. இரவு முழுவதும் பைக் மீதான பரிதாப உணர்வு. இன்று காலையில் விடிந்ததும் அவசர அவசரமாக பைக்கிடம் ஓடினேன். ஒரு குடிகாரனைப் போல புழுதி படிந்த உடலுடன் கொஞ்சம் முகம் திருப்பி நின்றிருந்த அதனிடம் நான் மன்னிப்பு கேட்டு கொண்டிருந்ததை ஒரு நர்ஸ் குமரி கொஞ்சம் ஆச்சர்யமாகவும், கொஞ்சம் புன்னகையுமாகவும் பார்த்தபடி கடந்தாள். சேட்டைக்கார பைக்கும் உடனே சரியாகிவிட்டது. அவளைக் கடக்கும் போது ஒருமுறை ஹார்ன் அடித்து திரும்பிப் பார்த்தேன். ஒரு நட்பிற்கான அழைப்பு அவளிடமிருந்தது. என் குடிகார பைக்கும் நானும் இந்த காலையை இவ்வாறு தான் துவங்கினோம்.

●

ஒரு கிறித்துவ ஈமக்கிரியை.
இறந்த மனிதனின் தலைமாட்டினருகே நின்றபடி இரங்கல் வசனம் வாசிக்கும் போதகர், "உயிர்த்தெழுதலில் நம்பிக்கை கொண்டு நாம் காத்திருப்போம். பின்னாளொன்றில் இறந்துவிட்ட மனிதனை முகம்முகமாய் எதிர்கொள்வோம்" எனும் வரியை நிதானமாக வாசித்துச்செல்கிறார்.
எளிய அலங்காரம்செய்துள்ள, இறந்தமனிதனின் சிகை காற்றில் லேசாக அசைகிறது.

●

அவள் கால்மிதிகளை உள்ளிழுத்துவிட்டு, ஜன்னல்களை மூடுகிறாள். வீட்டைப் பராமரிக்கின்ற அவளது நேர்த்தியின்மை மீது எல்லோருக்கும் புகாரிருக்கிறது. இந்த மழை நேரத்தில் தனது தனிமையில் அவளுக்கு எந்த புகார் மீதும் அக்கறையில்லை. அவ்வளவு வருடங்களுக்குப் பின் சென்று எதனையும் மாற்றி யாரிடமும் நற்பெயர் பெறுகின்ற குறுமகிழ்வெல்லாம் காலாவதியாகிவிட்டன. அவள் தனது வியர்வை உடலை விரும்பினாள். அழுக்குத் தலையணையை, தேய்ந்த செருப்புகளை, கொலாஜ் ஓவியமான அலங்கார மேஜை மீதான சிதறல்களை, சோபையற்ற பாத்திரங்களை, அடுக்கப்படாத புத்தகங்களை, அழுக்குகளை, சிதைவுகளை, நாற்றங்களை, பின் ரசமிழந்த கண்ணாடி முன் தன் நிர்வாணத்தைப் பார்த்தபடி கூறினாள் 'குப்பைகளிலிருந்துதான் மஞ்சள் நிறக் குடைக் காளான்கள் பிறக்கின்றன'.

●

ஒரு சிறிய குலுங்கலில் திடுக்கிட்டு விழித்த எதிர் இருக்கைப் பெண் தன்னிச்சையாக தனது சிறிய பழைய பையை இறுக்குகிறாள். அவளது பாதங்கள் மீன்களைப் போல உறங்கும் செருப்புகளைத் துழாவுகின்றன. நீண்ட நேரமாய் முகம் அலைந்த கற்றையை ஒதுக்கி கரை சேர்க்கிறாள். திடுக்கிட்டு விழிக்கும் பெண்களுக்கேயுரிய நீண்ட துயரத்தின் விளிம்பில் ஒளிரும் ஒரு புன்னகை அப்போது இதழில் உலர்கிறது. திடுக்கிட்டு விழித்த பெண் வானத்திலிருந்து தன்னை சுருட்டி எடுக்கிறாள். தூர மலைச்சரிவுகளில் அவிழ்ந்த ஞாபகத்திரள்களை பதுக்குகிறாள். எல்லாவற்றையும் ஒடுக்கிக் கொண்ட பின் ஒரு பெருமூச்சொன்றுடன் தன் இருக்கைக்கு எதிரே உறங்குவது போல பாவனை செய்தபடி சட்டென கண் மூடிக் கொள்ளும் புதியவனை ஒரு மெல்லிய கோபத்துடன் அவள் பார்க்கும் போது, மழை ஈரக் காடுகள் நிறைந்த இரவிற்குள் அந்த தொலைதூர ரயில் நுழைகிறது.

●

புனிதா (24) என்ற பெண் காவலர் வசம் என்னை ஒப்படைத்துவிட்டு மற்ற காவலர் எல்லாம் எங்கோ அவசர வேலையாக ஜீப்பில் கிளம்பிவிட்டனர். லைஸன்ஸ் இல்லை. ரிங்ரோட்டின் வெயிலில் தனிமையில், விரைந்து செல்லும் பஸ்களின் ஜன்னல் வழியே என்னையும் புனிதாவையும் இணைத்துப் பார்த்து முறைத்தபடி செல்லும் யாரென்றே தெரியாத மனிதர்கள். புனிதா ஒரு நூலைப்போல தங்க சங்கிலி அணிந்திருக்கிறார். அது வியர்வையில் ஒட்டிக்கிடகிறது. முதலில் நான் கேட்ட சிறு கேள்விகளுக்குக் கூட பதிலளிக்காமல் முறைத்தவரை வெயிலும், தனிமையும் மாற்றிப்போட்டன. பின்பு நடந்ததெல்லாம் பாலுமகேந்திரா படத்தில் வரும் பாடலிடைக் காட்சிகள். அவளுக்கு ஒரு தெற்றுப்பல், ஆங்கிலம் வராது, உள்ளங்கையில் சொட்டுசொட்டாய் ஒழுகுமளவிற்கு வேர்க்கின்ற உடல். நான் அருகிலிருக்கும் குக்கிராமத்திற்கு தண்ணீர் வாங்க விரைந்து கொண்டிருக்கிறேன், எனது பெரிய கைகுட்டையை தலைக்கு வைத்து வெயிலில் ஒதுங்கி புனிதா நின்று கொண்டிருக்கிறாள்.

●

இன்று ஒரு சந்தேகத்தைத் தீர்க்க வேண்டி
கஸ்டமர்கேருக்கு அழைத்தேன்.
வழக்கம்போல ஆயிரம் பாம்பு, ஏணி விளையாட்டுக்குப் பின்
யுவதியின் குரல்.
பயிற்றுவிக்கப்பட்ட வணக்கம், பயிற்றுவிக்கப்பட்ட காத்திருங்கள்,
நான் மரத்துக் காத்திருந்த நொடியில் ஆச்சர்யத்திலும்
ஆச்சர்யமாக அவள் ஒருமுறை தும்மினாள்.
நான் என்னையறியாமலே 'ஓ, நான் நிஜமாகவே ஒரு
மனுஷியுடன்தான் பேசுகிறேனா!' என சந்தோசமாகக் கூற..
சட்டென சுதாரித்த அவள் பதட்டமாக 'என்ன...என்ன
சொன்னீர்கள்' என இரண்டாவது முறையாக பயிற்றுவிக்கப்பட்ட
மொழியிலிருந்து பிறழ்ந்தாள்.
சிறிது நேரம் அமைதியாய் தன் அழகான தவறை
நினைத்துப்பார்த்து பின் மிகச்சிறிய வெட்கப்புன்னகையுடன்
'வேறு எந்த உதவியும் வேண்டுமா..' என்றாள்.
நான் மிக மென்மையாக "இது பழைய மிசின் குரலில் இல்லை"
என்றேன்.

●

பள்ளிக்கு விடுமுறைபோட்டு, கணகணக்கும் உடலோடு
அம்மாவோடு தனித்திருக்கிறாள் சிறுமி.
அம்மாவும், மகளும் மட்டுமே இருக்கின்ற வீட்டில் எல்லாமே
சிணுங்கிக்கொள்கின்றன.
பாத்திரங்களில், துணிகளில் புழங்குகின்ற அம்மாவின் கையைப்
பார்த்தபடி ஏதோ பேசிக்கொண்டிருக்கிறாள்.
ஈரம் வழிகின்ற பாத்திரங்களைக் கவிழ்த்தியபடி, லேசாக சிரித்தபடி
“இரு, வேலை முடிச்சுட்டு அம்மா டீ தாரேன் “ என்கிறாள் அம்மா.
சிறுமி தலையாட்டிக்கொள்கிறாள்.
எல்லோரும் வெளிக்கிளம்பிவிட்ட வீட்டில்
அம்மாவும், மகளும் டீ அருந்தும் முன்பகலில்
ஒரு வீட்டின் சில பக்கங்கள் திறக்கின்றன.

●

எண்ணற்ற சாவிகளால் கோர்க்கப்பட்ட வளையங்களை கையில்
அணிந்துகொண்டு செல்கிறான் பழையசாவிகளின் பிரஜை.
சிறுவயதில் ஊசித்தட்டான்களை சேகரிப்பவனாக
இருந்திருப்பான் போல.
துருவேறிய, நளினமான, மூர்க்கமான, ராஜ அம்சமிக்க, தீக்குச்சி
அளவிலான விதவிதமான சாவிகள்.
சொந்த நாட்டை இழந்துவிட்ட மக்கு இளவரசர்களைப் போல
அவை அவனது வளையங்களில் உறங்குகின்றன.
அவற்றால் மட்டுமே திறக்கவியலும் வெவ்வேறு வகை
அறைகளில், இப்போது நிரம்பியிருக்கும் தனிமையையும்,
இருளையும் எப்படியாகினும் வெளியேற்ற முனைகின்ற இளவயது
மந்திரவாதியைப்போல கதவுகளை உன்னித்து நடை வைக்கிறான்.
நெடுக்கும் குறுக்குமான இந்தச் சிறிய கற்தளத்தெருவை அவன்
வாசிக்கின்ற மர்மபுத்தகத்தின் நாற்பதாவது பக்கமெனலாம்
இப்போது.

●

பழைய கல் மண்டபத்திற்கு இப்பொழுது யாரும் வருவதில்லை. முந்தின இரவு இட்ட சாணத்தின் மேலேயே ஒரு பசு உறங்கிக் கொண்டிருந்தது. அதன் மூடிய இமைக்குள் ஒரு சங்கைப் போல அதன் கண்கள் கனவில் நீந்திக் கொண்டிருந்தன. கடைசியாய் பெய்த மழை கணுக்காலளவு நீர் கண்ணாடியை விட்டுச் சென்றிருக்க, தூண் மேலிருந்த யாளியும், பக்கவாட்டில் பாறையைப் பிளந்து எவ்விய கல் குதிரையும் நீரில் தங்கள் பிம்பத்தை மவுனமாக உன்னித்திருந்தன. நிலவிய அமைதியில் நூற்றாண்டுகளின் தூசி.

சங்க காலத்திற்குப் பிறகு இந்த அதிகாலையில் இங்கு வந்த மானுடன் நான் தான் போல. காலங்களின் மயக்கச் சித்திரத்தை பிரமித்தபடி என்னையறியாமல் என் கால்விரல் நீர்மையைத் தீண்டிவிட்டன. அசையத்துவங்கிய நீர்மையில் என் கால்விரலிலிருந்து விரியத் துவங்கிய சிறு வளையமானது விரிந்து, விரிந்து ஒரு கடிவாளத்தைப் போல யாளியையும் குதிரையையும் இழுக்க, நடுங்கியபடி என் பக்கம் அவைகள் முகம் திருப்பின. அதிர்ந்த எனக்குப் பின்னாலிருந்த கல் தூணில் கழுத்து சொடக்கு எடுக்கும் ஒலி மெல்லிய கூர்மையுடன் வெட்டியது.

●

நல்ல மதியம். நாங்கள் பழங்கள் சாப்பிட்டுக் கொண்டிருந்தோம். குளிர்விக்கப்பட்ட பழங்களின் நடுவே கூர்மையிலும் கூர்மையான ஒரு கத்தி. குதிரையின் வாடை அடித்தபடி கெச்சலான ஒருவன் பனியன் உடம்புடன் வந்தான். அனுமதியின்றி நுழைந்ததற்கு மன்னிப்புக் கேட்டபடி 'உங்களுக்கு குதிரை வேண்டுமா..' என்றான். நாங்கள் சிரித்தபடி 'எந்த நூற்றாண்டிலிருந்து வருகிறாய்' என்றோம். அவிந்த கொள்ளுப்பயிரை மென்றபடி அவனது சோப்ளாங்கி குதிரை வெய்யிலில் நின்றது. இடையிடையே காச நோயாளியைப் போல இளைப்பு வாங்கி எச்சில் ஒழுக்கியது. காய்ந்த சாணம் மணக்கும் அவனது தார்க்குச்சியைப் பார்த்தபடி இயந்திரங்கள் குதிரையைத் தின்று நூறு ஆண்டுகள் ஆகி விட்டன என்றோம். அவன் நிதானமாக, கவிதைகளில் குறியீட்டுக்காக வைத்துக் கொள்ளலாமே என்றான். நாங்கள் சுவாரஸ்யமாக, 'முன்பு காமத்தின் குறியீட்டிற்கு உபயோகப்படுத்தியது நிஜந்தான். இப்பொழுது அவ்வளவு காதலுமில்லை, அவ்வளவு வீர்யமுமில்லை' என்றோம். நம்பிக்கையிழந்தவனாக, ஒரு நகரத்திற்கு குதிரைகளால் பயனில்லையா என்றான். 'நகரத்திற்கு மனிதர்களாலேயே பயனில்லை, இதில் நீ வேறு.... பழம் சாப்பிடுகிறாயா?' என்றோம்.
'குதிரைப் போக்கிரிகள் காய்ந்த பீடி தவிர வேறெதுவும் விரும்புவதில்லை. கொஞ்சம் அந்த கத்தி மட்டும் தாருங்கள்...' என்றவாறே கூர்மையிலும் கூர்மையான கத்தியை எடுத்துக் கொண்டு அழுதபடி வெளியேறினான்.

●

வீட்டிற்கு அருகில் நாயொன்று குட்டிகளை ஈன்றுள்ளது. அதன் பிறகு அந்த நாய் இரையெடுக்கப் போவதில்லை. கடந்த நான்கு நாட்களிலேயே அது எலும்புக்கூட்டு சித்திரத்திற்கு வந்து விட்டது. கந்தல் துணிபோன்ற அதன் மடியில் சிறிய பஞ்சு பொம்மைகளாக அதன் குட்டிகள் பாலெடுக்கின்றன. அப்பொழுது சிறிய கோபத்துடன் அதன் கண்கள் திறந்து மூடுகின்றன. பிரசவத்திற்குப் பிறகு சில பெண்களுக்கும் அந்த உணவு சார்ந்த ஒவ்வாமை ஏற்படும் என்கிறார்கள். ஆனால் அது தீரும் சமயம் ஒரு தீனிவெறி கிளம்பும், அப்பொழுதுதான் பெண்கள் சதை போட்டு விடுகின்றனர். பச்சை இறைச்சியை பிரியமாய் தின்னும் உறவுப்பெண்மணியின் நினைவு சம்பந்தமில்லாமல் வந்துபோனது. பின்னிரவில் வீடு திரும்பிய நேற்று, புதர் இருளில் அந்த குட்டி நாய்கள் மடி சப்பும் ஓசையும், மெல்லிய வெறியேறிய பெரு நாயின் உறுமலும் அடுத்தடுத்து கேட்டபடியிருந்தது. இன்று அதிகாலை அரைகுறைத் தூக்கத்திலிருக்கும் போது, வாசல் தெளிக்கப்போன மனைவி, ‘செவலைக் குட்டிய மட்டும் காணோமே.. யாரோ தூக்கிட்டு போய்ட்டாங்க போல... சூட்டிகையான குட்டி....’ என்றாள்.

●

நான் பிறந்ததிலிருந்தே பரிசுத்தமான யோக்கியன் எனச் சொல்லிச்சொல்லி வளர்க்கப்பட்டவன். என்னை ஹாலில் அமரவைத்து காபி தருகிறார்கள். கல்யாண வீடுகளில் மொய் எழுத வைக்கிறார்கள். ட்யூசன் முடித்து வரும் பெண்பிள்ளைகளைக் கூட்டிவரச் சொல்கிறார்கள். இந்த வயதிலேயே காதோரம் நரைக்கத் துவங்கி ஒரு பாதிரியின் முகச்சாயலை அடைந்து விட்டதாக சொல்கிறார்கள். என் தம்பி ஒருவன் பருவ வயதின் எல்லாத் தீவினைக்களையையும் ருசி பார்த்தவன். இப்பொழுது கொஞ்சம் அமைதியடைந்தவன். பாருங்கள்... இந்த வயதுபிள்ளைகள் அவனைச் சுற்றியமர்ந்து அவன் அனுபவக் கதைகளை சுவாரஸ்யமாய் கேட்கின்றன, பரிதாபம் மேலிட பார்க்கின்றன. அவன் விரும்பாவிட்டாலும் ஒரு ரகசிய முத்தத்தைப் பரிசளித்து அவனைத் தேற்றுகின்றன. குறிப்பாக அவன் முடிகள் கருமையாய் மினுங்குகின்றன. தேவனே ஏன் என்னைக் கைவிட்டீர்..?!

●

ரசனை மிகுந்தவர்கள் எப்போதும் இரண்டுகணம் தாமதமாகவே நிகழ்காலத்திற்கு வருகிறார்கள்.
தான் செய்கின்ற எல்லாவற்றின் மீதும் தனது ரசனையால் எம்ப்ராய்டரி செய்து வருவதால் நிகழும் தாமதம் அது

மொழியின் ரசனை கவிதை என்பதுபோல,
ரசனை என்பது மிகுகாதல் கொண்டோரின் மொழி.

அவர்களுக்கு வயதாவதேயில்லை.

அல்லது அந்தந்த வயதின் எல்லா அழகுகளையும் மனமுவந்து ஒளிக்கூட்டிக் கொள்வதால் அந்த நித்யகன்னி வந்துவிடுகிறது போல.

பிரபஞ்சத்தில் நாம் சாதாரணமாகக் கடக்கின்ற எல்லாவற்றிற்கும், இவர்கள் ஒரு முகம் கொடுப்பார்கள்.
அவர்கள் தீண்டும் கூழாங்கல்லில் துறவி வருவார், கசக்கி வீசப்பட்ட காகிதத்தில் ஒரு பூ மலரத் துவங்கும், நெடுஞ்சாலையின் தனிமையையும், வெளிச்சமிக்க வீடொன்றிலிருந்து யாரிடமும் சொல்லிக்கொள்ளாமல் திரும்பிச்செல்கின்ற மனிதனின் துயரை, இவர்களால் மட்டுமே உணரவும் முடியும்.
ரசனை மட்டும் இல்லாமலாகிவிட்டால் புவி என்பது உழைக்கும் இயந்திரம் அன்றி வேறில்லை.

முதன்முறையாக விமான ஓட்டியாகச் செல்லும் எக்ஸ்பரியிடம், (காற்று, மணல், நட்சத்திரங்கள் நாவலில்) அவரது சீனியர் விமானி வழித்தடங்களை விளக்கும்போது,
வரைகோடுகளையும், எண்களையும் புறந்தள்ளிவிட்டு ஸ்பெயினை அவரது தோழியாக முதலில் உணரும்படி செய்கிறார்.
போகின்ற வழியில் குவாடிக்ஸ் எனும் ஊரைச் சொல்லாமல் அங்கே வயல் ஓரமாக இருக்கும் மூன்று ஆரஞ்சு மரங்களைப் பற்றி கூறுகிறார். பிறகு ஒரு எளிய பண்ணைவீட்டை, எப்போதும் மலைச்சரிவில் வயல்வேளை செய்துகொண்டிருக்கும் குடியான தம்பதிகளை, முப்பது வகையான மலர்களுக்கு நீர் கொண்டு செல்லும் சிற்றோடையை என

எக்ஸ்பரிக்கு அவர் கையளிப்பது, ரசனையால் வரையப்பட்ட ஒரு வழித்தடத்தை.

அதை பேனா கொண்டு வரையாமல் உல்லன் நூலால் வரைந்திருப்பதைப் போல மாற்றித் தருவார்.

வெறுமனே தரையில் சிந்திய நீர்த்துளிதான், இன்னும் சற்று நேரத்தில் மறையப்போகிறதும் கூட, அதைத் துடைக்கும் முன்பு அதிலொரு புன்னகைமுகத்தை வரைந்து பார்க்கின்ற விரல்கள் யாரிடம் இருக்கிறதோ, அவர்கள் எப்போதும் நிகழ்காலத்திற்கு இரண்டுகணம் தாமதமாகவே வருவார்கள்.

●

இன்னும் கொஞ்சம் பண கவர்களும், ஸ்வீட் பாக்ஸ்களும் மீந்திருந்தன. எல்லோரும் வாங்கிச் சென்றுவிட்டனரா என ஒருமுறை சரிபார்த்தோம். ஏறத்தாழ முடிந்திருந்தது. இனி வருபவர்கள் எப்போதேனும் செய்த சிறு உதவிக்கு பிரதிபலன் ஏதேனும் வைத்திருக்கிறானா என சரிபார்க்க வருபவர்கள். அதனால் பெரிய நெருக்கடியில்லை.
நான் டீ குடித்துவிட்டு கடைக்கு வரும்போது, வாழ்ந்து வீழ்ந்துவிட்ட பெரும்மனிதன் தன் அழுக்கேறிய உடைகளும், கூச்சமும், இழிவும் இணைந்த உடல்மொழியுடன் கடைவாசலில் தயங்கிக்கொண்டிருந்தார்.

இரக்கமின்மை, வணிகத்தில் அடிப்படை பண்பு என ஆரம்பகாலத்தில் சொல்லி அதிரச்செய்து, பின் எந்த திசையில் பெய்கின்ற மழையில், என்ன பொருள் அடுத்தவருடம் விலை வீழும் எனக்கணித்துச் சொல்லி, ராகியை நுகர்ந்துபார்த்தே அது எந்த ஊர் நிலத்தில் விளைந்தது என்பதுவரை அசாதாரணமாகக் கூறி விலைவைப்பது வரை ஏறத்தாழ வணிகத்தின் பெரும்கலைஞன்.

எடைக்கற்கள் மறைந்து கணினி தராசுகளும், கம்ப்யூட்டருமாய் மாறிய வணிகவீதியில், அவரைப் போன்றவர்களின் அனுபவங்கள் நொடியில் தேவையற்ற வீண்சுமை எனக்கருதப்பட்ட நேரத்தில் அவர்களின் வீழ்ச்சியும், நகரமெங்கும் நீரிழிவு நோயும் இணைந்து விளைந்தன.

எளிய சிப்பந்திகளான எங்களை ஒருபோதும் அவர் மனம் நிறைந்து வாழ்த்தியதில்லை.
இன்னும் இன்னுமென எங்களின் உடல்திறனின் ஆழங்கள் வரை அவரின் ஆணைகள் விரட்டி அடித்தன.
முக்காலும் அரையும் கூட்டி காலால் வகுக்கின்ற கணக்குகளை மூட்டை தூக்கியபடி ஒப்புவிக்கத் தெரியும் வரை, அவனை ஊழியனாகக்கூட அவர் பொருட்படுத்தியதில்லை.
அவரிடம் வணிகம் பயின்ற எல்லோரும் தழைத்து விட்டிருக்கிறார்களா எனத்தெரியாது.
ஆனால் ஒருநாளில் பெரும்பகுதியை கடையிலும், மூடைகளுக்குமிடையிலும் கழித்த எங்களின் பிராயத்தில் ஒரு தகப்பனுக்குண்டான பேரார்வத்துடன் அவர் எங்கள் எல்லோரையும் தீட்ட தயங்கியதே இல்லை.

இப்போது இந்த சிறிய கடையின் வாசலில் தண்ணீர்ப்பானை அருகே தயங்கித் தயங்கி நிற்கின்ற அந்த மனிதனை நான் எதிர்கொள்ள வேண்டும்.

மௌனமாக முகமண் கூறியபடி அவரைப் பார்த்தேன். வளர்ந்துவிட்ட பிள்ளைகளின் செழிப்பில்
ஒரு துண்டு எடுத்துக்கொள்ள எல்லா தகப்பன்களும் அஞ்சுகின்றனர்.

உலகில் அவன் ராஜாவாகத் திகழ்ந்த மிகச்சிறிய நிலத்தில் கையேந்தி நிற்க தன்னையே அனுமதித்துக் கொள்வதில்லை. அவரின் கண்களில் தன்னையே வெறுக்கின்ற ஒரு படலம் மிதந்தது.

கேட்கலாமா என்கின்ற கீழான ஆசை அப்போதே அங்கிருந்து கரைந்துவிட்டிருந்தது தெரிந்தது.

சிறிதும் யோசிக்காமல் செருப்பை குனிந்து சரிசெய்தபடி, 'இந்த பக்கமா வந்தேன், ஏண்டா கம்பு மூட்டையெல்லாம் சாரல் அடிச்சிருக்கே சாக்கு மாத்தி அட்டியல் போடலையா... நாலு நாள் லீவு விட்டு வரும்போது பதத்துல மொளைச்சு புல்லு விட்டுரும்டா மடையன்களா... காலாகாலத்துல சாக்கு மாத்திட்டு மறந்திடாம எலிக்கு தட்டு வெச்சுட்டு போங்க..'
என்றவாறே நோயுற்ற தோள்களை தாங்கியபடி நகர்ந்தார். நாங்கள் மௌனமாக நின்றோம்.

இன்னமும் கற்றுக்கொள்ளும் மாணவர்களாக.
பதிலீடு செய்வதால் உடைந்துவிடக்கூடிய சில விழுமியங்கள் இருக்கின்றன. அங்கே பிரதிபலன் என்பது அந்த இறந்தகாலத்தை நாம் திரும்பி அளிப்பதே ஆகும்.

அவர் சென்று கொண்டிருந்தார். மனதார தன்னை, தனது அனுபவத்தை, அதன் வழியான மெலிதான அகங்காரத்தை அவருக்கு மீண்டும் நாங்கள் அளித்தோம். அதைவிட பொன்னொளி வீசும் பட்டாடைகள் இல்லை.

●

மிகுந்த வசதிகொண்ட அமைதியான நபர் அவர்.
மாதம்தவறாமல் திருப்பரங்குன்றத்து மயில்களுக்கும்,
அழகர்கோவில் குரங்குகளுக்கும் பெருந்தொகைக்கு கோதுமையும்,
சோளமும், நிலக்கடலையும் வாங்கிப்போடுபவர்.
எந்த புள்ளியிலும் தனது செல்வாக்கையோ, தாராளமனதையோ
வெளிக்காட்டி கொள்ளாத நபரும்கூட.
அவருக்கு ஒரு மகன் இருந்தார். கடந்த இரண்டு வருடங்களாக
திடீரென சுகவீனமுற்று படுத்தபடுக்கையாகி விட்ட மகன்.
மிக சமீபகாலமாக அவர் தீனிகள் வாங்க வரவேயில்லை.
நீண்ட இடைவெளிக்குப் பிறகு, மேலும் உலர்ந்துவிட்ட
முகத்தோடும், அசிரத்தையாக விடப்பட்டுவிட்ட தாடியோடும்
தீனி வாங்க வந்திருந்தார்.
கூடவே வந்து நின்ற வயதான டிரைவர்,
‘நீங்க போய் கார்ல உட்காருங்க நான் வாங்கிட்டு வரேன்...’
என்றதைப் பொருட்படுத்தாமல் இளவெயிலில் வியர்வை வழிய
நின்றபடி பொருட்கள் வாங்கினார். அவரது மகனின் உடல்நலம்
குறித்த கேட்க எண்ணினேன்.
அதற்குள் குரங்குகளுக்கும், மயில்களுக்கும் அவர் வாங்கிய
பொருட்கள் மூடைகட்டி வாசலுக்கு வந்துவிட்டன.
டிரைவர் அவற்றைத் தூக்கிக்கொண்டு நடக்கத்துவங்கினார்.
இவர் இன்னமும் நின்றுகொண்டிருந்தார்.
நான் அவரது மகன் குறித்து கேட்பதற்காக எழுந்து வெளியே
வந்தேன்.
வாசலில் முதியபெண் கம்பு, கேழ்வரகை
புடைத்துக்கொண்டிருந்தார்.
இவர் மெதுவாக அவரிடம் சென்று, “காகங்களுக்கு என்ன
தீனி போடலாம்..” என கஷ்டமான மெல்லிய புன்னகையோடு
கேட்டுக்கொண்டிருந்தார்.
முதியபெண் அவருக்குத் தெரிந்ததைச் சொன்னார். அதனை
படுகவனமாக கேட்டபடி நிமிர்ந்தவர், வாசலுக்கு வந்த என்னைத்
தவிர்த்தபடி ‘பூந்தி போடலாமில்லையா... பூந்தி...’ எனத் திரும்ப
திரும்ப கேட்டுக்கொண்டிருந்தார்.
அதைக் கேட்கின்ற அந்த முகத்தில் இருபது வருடங்களாக ஆசை
ஆசையாக அதைக்கேட்ட ஒரு குரலுக்காக, ஆசை ஆசையாக
வாங்கிச் சென்ற ஒரு தகப்பனின் வெளிச்சம் விழுந்து நீங்கியது.

●

அம்மாவைத் திட்டித்தள்ளி விட்டான் அண்ணன்.
“வீடு என்ன வீடாவா இருக்கு. லஜ்ஜைக் கெட்டுப்போய்...
வயசானா கூறு வேணாம்?”
அம்மா வயர்க்கூடை பின்னிக்கொண்டே கசந்து தனக்குள்
சிரித்தபடி இருந்தாள்.
அம்மா அப்படி சிரிப்பது பார்க்க ஒருமாதிரியாக இருக்கும்.
எனக்கு அதன் அர்த்தங்கள் தெரியாது.
அண்ணன் கேரளாவிற்கு லயனுக்கு செல்வதாகக்கூறிவிட்டு
புறப்பட்டுவிட்டான். பிளாஸ்டிக்பொருட்கள் வியாபாரம்.
வியாபாரம் என்பது இரண்டாம்பட்சம்தான். தப்பித்தல் அதன்
முதல்இலக்கு. அவன் அவதியதியாக பைகளை மூட்டைக்கட்டிக்
கொண்டிருந்தான்.
அவள் வருவதற்கு நேரமிருந்தது, இரவாகிவிடும்.
அண்ணன் கிளம்பிச்சென்றுவிட்டான்.
நான் மாடியில் கீபோர்ட் பட்டன்களை உதிர்த்து குவித்துவைத்து
திரும்பவும் துடைத்துத் துடைத்து மாட்டிக்கொண்டிருந்தேன்.
எனக்கு விருப்பமான பொழுதுபோக்கு அது. அது உருவாக்கும் சில
இனிய குழப்பங்கள்; சிறிய மின்னதிர்ச்சிபோன்ற ஏமாற்றங்கள்.

லேகா நள்ளிரவு ரயிலில் வந்திறங்கினாள். நான் போய்
அழைத்துவந்தேன். இரண்டு நாட்கள் பயணக்களைப்பு முகத்தில்.
ஒரு ஜவுளிக்கடை பிளாஸ்டிக்பையில் அவளது உடைகள்
இருந்தன. முகமெங்கும் கண்ணீர் இழுவிய தடங்கள்.
வழியில் தெருமுனைக்குழாயருகே நிறுத்தச்சொல்லி
முகத்தைக்கழுவிக்கொண்டாள்.
தூக்கம் தடைபட்ட தெரு நாய்கள்
எனது காலைச்சுற்றுவதை அச்சத்தோடு பார்த்தபடி, சீக்கிரம் வா
என்றேன்.

நாங்கள் வீட்டுக்குள் நுழையும்போது அம்மா மாமாவிடம்
போனில் பேசிக்கொண்டிருந்தார்.
மாமா சீறிவிழுவது போனுக்கு வெளியேவும் கேட்டது. அவர்
கொதிக்க கொதிக்க அம்மா போனை அணைத்துவிட்டு
லேகாவிடம், சாப்பிட்டாயா என்றார். லேகா அமைதியாக
சுவர்மீது சாய்ந்தமர்ந்துகொண்டாள். நான் வண்டிடேங்க்
பவுச்சில் ரகசியமாக வைத்திருந்த சிகரட்பாக்கட்டை கைலிக்குள்
மறைத்தபடி மாடிக்குச் சென்றேன். அம்மா வெளிலைட்டை
அணைத்தபடி, “சனியனே, செருப்பு பிய்யபோகுது ஒருநாள்”
என்கின்ற குரலை முதுகில் வாங்கியவனாக இரண்டிரண்டு

படிகளாகத் தாவி ஓடினேன்.
லேகாவை அண்ணன் காதலித்தான். ஒவ்வொரு விடுமுறைக்கும் அவள் எங்கள்வீட்டிற்கு விரும்பிவருவதை இப்படி அர்த்தபடுத்திக்கொள்ள பெட்டிக்கடை சினேகிதங்கள் கற்றுக்கொடுத்திருந்தன.
ஆனால் அவளது காதலன் புனேயில் உயர்படிப்பில் இருந்திருந்தான். யாருக்கும் அது தெரியாது. வீட்டிலிருந்து அவள் வெளியேறிப்போய் இன்றோடு இரண்டுவாரமாகி இருந்தது. வழக்கம்போலவே ஒரு துயரமுடிவோடும், கானல் வெறுமையோடும் அவள் திரும்பவும் புனேயிலிருந்து இங்கே ரயிலேறிவிட்டிருந்தாள்.
அவன் படிப்பு முடியட்டும் என்றிருக்கலாம். இல்லெயெனில் இந்த திடுக்கிடும் பிரவேசத்தை எதிர்பாராதவனாக எங்கோ அதிர்ந்துபோய் அவளைத் திருப்பியிருக்கலாம்.

மூன்று நீண்டமழை நாட்கள் கடந்துபோயின. மாமா வரவில்லை. அம்மா, நான், லேகா.. வீட்டினுள்ளே பெரிதாகப் பேசிக்கொள்ளாமல் கோள்களைப்போல சுற்றிக்கொண்டிருந்தோம். மழை கடந்த ஒருநாள். மாலைவேளையின்போது அவள் எங்கேனும் அழைத்துச்செல்லும்படி கேட்டாள்.
நான் அசுவாரஸ்யமாக இந்த மலைக்குன்றுக்கு அழைத்துவந்தேன்.

சமணர்கள் தங்கிச்சென்றிருந்த மலைப்படுகை. வழக்கம்போலவே யாரும் இல்லாத சாயங்கால நேரம். நான் பாதி ஏறும்போதே தளர்ந்துவிட்டேன். அவள் இன்னும் சில அடிகள் முன்னே சென்று நின்று சுற்றிப்பார்த்துக்கொண்டிருந்தாள். ஒரு உறைந்த புகைப்படம்போல நகரம் கீழே கிடந்தது. சப்தங்கள் இல்லாத, நகர்வது தெரியாத ஒரு புகைப்படம். கீழிருந்த சுனையில் அல்லிகள் மிதக்கும் நீர்ப்படலம் ஒரு சீனப்பீங்கான்தட்டு ஓவியம்போல கிடந்தது. மலைக்காற்றில் உடைகள் படபடக்க நாங்கள் நின்றுகொண்டிருந்தோம். ஒருமுறை உரக்கக்கத்தினாள். பிறகு துப்பட்டாவின்முனைகள் பறக்க சிலதடவை தாவிப்பார்த்தாள். மெல்ல மெல்ல தனக்குள் அவிழ்ந்துகொண்டிருந்தாள். நான் புன்னகைத்துக்கொண்டேன்.

‘நீ இங்கே அடிக்கடி வருவியா?’ என்றாள். எப்பவாச்சும் எனச்சொல்லியதை அவள் கவனிக்கவேயில்லை. அந்திவரை மலையுச்சியில் அங்குமிங்கும் உலாத்திக்கொண்டிருந்தாள் ன்னந்தனி ராணியாக. நான் சிகரட் குடிக்கலாமா என யோசித்துக் கொண்டிருந்தேன்.

மலைக்காற்றைப்போலவே மலையில் படியும் இரவுக்கும் தனிக்கருமை உண்டுபோல. அருகே வந்து நின்ற அவளதுமுகம்

அப்படி இருந்தது. சுனையின்மீது வட்டமிட்டுக்கொண்டிருந்த ஏதோ ஒரு பறவை காற்றில் மெல்ல மேலெழுந்தது. பிறகு அதைவிட பெரிய வட்டமொன்றை இட்டது. அப்புறம் இன்னும்மேலே மலையுச்சியருகே, அங்கே தேங்கி நின்ற இருளுக்குள் இன்னும் சுதந்திரமான வட்டம் வரைந்தது. பிறகு, இருளில் கரைந்தது.

நல்ல காற்றில் எனது தலைமுடிகள் சிலும்ப அவளிடம் திரும்பி, 'போகலாமா?' என்றேன்.

எங்கோ தூரத்து வெளிச்சத்தில் ஆழ்ந்திருந்த கண்களை எடுக்காமல், 'உன்னை ஒருமுறை கட்டிக்கொள்ளவா, தப்பா எடுத்துக்காத' என்றுவிட்டு சட்டெனக் கட்டிகொண்டாள். நான் மரம்போல நின்றேன். அவளுக்குள் உயிர் மேலும்கீழுமாக ஓடிக்கொண்டிருப்பது தண்ணென்று தெரிந்தது. என்னால் எதையும் தொகுத்து முடிவெடுக்க முடியவில்லை. மரம்போலவே இன்னும் நின்றேன்.

பிறகு மெல்ல பிரிந்து, புதிய நீர்மைப் புன்னகையோடு ததும்பும் குரலில் 'போகலாம்' என்றாள்.

இருளுக்குள் பெரும்பாலும் மறைந்துவிட்டிருந்த படிக்கட்டுகளை கால்களால் துழாவியபடி சப்தங்களுக்கு, வெளிச்சங்களுக்கு நாங்கள் திரும்பிக்கொண்டிருந்தோம்.

பாக்கெட்டைத் தொட்டுப்பார்த்தேன்.

வாழ்வின் முதல் சிகரட், பாக்கெட்டில் மெல்லிய நெளிதல்களோடு கிடந்தது.

●

மணப்பெண்ணின் தோழிகளில்
இன்னும் திருமணமாகாத கடைசி தோழி,
கையில் பரிசுப்பொருளுடன் அமர்ந்திருக்கிறாள். சற்றேறக்குறைய வருடங்களில் அந்த நட்புவட்டத்திலிருந்த அனைவருக்கும் திருமணம் முடிந்திருந்தது.
தற்போது மணப்பெண்ணாக நிற்பவளும், இவளும் மட்டுமே கடைசி கடைசியாக இருவருமாக இணைந்து சென்று ஒவ்வொரு திருமணங்களிலும் பங்கேற்று, ஐஸ்க்ரீமும் கையுமாகத் திரும்பிய நினைவுகள் அவளுல் எழாமலில்லை.
ஆனால், மேடையின் மிகைவெளிச்சங்களுக்கு நடுவே, கணம்தோறும் மலர்பவளாக, தனது புதிய கணவனிடம் பேசியபடி நிற்கின்றவளைப் பார்த்து புன்னகைத்துக்கொள்கிறாள்.
அவளருகே வந்தமர இன்று யாருமில்லை.
கையில் இருக்கும் சிறிய பரிசுப்பொருளின் அந்த நேரத்தைய எடையை அவளால் சுமக்கமுடியவில்லை. அந்த நேரத்தின் வெறுமையின் கனத்தையும்கூட.
இந்த திருமணம் முடிந்தபிறகு, தான் மட்டுமே தனியாக நடந்து செல்லவேண்டிய பேருந்து நிறுத்தத்தின் தூரமும், மேலதிகமாகவே இன்று தன்னை நிராதரவாக உணரச்செய்யும்படி விழுந்து கொண்டிருக்கும் ஏறுவெயிலும் அவளை இன்னமும் சோர்வுறச் செய்துகொண்டிருந்தன.

பந்தியில் எங்களுக்கு எதிரே இருந்த வரிசையில் காலியான இருக்கைகளில் ஒன்றில் அமர்ந்துகொண்டாள். யாரேனும் அருகே வந்தமர மாட்டார்களா என்கின்ற தவிப்பு வியர்வைமுகமாக வெளிப்பட்டுக்கொண்டே இருந்தது.

பரிமாறுகின்ற பரிசாரகர்களில் ஒருவன் - அனேகமாக படித்து முடித்து நல்லதொரு வேலைக்குக் காத்திருக்கும் நாட்களில் பகுதி நேரமாக இந்த வேலைக்கு வந்திருப்பவனாக இருப்பான் - ஆங்காங்கே உணவுகள் சிந்திய கறையுடன் இருந்த கருப்பு கோட்டை ஈரம் வைத்து துடைத்தபடி அவளருகே வந்து நின்றான். அவளை ஏறிடக்கூட செய்யாமல் கோட்டின் கறைகளைத் துடைக்கின்ற கவனத்துடன், தனது அழகிய சிலும்பலான முன் நெற்றிமுடிகள் அசைய

“இங்கே யாரேனும் அமர வருகிறார்களா?” என்றான்.
அவள் குனிந்தபடி பேசுகின்ற அவனது உதடுகளின் சொற்களை குனிந்து கவனித்து ‘இல்லை’ என்றாள்.

"அப்ப நான் உக்காந்துக்கவா.. பசிக்குது" என்றாவாறே அமர்ந்தான். பிறகு, அவள் பார்ப்பதைப் பார்க்காமலே தலைகீழாகப் போட்டிருந்த அவளது இலையை நேராக்கி, வலதுபுறம் வைத்திருந்த சிறிய நீர்பாட்டிலை எடுத்து இடதுபுறம் வைத்து, "தெளிச்சுக்கங்க" என்றான்.
பின், தூரத்தில் பரிமாறிக்கொண்டிருந்த தன் சக நண்பனும், பரிசாரகனுமாகியவனைப் பார்த்து,
"மச்சி, எனக்கொரு இலை.."
எனக் கத்திவிட்டு,
உதடு பிரியாத புன்னகையோடு அவள் பக்கம் திரும்பி,
"செம பசி"
அவள் வாட்சைப் பார்ப்பதுபோல திரும்பி
தலையாட்டிக்கொண்டாள்.
உதட்டில் ஒரு புன்னகை 'வரவா' என்றபடி நின்றது.

திருமணம் முடிந்து திரும்பிக்கொண்டிருந்தேன். நல்ல வெயில்தான். கண்கூசும் சூரியனை நோக்கி சின்னதொரு முயல்மேகம் தத்தித் தத்தி நகர்ந்து சென்று அதனது காதைத் திருகி எங்கும் இளவெயிலாக விரியச் செய்திருந்தது.
தனியாகத்தான் இந்த சாலைவழியே அந்த பெண் திரும்பி வருவாள்.
கையில் ஐஸ்க்ரீமும், லேசான சிரிப்புமான அந்த சித்திரத்தில் இப்போது தனிமையில்லை.

●

உடல்தான் எவ்வளவு வெகுளிக்குழந்தை!
அதன் இயல்புகளில், விருப்பங்களிலிருந்து
கூண்டும், சவுக்கும் செய்யும்
இந்த மனம்தான் எவ்வளவு குரூர அதிகாரி.
●

கண்ணீரென்பது
ஞாபகங்களின்
சீழ்.
●

எதன்பொருட்டாவது இந்த மீதமிருக்கும் வாழ்வை பண்டமாற்று
செய்துகொள்வதே முழுமையடைவதற்கான வழி.
எதன்பொருட்டு என்பதின் மீதான குழப்பங்களுக்கு பதில்
கண்டடைவதற்குள்
நழுவிக்கொண்டே இருக்கின்றது
கடிகாரத்தின் மணற்துகள்.
●

ஆத்மார்த்தம் என்பதில்
ஒவ்வொருவரின் தனிமைக்கும், அந்தரங்கத்திற்கும்
ஒரு ஜன்னல் வேண்டும்.
இல்லையெனில் புழுக்கம் தாளாது.
●

வெறுமைக்கு ஒரு சிறிய ஜன்னல் உண்டு,
இந்த உடனடி குற்றங்கள்.
குற்றங்களின் பாதையின் முடிவில்
நான் மட்டுமேயிருக்கின்ற
மலைப்பாதையின் தனித்த வீட்டை அடைகிறேன்.
●

நனைந்திருப்பவைகள் தனிமையில் இருக்கின்றன.
துயரத்திருக்கும், மகிழ்விற்குமிடையே
அவை அப்போது வாழ்கின்றன.
கவிதையில் நீதி வந்துவிடும்போது
தாழ்ந்தவர்கள் வெளியேற்றப்படுகிறார்கள்.
●

நேர்த்தியாக பேணப்படும் பாதங்களில்
மெல்லிய செவ்வண்ணத்தோடு
ஒரு குழந்தைமுகம் தேங்குகிறது.
●

என் சிறுவயது குற்றவுணர்வின் செடியருகே,
நான் இப்போது
எவ்வளவு உயர முள்மரம்!
●

செழுமையும், வழுவழுப்புமிக்க இந்த நகங்கள்
உன் உடலின் அழகிய ஜன்னல்கள்.
●

இரண்டுதுளி குருதி கலந்த ஒயினுக்கும்
நல்ல கவிதைக்கும் வேறுபாடில்லை.
ஆனால் அந்த இரண்டுதுளி முக்கியம்.
●

தொங்கியபடி பார்க்கின்ற முகமூடிகள் அனைத்தும்
ஒரே வரியை முணங்குகின்றன.
"என் வாழ்வை சாப்பிட்டுப் பாரேன்"
●

உறக்கத்திற்குள் நுழைகின்றபோது,
நமது பிரக்ஞையின் சரடை
யாருடைய கையில் ஒப்புவித்துச் செல்கிறோம்?
●

அன்பு என்பது
பரஸ்பரம் தனிமையின் வாலை மிதித்துக் கொள்வது.
●

கவிதையென்பது மொழிக்கும் அர்த்தத்திற்குமான
குறுக்குவழிகளை கண்டடைவது.
●

பதிலுக்குப் பதில் பேசத்தெரியாதவர்கள்
துளி கண்ணீருடன் நின்றுவிடுகிறார்கள்.
உலகில் எவ்வளவு ஆழ்ந்த பதில் அது!
●

உன் மீதான
என் காதலின் முன்
நீ எவ்வளவு சிறிய உயிரி!
●

கோடையின் காமத்திற்கு
விலங்கின் முகம்.
●

தனிமையில் எழுதுபவனின் அறைக்குள்
முன் ஓசையின்றி நுழைகிறாள்.
திடுக்கிட்டு திரும்புபவனின் கண்களுக்குள்
ஒரு வால்நுனி விரைந்து மறைகிறது.
●

ஒரு சிறிய, காய்ந்த கடற்பாசி போன்ற நினைவு அது.
எப்பொழுது நீர் பட்டதெனத் தெரியவில்லை.
இன்று எதையோ எழுதத் துவங்கும் போது
ஊறிப் பெருத்த உடலோடு, கால்களற்ற வேர்களால் தவழ்ந்து வந்து
என் முன் அமர்ந்தபோது அதிர்ந்து விட்டேன்.

●

மழைக்காலம்...
என் சிறிய துயரங்கள்
ஈரவாசனையை நுகர்ந்தபடி
அட்டையைப்போல வந்து சேர்கின்றன.

●

மனைவி இறக்கும் போது
கணவனுக்குள்ளிருக்கும் ஒரு சிறுவனும் மரணிக்கிறான்.

●

அச்சத்தின் மையத்தில்
ஒரு சுதந்திரம் இருக்கிறது.
அதை மறைக்கத்தான்
அது அவ்வளவு வேஷம் போடுகிறது.

●

எல்லாமும் கைமீறிய பிறகு,
அந்த தாவரம் நீருக்கடியில்
வாழப் பழகிக்கொண்டது.
●

மொழியின் அந்தரங்கங்களிலிருந்து
வழிகிறது ஒருசொல் தேன்மெழுகைப்போல..
அவ்வெளிச்சத்தின் மீது
இவ்வளவு மெல்லிய ஆடைகளே போதும்,
அப்படியே விடு.
●

எப்படியாகினும்,
ரகசியம்
எனப் பெயரிட
இதை இன்னொருவருக்கும்
நான் தத்துக் கொடுக்கவேண்டும்.
●

தன்னை மறந்து அதனை இழைத்துக் கொண்டிருக்கிறான்.
மெல்ல மெல்ல திரள்கிறது
காலத்தின் ஸ்படிகம்.
●

யாரோ குடியிருக்கும்
மாடிப்படிக்கட்டில் அமர்ந்து புகைப்பிடிக்கக் கூடாது.
எந்திரிக்கச்சொல்லி தண்ணீர்ப்பாம்பை ஏவி விடுகிறார்கள்.
அது ஒவ்வொரு படியாய் ஊர்ந்து வருகிறது.
●

'உன் பெர்ஃப்யூம் காதல் சொற்கள் பொய்.
மூர்க்க கலவியின்போது நீ உதிர்க்கும் வியர்வையுடன் கூடிய
கெட்டவார்த்தைகள் மட்டுமே நிஜம்' என்றேன்.
சிறிய புன்னகையுடன் என்னைப் பார்த்துவிட்டு
'எவ்வளவு பழைமைவாதி நீ...' என்றாள்/என்றான்.
●

ஓய்வு பெற்ற மனிதனின் முதல் திங்கட்கிழமை காலை
எவ்வளவு நிசப்தமானது!
●

வெகுளித்தனங்கள் அவமானப்படும்போதெல்லாம்,
உள்ளிருக்கும் கடவுள்களில் ஒருவர் மரிக்கிறார்.
●

வெறும் இடங்கள்,
வெறும் ரயில்நிலையங்கள்,
வெறும் சிறிய பொருட்கள்,
மற்றும் கணங்கள்;
ஞாபகங்களை மொழியில் நெய்வது தவிர நீ செய்வது
ஒன்றுமில்லை.
ஆனால் அதைவிட இந்த பிரபஞ்சத்தை அலங்கரிப்பதும்
வேறில்லை.
●

சிறிய தாவரத்தின் மிகச்சிறிய நிழல்
பூமிக்கு ஏன் வருகிறது?
●

உன் கோபங்களை புரிந்துகொண்டபிறகு,
உன்னிலிருந்து சிறிய விசும்பலுடன் வருகின்ற அந்த சிறுமிக்கே
அஞ்சுகிறேன்.
●

யாருடைய ஞாபகத்துகளும் கலவாத
ஒரு தேநீர்கோப்பை இருக்கிறதா என்ன?
●

விளையாட்டாய் ஒரு பொய் சொல்லியபோதும் பூர்ணா
சிரிக்கிறாள்.
அந்த சிரிப்பின் ஸ்படிகத்தில் பதறிப்போய், 'அது பொய் பாப்பா..'
அப்போதும் அதே சிரிப்பு.
அவதி அவதியாக பெரியமனிதனானவனின் குறிப்பு இது.
●

தனிமையின் மீது
கண்ணாடிகள்
தானாய் முளைக்கின்றன
●

எடுத்த இடத்தில் திரும்ப வைப்பது ஒரு கலை,
அதன் இறந்த காலத்திலேயே ஒன்றிணைத்து விடுவது
ஒரு பொதுநலமிக்க சுயநலம்!
●

மிகத்தனியர்களை ஒரு சொல் அல்லது செயலின் மூலம் தீண்டிக்
கலைக்கும்போது
உறைந்துவிட்ட ஏரியின் பனிக்கண்ணாடியில் முதல் விரிசல்
ஒரு ரேகையைப் போல விரிகிறது.
●

"நீ அப்டி செஞ்சியா?" எனும் ஒரு சிற்றகல் குரலின் முன் எனது எல்லாக் குற்றங்களையும் ஒப்புக் கொள்கிறேன்.
●

ஒரு நெல்மணி என்பது
ஒரு பருவம்
ஒரு மழைக்காலம்
ஒரு குடியானவனின் குழந்தை
●

எல்லோரும் பார்த்துச் செல்கிற பாதையிலிருந்துதான் அதனை எடுக்கிறான்.
அற்புதப்பொருளென்றும் கிடையாது.
அவனுடலில்தான் எங்கோ மறைத்தும் வைக்கிறான்.
சூட்சுமத்தைக் கண்டடைய நெடுநேரமும் ஆகாது.
ஆனாலும், எதுவுமற்ற சூன்யத்திலிருந்து அதனைக் கொண்டுவருவதுபோல பாவிக்கிறான் மேஜிக்கலைஞன்.
அதற்குமுன்பு அது எங்கிருந்ததெனத் தெரிந்துகொள்ள அவள் விரும்பவில்லை.
வீடு திரும்பும்வழியெங்கும்
அந்த அதிசயமலரை வெளிச்சம் சிந்த கையில் கொண்டு செல்கிறாள்.
அவளைப்பொருத்தவரை அது மண்ணில் வளராதது.
வளர்ந்த சிசுவாகவே பூமிக்கு வந்தது.
முக்கியமாக தனது மேல்சட்டைக்குள் கையை விட்டு தன் இருதயத்திற்குள்ளிருந்து அவன் பறித்துத் தந்தது.
●

காலவெள்ளத்தில் அசையும் ஆண்டாண்டுகள் கடந்த தேனூர்
மண்டபத்தின் ஒரு மீச்சிறு காலத்தின் புல் நான்.
●

ஓவல்முக பெண்ணைப்போன்ற
கூம்பிய தாமரையை எப்படித் திறப்பதென்று இதுவரைத்
தெரியாது.
உச்சந்தலையில் மென்மையாக வருடவருட
தழல் தழலாக இப்படி தன்னைத் திறக்குமென்று தெரியவே
தெரியாது.
●

சட்டகத்திற்கு வெளியே பார்க்கும்வரை குழந்தைதான்.
●

குடை இருந்தும் நனைந்தபடி செல்பவர்களின் மழைக்கு
நூறு முகங்கள்.
●

ஏங்கியபடி உறங்கும்போது, கனவினுள் நுழைந்து வாழ்ந்து
மகிழ்ந்ததைப் பொருட்டாக கருதுபவன் தனது கலையின்
முதல்வரியை எழுதுகிறான்.
●

பயணத்தின் நடுவே,
மழை ஈரத்தோடு மாறுகின்ற தார்ச்சாலை
மகிழ்ச்சிக்கான முதல்சாவி என்றால், அந்த சாலை செல்லும்
ஓரமெல்லாம்
மேகங்கள் அவிழ்ந்து வழிகின்ற
மலைகள் இருப்பது
விடுதலைக்கான கதவுகள்.
பயணத்தின் நடுவே, நமது நினைவுகளின் கறையை
தொடாமலே அழிக்கின்ற மழையை கூடுதலாகப் பெறுவது
ஒரு ஆசி.
●

பூங்காவில் கோடைகாலம் நுழைந்துகொண்டிருக்கிறது.
புகைப்படகருவியின் விழிகளை
சட்டென மூடித்திறப்பதுபோல.
இலைகளெனும் சிறிய இதயங்களின்
பச்சையம் நீங்கிக் கொண்டிருக்கிறது
மகிழ்ச்சியிலிருந்து அசட்டுத்தனம் ஒழுகுவதைப்போல.
●

அனைவரும் கிளம்பிவிட்டனர்.
சிக்னல்கள் நடுநிசியின் மஞ்சள்கொன்றைகளை
உதிர்த்துக்கொண்டிருக்கின்றன.
நான் தனியாக நிற்கிறேன் எனும் பிரக்ஞையின்மேல்
இன்னும் கொஞ்சம் போதையுற்று எரிக்கமுயலுகிறேன்.
எதற்கும் வாய்ப்பில்லாத நள்ளிரவின் சாலையின்மீது இலக்கின்றி
நிற்கிறேன்.
அவளது எண்கள் மீன் தொட்டிக்குள் நழுவுகின்ற
வர்ணக்கடுகுகளைப்போல ஞாபகத்தில் இருக்கின்றன..
இல்லாமலும்.
பாலத்தின் நடுவிலிருந்து பார்ப்பதற்கு உறங்குகின்ற நகரம்
எவ்வளவு அழகு! சிறிய சிறிய வெளிச்சங்களாக இன்னும்
விழித்திருக்கும் ஜன்னல்கள் ஆங்காங்கே தென்படுகின்றன.
நள்ளிரவில் விழித்திருப்போருக்கெல்லாம் ஒரே கடவுள்தான்.
ஒரே நோய்மைதான்.
இந்த வெளிச்ச ஜன்னல்கள் எனக்கு அவ்வளவு
ஆறுதல்தருகின்றன.
அவளது எண் முற்றிலும் மறந்துவிட்டது.
நான் தனியே இருக்கிறேன்.
எனது சக நோய் நண்பர்கள் கூப்பிடுதூரத்தில் இருக்கிறார்கள்.
உறங்குகின்ற ஒரு நகரின் பாலத்தில் தனியே நிற்பவனுக்கு,
வெகுதூர வெளிச்ச ஜன்னல் ஒன்றிலிருந்து
நடைவெளிச்சம்போல ஒரு பார்வை விழுகிறது
அல்லது அவன் அப்படி நினைத்துக்கொள்கிறான்.
மெல்ல தள்ளாடும் கால்களோடு
தன் திசை செல்லும் அவனது தனிமைமீது
சிக்னலின் மஞ்சள்கொன்றைகள் வீழ்ந்துகொண்டே இருக்கின்றன.
●

கல் மண்டபத்தில் இருளடையத்துவங்கும் கூதிர்காலம்.
அணைந்துவிட்ட உள்ளங்கை தீபமும்
அணையாத குமிழ்ந்த உதட்டுச்சிரிப்புமாக
தனிமைக்குள் மூழ்கிக்கொண்டிருக்கிறாள் தீபபாலிகை.
காலத்தில் கரைந்திடாத திமிர்ந்த உடல்கட்டுகள்
எவ்வளவு சுமையானவை!
●

நீர்மங்களில் கடல்
ஒரு தனியன்
வறண்ட ஈரம்
வெறுப்பான துக்கம்.
●

விடியும்போது
ஒரு கடலின்முன் என்னை நிறுத்திவைத்து
ஆச்சர்யமூட்ட எண்ணி இருந்திருந்தான்.
நான் ஓங்கரித்து வாயிலெடுத்தேன்.
விரிந்த நிர்வாணங்களின்முன்,
எனது கண்கள் பிச்சைக்காரனது புடைவயிற்று எதுக்களிப்பை
உணர்கின்றன.
●

எப்போதும் வாசிப்பவள், ஆனால் மதிப்பிட்டுக்கூறு என்றால்
மென்மையான புன்னகையுடன் முதலில் மறுதலித்து, அனத்தி
எடுத்தபிறகு
“புல்லாங்குழல் சும்மா இருக்கும்போது அதன் உடலை
தடவிப்பார்க்கும்போது ஒரு மயக்கம் வரும் பார்த்திருக்கியா..
அதுமாதிரி..” என்பாள்
“மதிப்பீடுன்னா, ஸ்டீல்ரேக்கை தனித்தனியா கழட்டி வைக்கும்
செயல் இல்லையா?” என்றேன்.
“நல்ல புத்தகத்தின் வரிகள் வாசித்தபிறகு, வாசனையா இருக்கும்.
இல்லைன்னா பாதையோரத்தில் கிடக்கும் பழஞ்செருப்பின்
மீதான பாத ஓவியத்தைப் போல எப்போதும் பழசா..
பார்க்கப்பார்க்க புதுசா...”
“புரியவேயில்லை..” என்றேன்.
அழகான தனது பெருவிரல் நகத்தை என் உதட்டின் மீது வைத்துத்
தடவினாள்.
வழுவழுப்பான அந்த நகக்கண்ணிலிருந்து
காமத்திற்கும் மேலான ஏதொவொன்று
ஒருகணம் தீண்டிச் சென்றது.
மொழியின்றித் திணறிய என் முகத்தருகே குனிந்து, “இது வெறும்
நகமென இப்போது கூறினால், சிலிர்த்துக் கொண்டிருக்கும் உன்
அந்தரங்கம் என்னைப் பொருட்படுத்துமா என்ன?” என்றாள்.

மரக்கதவுகளும் மலர்ந்துவிட்டிருக்கின்றன.
இறந்தகால ஞாபகங்களில் தோய்ந்திருப்பவர்களின் முன்
ஆவியெழும் ஒரு தேநீர்கோப்பையை
யாராவது வைத்துச்செல்கிறார்கள்.
எளிய இந்த தெருவின்மீது
தைலவண்ண ஓவியங்களை வெம்பா
வனைந்து செல்கிறது.
எடைமிகுந்துவிட்ட துயரங்களிலிருந்து
இரவலாக ஒரு சிகரட்டைத் தருவதன் வாயிலாக
அவ்வளவு மகிழ்வுக்கு நம்மை மாற்றிச் செல்கிற யாத்ரீகர்கள்
திசையெங்கும் வருகிறார்கள்.
முற்றிலும் கசந்துவிட்ட நீண்ட நாட்களுக்கு நடுவே,
பயணம் முழுக்க நாம் தூங்கிச்சாய்ந்து கொண்டிருந்த
தோளொன்று
எவ்வித அறிவிப்புமின்றி அமைதியாக எழுந்துசெல்வதைப்போல
ஒரு பனிக்காலம் மறைந்துசெல்கிறது.
கோடைகால கடல்
கொதிக்கின்ற மணலின்விளிம்பில் சுருள்கிறது பாதரசம்போல.
●

சன்னதியின் மிகப்பெரிய மரக்கதவுக்குக் கீழே
கொஞ்சமாக கீறி எடுத்தது போல சிறிய கதவொன்று.
திறக்காத அம்மனின் ஆலயத்துக்குள்ளே ஈரம் துடைத்த
வாளியோடு
அந்த கதவின் வழியே வந்து வந்து செல்கிறாள் பெண்ணொருத்தி.
விதிர்த்து நீண்ட கோபுரங்களோடு கால் நீட்டி மல்லாந்திருக்கும்
அம்மனின் கர்ப்பபைக்குள் சென்று வருபவளைப்போல.
●

சமுத்திரம் எனும் சொல்லுக்குள்,
அலைகள் குமுறிக்கொண்டிருக்கும் நாகத்தை செப்பிடு
செய்துவைத்துள்ளான்.
●

வர்ணக்குடைகளுக்குக் கீழே
பாதி தின்று வைத்த ஆப்பிளில் துரு படிந்துகொண்டிருக்கிறது.
அலைகளின் மத்தியில்
காதலர்கள் மகிழ்ந்துகொண்டிருக்கின்றனர்.
சமீபிக்கும் அனைத்தையும்
துருவேற்றிக் கொல்கின்ற சமுத்திரம்,
சிலிர்த்து சிரிக்கின்ற
ஜோடிகளின் சொற்களிடையே
துருவின் முதல்விதையை
பதியனிடுகிறது.
●

இரவு முழுவதும் மழையில் நனைந்து,
புத்தம்புது பச்சையத்துடன் கண்கிறங்கிக் கிடக்கும் இலைகளுடன்,
இடை வளைந்து போதத்தில் நிற்கிறது இளமரம்.
வெட்கம் என்பது அப்படித்தான் இருக்கும்போல.
●

மழைநாளொன்றிற்குப் பிறகு,
எங்கெங்கும் வான்கா வந்துவிடுகிறான்.
பசிய இலைகளில்,
ஓடு சிவந்த வீடுகளில்,
முரட்டுத்தனம் நீங்கிய பாத நகங்களில்,
அழுது கைவிட்ட உறவுகளில் நிகழ்ந்திருந்த இனிமைகளில்.
அடிப்படையில்
சூரியகுழந்தையான வான்காவிற்கு மழையில் என்ன வேலை?
பதட்டமும், குழப்பமுமிக்க வான்காவால்
மழை நிலங்களில் எப்படி உலவ இயலுகிறது?
எரிவதை மறந்தவைகளில்,
பிரகாசத்தை இழந்தைவைகளின்மீது
மழைக்குப்பிறகு,
குட்டிக்குட்டி சூரியன்களை வரைந்துசெல்கிறான் வான்கா.
மழைக்கு மறுதினம்
எல்லாமே பற்றி எரிகின்ற வர்ணத்தில் எதிர்கொள்வது
அவனால்தான்.
மழை நனைத்த பிறகு,
சூழும் சாம்பல்நிறங்களில் அதுவரை பார்த்திருந்த அனைத்தும்
மயக்க உருக்கொள்கின்றன.
பார்வையற்றவனின் முகத்தில் சிறுசேலையென தவழ்ந்து செல்லும்
ஊதுபத்தியின் வாசனை
அவனது ஞாபகத்தில் எந்த நிற மலர்களை
மலர்விக்கிறது எனும் தவிப்பைப்போல,
இந்த மழைக்கால பூமியின்
மோனஅமைதியை மெல்ல மெல்ல விரித்துப்பார்க்கிறேன்.
●

உண்மைதான்... எல்லாமே சொல்லப்பட்டுவிட்டது.
இந்த பழைய அருங்காட்சியகத்தின் இறுகிவிட்ட சிலைகளின் வழியாக
எனது மொழியின் அகல்விளக்கால் சில நிழற்சித்திரங்களை
தீட்டிவிடும் சிற்றின்பத்திற்கு மேல் நான் செய்வதேது..!
●

தங்கிச் சென்றவர்களின் அடையாளங்களை நீக்கிக்
கொண்டிருக்கின்றான் விடுதிப் பணியாளன்.
எவ்வளவு வருடங்களானாலும் அவனது உடல் அப்போது
புதிய துப்பறிவாளனாகவே வேட்கை அடைகிறது.
படுக்கை விரிப்புகளின் அலையலையான மடங்குதலின் வழியே
அவன் இப்போது உடல்களைச் சமீபிக்கிறான்.
கழுத்து ஒடிக்கப்பட்ட சிகரட்டுகள் புணர்வுக்குப் பிறகான
வெறுமையின் திசையைக் காட்டுகின்றன.
பாதி விலக்கப்பட்ட திரைச்சீலைகள் சப்தமிழந்த நகரத்தைப்
பார்த்தபடி நின்ற பாதங்களின் அமைதியைக் கூறுகின்றன.
மௌனமாக எல்லாவற்றையும் திருத்தியபடி,
அவன் இறந்தகால அறைக்குள் உமிழ்வடியும் விலங்கெனச்
சென்றுகொண்டிருக்கிறான்.
●

பிரிந்திருந்தோம்.
அவள் கேட்டாள், "இது நிரந்தரமா?"
"தற்காலிகம்தான்"
சேர்ந்திருந்தோம்.
அவன் கேட்டான், "இது நிரந்தரமா?"
"தற்காலிகம்தான்"
தற்கணத்தின் நிறைவோடும்,
விடுதலையின் மகிழ்வோடும்
நாங்கள் சேர்ந்திருந்த நிமிடங்களில்,
மணற்கடிகாரத்தின் துகள்கள்
அனைத்தும் பொன்னாக மாறியிருந்தன.
●

மிக நேர்த்தியாக வைக்கப்பட்டிருக்கும்
பொருட்களின் மீது காலம் நகர்வதேயில்லை.
வரிசையில் ஒன்றை பின்னுக்கு இழுக்கிறேன்,
ஒரு பல் இழந்த வயோதிக சிரிப்பு பிறந்து வருகிறது.
●

மனித குறுக்கீடற்ற பெருமழை நிலமெங்கும்
இறங்கிக்கொண்டிருக்கிறது.
வருடங்களாக வறண்ட நிலங்கள் நெஞ்சேந்தி அதைப்
பருகுகின்றன.
யாரையும் லட்சியம்கொள்ளாத பேரிளம்பெண்ணொருத்தி,
ஒருமுறை ரயில்நிலையத்தில்
பெரும்பைகளுடன் நின்றிருந்த மனிதனுக்கு இப்படித்தான்
முத்தமிட்டாள்.
●

தங்கள் நிலம்நோக்கி சுமைகளுடன் திரும்பிச்செல்கின்றனர்.
அங்கே என்ன இருக்கிறது?
வெற்று நிலம், வெயில் விளைந்து கொண்டிருக்கும் வறட்சி.
இதையெல்லாம் தெரிந்தபிறகு அங்கே அவனை மீண்டும் அழைப்பது எது?
ஒரு முட்டாள் அன்னையிடம் மீண்டும் செல்கின்ற அதன் சந்ததிகள்
உலகம் எவ்வளவு இரக்கமற்றதென
அழுதபடி புகார்கூறுவதைப்போல;
அவர்கள் தங்களின் நிலங்களுக்குத் திரும்பிக்கொண்டிருக்கிறார்கள்.
மனிதன் என்பவனை உழைப்பின் குதிரைசக்தியோடு ஒப்பிட்டு
கணக்குகொள்கின்ற மாபெரும் கட்டிடங்கள் நிறைந்த நகரிலிருந்து,
அவர்கள் திரும்பிச்செல்கிறார்கள்.
நீண்ட சாலைகள் அவர்களின் மின்சாரமற்ற கிராமங்களை நோக்கி அழைத்துச்செல்கின்றன.
முதுகுக்குப்பின்னே எரிக்கின்ற சூரியனிடம்
ஒரு தோள்பட்டையில் அமர்ந்த சிறுமி,
உலகம் பல்வேறு சதுரங்களாலான உருண்டை என்கிறாள்.
அது மௌனமாய் மேகத்திற்குள் பதுங்கிக்கொள்கிறது.

●

எனது ஆசைகளுக்கு மிகச்சிறிய
பட்டுப்புழுவின் உடல்.
ஆனால் அதை அடையும் வழிகளுக்காகவே
இவ்வளவு பெரிய சிறகுகளை
இவ்வளவு பரப்பிக் கொண்டு.

●

ஓய்ந்த கற்தளங்களின் மீது
பறவைகளின் குரல்கள் அலகு உரசுகின்றன.
செயலின்மையில் இருக்கும் தொன்மத்தின்மீது
இளங்காற்றோடு படிகின்றது அமைதியின்வண்டல்.
யாருமற்ற நிலவெளியில்
நான் கேட்கின்ற எனது மூச்சோடு
அசந்தபடி புரண்டு படுப்பது
யாருடைய சப்தம்?

●

துளி மனித சப்தமற்ற வெளியில்
புராதன கோயிலின் கோபுரம்
முதியவனின் சத்தியம்போல வெறித்து நிற்கிறது.
இப்போது அது,
கடந்துவிட்ட எந்த நூற்றாண்டை
இந்த பேரமைதி வெளியில் பிரதி செய்கிறது?

●

யாளியின் சிலையில்,
அதன் கைவிரல்களுக்கிடையேயான
மெல்லிய சவ்வுப்படலம் வரை,
பாறையை இளக்கி வடித்தெடுத்திருக்கும் அந்த உளிகொண்ட
கைக்காரனின்,
கண்களின் உன்னிப்பை யூகிக்கமுயலும்போது,
ஒருதுளி வியர்வை என் நெற்றியில் விழுகிறது.

●

இன்னமும் அவ்வளவு வேலைகளை வெண்கல ஒளியெழும்
சுத்தத்தோடு செய்து முடிப்பாள் மாமை.
அவளை மகிழ்ச்சிப்படுத்த பெரிதாக ஒன்றும் தேவையிராது.
புட்டிங் கேக், மீசைக்காரன் தைலபுட்டி,
எப்போதேனும் அரிதாக மாப்பாவின் படத்திற்கு ஒரு மாலை.
அந்த மாலையை மாட்டும்போது உதிர்கின்ற பூக்களை
யார் பாதமும் படாமல் பொறுக்கி வைப்பதில் கருத்தாக
இருப்பாள்.
மாமைக்கு நல்ல வயதாகிவிட்டது.
மாப்பாவின் இளவயது புகைப்படத்திற்கும் அவள் இப்போது
நிற்கும் பருவத்திற்கும் எந்த சம்பந்தமுமில்லைதான்.
துயரங்கள் அனைத்தும் மகிழ்ச்சியாகிவிட்ட இத்தனைவயதில்
எப்போதேனும் இளமை ஜ்வலிக்கும் மாப்பாவின்
புகைப்படத்தின்வழியே
ஒரு அமைதிக்கு சென்றுமீள்வாள் மாமை.
வெயிலுக்கும், இரவுக்கும் நடுவே
சாயங்காலமாகி விட்டிருக்கும் அப்போது சகலமும்.
●

பனி குமைந்து கொண்டிருக்கும்
நிலத்தில்,
ஞாபகத்தில் உறைந்துவிட்டிருக்கின்றன யாவும்
நிகழ்காலம் அனாதையாக புலர்ந்தபடியிருக்க,
சிறிய செடிகளே,
உபயோகமற்ற பொருட்களே,
எங்கோபார்த்தபடி புகைப்பவர்களே,
கண்ணாடிஜன்னலை தன்வயமிழந்து துடைப்பவளே,
உலகில் இப்போது எத்தனை உலகங்கள்?
●

தனக்குத்தானே ஒரு தேநீர் தயார்செய்து கொண்டிருக்கிறார்
கடைக்காரர். விரல்கள் டிகாஷன் வரைவதை எவருடையவையோ
போல கண்கள் ரசிக்கின்றன.
தேநீருக்குக் காத்திருக்கும் அவரது உடல், இரண்டுபாகமாய்
மாறுகிறது.
கொதிக்கும் தேநீர்க்குவளையை ஒரு கை பணிந்து தர,
மறு கையோ மிடுக்குடன் அதனை ஏந்திக்கொள்கிறது.
தனக்குத்தானே செய்துகொண்ட தேனீரில் சில சுவைப்பிழைகள்
இருந்தன. வாழ்வைப்போலவே.
அமைதியாக அதனைப்பருகும் அவரது தோள்பற்றி
உமையொருபாகனாக
அவரே தேற்றிக்கொள்கிறார்.
ஒரு டீமாஸ்டர் தனிமையில் டீ குடிக்கும்போது,
கடவுளும் உறங்கச் செல்வார் என்பதைப் புரிந்துகொள்ள
எளிதாக இருக்கிறது.

●

வறட்சியிலிருந்து மீண்டுவிட்டிருக்கிறது இந்த சிறிய அணைக்கட்டு.
ரொம்பச் சின்னதுதான்.
ஆனால் சிறிய விசயங்களுக்கேயுரிய
எனக்கே எனக்குன்னு உணர வைக்கின்ற இடம்.
இந்த மழைநாட்களில் இப்படி நிறைஞ்சிருப்பா போல.
கொஞ்சம் படியேறி வந்து பார்க்கிறப்போ
"எப்டி இருக்கேன் இப்ப..."னு நீர் உடையும் குரலில் ஒரு கேள்வி.
ஒரு சிகரட்டோட சிரிச்சுக்கிட்டே உட்கார முடியாமல்போனா
இதென்ன வாழ்க்கை!

●

காட்டினில் தனியாகத் திரிந்த நாயொன்றை அழைத்து
வருகிறார்கள் ஜீப்பில் சென்றவர்கள்.
அது இப்போது உறங்கிக்கொண்டிருக்கிறது.
சில ரொட்டிகளில் அதன் நீண்ட நாள் பசியைப்
போக்கியிருந்தார்கள்.
வேர்முண்டுகள் நிரவிய செம்மண் பாதையிலிருந்து,
சூட்டின் வாசனை எழுகின்ற தார்ச்சாலையில் ஜீப் ஏறுகிறது.
தொலைபள்ளத்தில் நகரம் சிந்திக் கிடக்கிறது.
நிசப்தத்தின் படலத்தை மெல்ல அழிக்கத்துவங்கும் புதியதிசையை
நோக்கி, உறங்குகின்ற நாயின் காதுகள் இப்போது உயர்ந்து
நோக்குகின்றன,
அதன் பாதுகாவலனைப்போல.
●

பக்கத்துவீட்டில் குழந்தை பிறந்துள்ளது.
இளம்பூனையின் மியாவ்வைப் போலொரு அழுகை தினசரி
இரவுகளில்.
கூடவே தொடையில்கிடத்தி ஆட்டியபடி,
ச்சு ச்சு சூ..என்கிற பாடல்.
எப்போது, எதற்கு ஏனிந்த அழுகை எனச் சொல்லமுடியாத
அந்த புதியமொழியின் சங்கேதங்கள் அறிந்த தாய்
இப்போதெல்லாம் தூக்கமிழந்த கண்களோடு,
பால்வாசத்தில் துவண்டுவிட்ட நைட்டியோடு தாமதமாக
கோலமிடுகிறாள்,
தாமதமாக காய்கறி பொறுக்குகிறாள்.
எல்லோர் பசிக்கும் முன்பாக
ஒரு டீஸ்பூன் வயிற்றுபசியின்பொருட்டு
வீடே ஜாக்கிரதையாக நடக்கிறது.
வாசித்துக்கொண்டிருக்கும் நள்ளிரவுகளில் எழுகின்ற
தேன்சொட்டு அளவு மியாவ்வைத் தொடர்ந்து
ட்யூப்லைட்டுகள் விழித்துக்கொள்கின்ற வீட்டில்
எப்போதும் கிறிஸ்துமஸ்.
●

மழையில் பதத்துவிட்ட இந்த பகல்
நாயின் தூக்கத்தைப்போல அலுவலகமூலையில் கிடக்கிறது.
வந்திருக்கும் சொற்ப ஊழியர்கள் பணிகளை மறந்து தங்களைப் பேசிக்கொள்கிறார்கள்.
பக்கத்துபக்கத்து இருக்கைக்கு நடுவே எவ்வளவு
தொலைவிலிருந்திருக்கிறோம்
என்கின்ற புன்முறுவல்கள் ஆங்காங்கே எழுகின்றன.
பகலை உருவிவிட்டால் மனிதர்கள் இயல்பாகிவிடுகிறார்கள்.
கடிகாரமுட்கள் ஈரப்பதமான காலத்தின்மீது
நீந்திக்கொண்டிருக்கிறது.
இன்னும்கொஞ்சம் உரையாடல் நீடித்தால்
நிறைந்துவழிந்துவிடுகின்ற கோப்பைகளென தளர்ந்திருக்கிறோம்
நீயும் நானும்.
சாலையின் நீர்ப்படலங்களுக்குமேலே மழை இன்னமும்
மெல்லிசையைப் போல நடனித்துக்கொண்டிருக்கிறது.
இன்னும்சில வேலிப்படல்களுக்கு அப்பால்
நமக்கே நமக்கான சமவெளியின் பசுமைகள்கூட
தென்படத்துவங்கிய உரையாடலின் முனைகளில்
நாம் நின்றுகொண்டிருக்கிறோம்.
இந்த மழைப்பகலுக்கு அப்பால் வழக்கமான அடுத்ததினங்களை
எண்ணவே மூச்சடைக்கின்ற நேரம் இது.
யாரோ வருகிறார்கள்.
காலியான தேநீர்க்குவளைகளை பேசியபடி
அப்புறபடுத்துகிறாரகள்.
ஒழுங்கின் கண்ணாடிஓசைகள்
புறப்படத் தயாராகிவிட்ட சுற்றுலாபேருந்தின் அழைப்பைப்போல
ஒலிக்கின்றன
பிறகு,
திறந்திருந்த ஜன்னலின்வழியே
பொழிந்து பொழிந்து கரைந்து மறைகின்ற மேகத்திரள்களை
நாம் வெறுமனே பார்த்துக்கொண்டிருந்தோம்
அலுவலக மின்விசிறி சீரான லயத்தில்
முன்பிருந்தவொன்றை அழிக்கத்தொடங்குகிறது

●

சடலத்தை அணைத்திடாமல் அழுவது எப்படி எனத் தெரியாத நைட்டியணிந்த முதியபெண், வீட்டின் கம்பிகிராதியில் முகம்பதித்து வீதியை வெறிக்கிறாள்.
நோயில் வீழ்ந்த முதியவனை வீட்டிற்கு கொண்டுசெல்லக்கூடாதென மருத்துவமனையிலிருந்து இடுகாட்டிற்கு கொண்டு சென்றுவிட்டார்கள்.
ஒரு தகவலாக மட்டுமே, அவர் இனி இல்லை என்பதை எப்படிப் புரிந்துகொள்வதென்று அவளுக்குத் தெரியவில்லை.
கண்ணாடி டீபாயில் சிதறிய மழைத்துளிகளை ஸ்பாஞ்சில் ஒற்றியெடுத்தபடி அவள் அதைக் கேட்டாள்.
அவளுக்குத் தெரியவில்லை, ஒரு சடலத்தை கட்டியணைக்காமல் எவ்வாறு அதனை மறக்கமுடியுமென.
வெகுதூரத்தில் ஆறு கரைபுரளும் அந்த ஊரின் இடுகாட்டை அவள் பார்த்ததில்லை.
கம்பிக்கிராதியில் முகம்வைத்து மணலென மேகங்கள் சிதறிய வானத்தை அண்ணாந்திருக்கிறாள்.
எப்போதேனும் தாமதமாக வீடு திரும்ப நேரிடும்போதெல்லாம் இவளது திட்டுக்குப் பயந்தவனாக சப்தமில்லாமல் அவன் செருப்புகளைக் கழட்டி உள்நுழையும் சித்திரம் மனதில் வந்துபோனது.
நினைக்கும்போதே இனிக்கும் அந்த காட்சியை எண்ணியவளாக இன்று திட்டப்போவதில்லை என மனதினுள் சொல்லிக்கொண்டாள்
பழுப்பேறிவிட்ட அந்த கண்களின் கண்ணீருக்கு நடுவே, உதட்டில் ஒரு புன்னகை சாயங்காலம்போல சூடிச் சென்றது.

●

வாடிப்பட்டி ஹைவே டோல்கேட் அருகே, கிராமவாசிகள் தோட்டத்தில் பூத்த மல்லிகைகளைத் தொடுத்து விற்கிறார்கள். மலிந்த விலையில் முழம்முழமாக நீட்டப்படுகின்ற அதை பஸ் நின்ற இடைவெளியில் வாங்கிக்கொண்ட இளைஞன் மகிழ்ச்சியோடு யாருக்கோ குறுஞ்செய்தி அனுப்பிவிட்டு, அதற்குவந்த பதிலை அடக்கமுடியாத புன்னகையோடு பார்த்துவிட்டு மொபைலை ஜேபியில் போட்டுக்கொண்டான். பக்கவாட்டு இருக்கைக்காரர் எட்டி பார்க்கமுடியாத தூரம்தான். படித்துக்கொண்டிருந்த நக்கீரனைச் சுருட்டி வயர்கூடையில் வைத்துவிட்டு அவர் அறிந்த அந்த ரகசியத்தை யாரிடமாவது கூறிவிடவேண்டும் என்பதுபோல சுற்றும்முற்றும் பார்க்கிறார். அடர்ந்து பரவுகின்ற மல்லிப்பூவின் மொழியில் எல்லோரது கண்களும் அந்த ரகசியம் ஏற்கனவே அறியப்பட்ட ஒன்றுதான் என நளிந்து அவரைச் சும்மா இருக்க வைத்தன.

●

தூரங்களில் பிரிந்திருக்கும் காதலில்
வண்டல்கள் நீங்கிய
ஸ்படிக நதியொன்று வழிகிறது,
சொற்களில்
முத்தங்களில்
கண்ணீரில்.

●

மிகச்சிறிய விக்ரகங்களைப் பார்க்கும்போதெல்லாம் அதன்மேல் ஒரு
குழந்தைமையான காதல் எழுகிறது.
அவைகள் முலையுண்டு மகிழ்ந்ததருணத்தில் சமைந்துவிட்டவை
போலப் பாசாங்கின்றி பார்க்கின்றன.
ஆனால் நான்,
அந்த சிறிய குட்டிகளுக்கு இப்போது கடவுள்
எனப்பெயரிடப்போவதில்லை.
●

குற்றத்தின் முனையிலிருந்து, தத்துவத்தின் முனைக்கு
நகர்ந்துகொண்டிருக்கிறது மனச்சிலந்தி.
வெள்ளிஇழையென கலை
இரண்டுக்கும் நடுவே.
●

மீதமான கிளிகளுடன் திரும்பிக் கொண்டிருக்கிறான்.
உலகின் விளிம்பில் கனிந்து கொண்டிருக்கிறது மாலைச்சூரியன்.
வனங்களுக்குத் திரும்ப வாய்ப்பில்லாத
பச்சைஉடல் பறவை வரிசையிலொன்று
இன்றைய தினம் மிக மோசம் என முணங்குகிறது.
அவன் மௌனமாக, பரவாயில்லை என்றபடி
மிக மெதுவாக நடக்கத்துவங்குகிறான்.
பேராலயமொன்றில்
கடவுளின் முட்கிரீடத்தில்
சிறுமி முத்தமிடுவதைப் போல.
●

வந்த இடத்தில் மழைக்குள் சிக்கிக்கொண்டிருக்கக் கூடும்
பூட்டிய கடையின் தாழ்வாரத்தில் தற்சமயமாய் ஒதுங்கி நிற்கின்றது
தம்பதி ஒன்று.
உலகமே நீர்த்திரைப் போட்டு
அவர்களது தனிமையை அனுமதிக்கிறது.
நீண்டநாளுக்குப் பிறகு மழைத்துளி சிதறிய அவள் முகம்
நீண்ட ஓட்டங்களுக்குப் பிறகும்
ஊடுநரை பாதிக்காத அவனது இளவயது புன்னகை.
கடையினோரம் பூனையொன்று
பழைய சாக்கின் கதகதப்பிற்குள்
பொதிந்துகொள்கிறது.
ஒரு சிறிய மின்னல்வெட்டில்
அவர்களது வாழ்வின் அற்புத தருணம்
இருவரிடமும் புகைப்படமாகக் கவிகிறது.
●

வயதான ஆலமரம் மாலைக்குள் நிற்கிறது.
திட்டுத்திட்டான இருள்களாக அதன் உச்சிமீது பறவைகளின்
குரல்கள் அலைந்துகொண்டிருக்கின்றன.
பைத்தியமொன்று இடையறாத தன் உரையாடல்களுக்கு நடுவே
தூக்கத்திற்குள் நழுவுவதுபோல
இரவுக்குள் ஒரு ஆலமரம் அமிழ்ந்துகொண்டிருக்கிறது.
●

இந்த நள்ளிரவில் மதுரையை நவீனப்படுத்துவதாக
பொக்லைன்கள் தரையை அகழ்ந்து கொண்டிருக்கின்றன.
புராதனத்தில் படுத்தபடி நவீனத்திற்கு வால்நீட்டி விளையாடும் இந்நிலத்தில்
நவீனம் என்பது வெறும் வர்ணபூச்சுமட்டுமே.
ஆறு அழிந்து விட்டது.
கட்டுங்கடங்காத வெப்பத்தகிப்பில் நள்ளிரவில் சப்பரங்களில்
தெய்வங்கள் அலைகின்றன.
போகிறபோக்கில் மொழியின் அழகிய சிற்பச்சொல்லை
ஒரு கூடைக்கார மூதாட்டி தவறவிட்டுச் செல்கிறாள்.
வடஇந்தியர்கள் பெருகி வாழும் இடங்களில் பொதுப்பாதை தடை
செய்யப்படுகிறது.
இன்னமும் பெருமிதமயக்கங்களில் அலைகின்ற மனிதர்கள்
பொருள்வயிற்பிரிவை இந்நில போதையில் மறுதலிக்கின்றனர்.
நவீனப்படுத்துவதாகவும், தூய்மைப்படுத்துவதாகவும்
புராணிக விலங்கை அலங்கரிக்க
பொக்லைன்கள் துடித்துக் கொண்டிருந்தாலும்...
வெண்மை கொட்டுகிற விளக்குகள் பொழிந்தாலும்...
டவுன்ஹால் ரோட்டின் ஒருமூலையில்
பற்றவைக்கப்படுகிற சிம்னிவிளக்கின் அழுக்கு வெளிச்சம் ஒரு வினாடியில்
இந்த நிலத்தை அதன் மாயத்தன்மைக்கு,
அதன் செவ்வியல் பக்கங்களுக்குள்
ஈரமொழுகும் நாவால் இழுத்துச் செல்கிறது.

●

கிழட்டுவேசி என்கிறார் நாஞ்சில்நாடன்.
படித்துறைகள் காணாமலாகி,
மணற்பரப்பை இழந்து,
வறட்டுகுதிரைகள் அலைகின்ற
வெற்று நிலமான வைகையை.

இங்கே தொடர்மழை தினங்கள் இல்லை.
எங்கோ உபரியான நீர் இங்கே வைகையில் வழிந்து செல்கிறது.
இளவெயில் படர்ந்த பகலில் இறுகிவிட்டிருக்கும்
பாறைத்திட்டுகளை
இந்த சிற்றோடை நீர் ஈரமாய் இளக்கி விட்டிருக்கிறது.
லேசான பச்சைபரப்பு கூட வைகையின் கன்னத்தில்
படர்திருக்கிறது.
நீர் சலசலக்குமிடத்தில் எல்லாமே இசைமை கொள்கின்றன.
சட்டென பார்த்தால்
உறங்கியபடி வைகை காணுகின்ற கனவைப் போலிருக்கிறது
இக்காட்சி.
●

பனிக்காலத் துவக்கத்தின்
இந்தக் காலையில் எல்லாமே தாமதித்து விட்டிருப்பதான ஒரு
சோம்பல்.
சுடரும் வர்ணங்கள் இளகி மென்திட்டுகளாகிவிட்டன.
வெதுவெதுப்பான உடல்கள், தேநீர்குவளை விளிம்புகள்,
பாதி கரைந்த சிகரட்கள், மென்மையான துயரங்கள்,
பெண் என்னும் சொல்லிலிருந்து யுவதி எனப்பெயர் மாறுகின்ற
இந்த பருவத்தில்,
விளக்கங்களை விட மௌனங்கள் அழகுறுகின்றன.
சொல்லப்படாதவைகளை
சொல்லின் துணையின்றி புரிந்து கொள்ளும் பருவமிது.
●

அவளுக்கேற்ற பெறுமதியான ஆபரணம் இல்லையென்றாலும்,
நூலிழை செயினில் தேவதையாகிவிடும் வாழ்ந்துகெட்ட குடும்பத்தின்
சாம்பல் நிறப் பெண்ணைப் போல,
பைத்தியங்களும், ஊன விலங்குகளும் பார்க்கின்ற இரவில்
சிறிய நீரோடை தவழும் மேனியுடன்
நான் நதி...நதி... என தன்னில் அரற்றுகிறது.
●

சலித்து விடுகிற வர்ணங்களை
யார் உன்னைத் தேர்ந்தெடுக்கச் சொன்னது
அல்லது
சட்டகத்திற்குள் ஓவியம் வரைவதை..
நீண்ட காலமாய்
நீ மறந்துவிட்ட
கோமாளியின் வீட்டிற்கு
விடுமுறை தினத்தின் காலையில்
அவ்வளவு சோர்வுடன் வந்து நிற்கையில்
அவன் பழங்கள் நறுக்கிக் கொண்டிருந்தான்
அவ்வளவு தனிமையில் இருப்பவன் ஏன்
அவ்வளவு பழங்களை நறுக்குகிறான் எனவும்
மேலும்
வாசலோர மூட்டைக்குள்
பதட்டத்துடன் திணிக்கப்பட்டிருக்கும்
விதவித செருப்புகள் குறித்தும்
நீ கேட்டிருக்க வேண்டும்.
●

தீண்டுவதெல்லாம் குளிர்ந்திருக்கும் நிலத்தில்
உன் நினைவுகளை மென்றுகொண்டிருக்கிறேன்.
தைலம்போல பனி இளகிக்கொண்டிருக்கும் நாட்களுக்கு நடுவே
உன் சொற்களின் சாம்பல்களை ஊதி ஊதி கனலெடுக்கிறேன்.
இந்த சீத பருவத்திற்கான உனது ஞாபகங்கள்
தீர்ந்துகொண்டிருக்கின்றன
காற்றை பருகியபிறகு,
தன் பாசி உடலோடு நீருக்குள் அமிழும் திமிங்கலம்போல
இந்த பைத்தியக்காரத் தனிமையிலிருந்து, எதுவும்பேசாமல்
வெதுவெதுப்பான
உன்னுடலுக்குள் அனுமதி
போதும்.
●

இது மழைப்பருவமல்ல
தெருவெங்கும் பிறழ்ந்து கிடக்கிறது
இது வழக்கமான இரவுமல்ல
ஒரு மோசமான வெளிச்சத்தில்
வானம் திரண்டிருக்கிறது.
தனுக்குட்டி இருந்த வரை
நான் பார்த்தது கிடையாது,
அவள் சுவற்றையெல்லாம் கடித்து தின்பாள்,
ஆளாகும் முன் போய்சேர்ந்தது நல்லதுதான்
என்பாள் அம்மா.
தனுக்குட்டியின் இருளடைந்த வீட்டில்
இன்று யாருமில்லை.
முணுமுணுப்புகள் உருவம் கொள்ளும் இந்த நிசியில்
அவள் வீட்டினுள்ளிருந்து வருகின்ற
மிக லேசான குரல் கொண்ட
பிறந்தநாள் வாழ்த்துப்பாடும்
பொம்மை மெழுகுவர்த்தியை
நான் மேலும் மேலும் உன்னிக்கும் முன்
கதவைத் திற.
●

மனிதர்கள் நுழைய
தடை செய்யப்பட்ட பின்னிரவில்,
இந்த சீற்ற அருவியும்..
தன் சின்னஞ்சிறிய செப்புக்கால்களால்
சிறுமியென நனைந்து நிற்கும்
கல்மண்டபமும் தனித்திருக்க..
அற்புதம்..
அற்புதம்..
... பயங்கரம்.
●

60 சதவீதத்திற்கும் கீழே வீழ்ந்து விட்ட
கறை படிந்த துக்கமுக புத்தகங்களை
இந்த கடைசி நாளில் பொறுக்கினேன்.
நள்ளிரவைத் தாண்டும் இந்த அகாலத்தில்
என் சிறிய அறையின் நடுவே அவைகள் புலிக்கலைஞனைப் போல
வேஷந்தரித்து என் முன் படபடக்கின்றன.
●

ஜன்னல்விளிம்பு வெடிப்பினுள் படிந்திருக்கும்
ஒரு துளி மணல்படுகை
அதில் முளைத்திருக்கின்ற
மீச்சிறு பச்சைக்கோடு போல ஒரு செடி.
ஊடலின் காலங்களில்
இவ்வளவு சிறிதே உன் ஞாபகம்.
ஆனால் அதன் நிழலின் கீழே
எனது கண்கள்
அவ்வளவு பசியாறுகின்றன.
●

இப்போது மீனாட்சியம்மன் கோவிலில் அலைபேசிக்கு
அனுமதியில்லை.
சிறு அலை ஒன்று சற்றுமுன்னர்தான் வந்து சென்றதைப் போன்ற
கற்தளங்கள்,
கோவிலில் மட்டுமே சிறுமியாகி விடுகின்ற பாவாடைசட்டை
செல்லபூதகியை
சுட்டிக்காட்டுகையில் சிற்பமாகி தூணுக்குள் செல்கிறாள்.
நீள் பிரகாரங்களின் இருளுக்குள்
நீண்டநாள் கழித்து மனிதர்கள் முகங்களைப் பார்த்து
சிநேகிக்கிறார்கள்.
சட்டெனத் தென்பட்ட மாற்றம் என்பது,
அலைபேசி இல்லாத இடத்தில்
ஒரு வினாடி என்பது
எவ்வளவு முகங்களால் ஆனது!
எவ்வளவு காற்றால் நிறைந்தது!
காற்றில் நமது காலர் படபடப்பதை
ஒரு கைக்குழந்தை எவ்வளவு சுவாரஸ்யத்துடன்
உற்றுநோக்கி விரல் சவைக்கிறது!
●

நெடுநாட்களுக்குப் பிறகு, எதிர்பாரா சந்திப்பில் அவஸ்தையான
புன்னகைக்குப் பின் எதிரெதிரே கடக்கிறோம்.
இனி பெரிதாக மாற்ற எதுவுமில்லை
எதிலோபட்டு வளைந்த
கருவேலங்கிளையொன்று தன்னியல்புக்கு ஊஞ்சலாடித் திரும்பும்
சின்னஞ்சிறிய இசைமை தவிர.
●

இன்னும் இங்கு பருவ மழைக்கான சிறு எத்தனங்களைக் கூட
இயற்கை மறுக்கிறது. அடைமழைக்காலம் எனும் சொற்கள்
ஞாபகத்தில் பழுப்பேறிக் கொண்டிருக்க, ஒரு ஸ்பூன் மணலற்ற
கட்டாந்தரையில் முன்பு கால்பெருவிரலால் ஈரமணலை
நிமிண்டியபடி இருந்தால் மணல் சரிய சரிய ஒரு நீர்த்திரை
தோன்றும் ஊற்றுக்குழிகள் கொண்ட ஒரு நதி இருந்தது
என்பதை நாங்கள் மறக்கிறோம். உடலின் பக்கவாட்டு முழுக்க
சாக்கடை இறங்குகின்ற இந்த வாழ்ந்தழிந்தவளின்
பிரேதம் கிடக்கும் நகரின் மாக்கள் இந்த நள்ளிரவில்
காலிக்குடங்களும், அடிகுழாய்களையும் தூக்கியபடி, தூக்கமிழந்த
பைத்தியக்களையுடன் வீதிகளில் அலைகின்றனர்.
இந்த ஃபைபர் மூளைகளுக்கு இப்போதைய தேவை உடனடி
வாழ்வு அல்லது
நறுக்கெனும் மரணம்.
●

பாலத்தின் கீழ் கஞ்சா புகைக்கும் சிறுவர்கள், அளவில் பெரிய
சட்டைகளை அணிகின்றனர்.
மிகச்சிறிய பேனாக்கத்தியினால் எதிர்பாராமல் சில மரணங்களை
நிகழ்த்துகின்றனர்.
பொழுதுபோகாத நேரங்களில் சாக்கடை மீன்களைச் சுட்டுத்
தின்கின்றனர்.
அவர்கள் விளையாட்டாக காவலர்களுக்கு வணக்கம்
வைக்கின்றனர். சமயங்களில் தீவிரமான ரகசியங்கள் அவர்கள்
மூலம் கைமாறுகின்றன.
இயங்கிக் கொண்டிருக்கும் நகரத்தை கூச்சலிடும் விமர்சகர்களைப்
போல திட்டுகின்றனர்.
பருவங்கள் கடந்த நாளொன்றில் ஒரு அவசரத் தேவைக்காக
காட்டுமுயலைப் போல சுட்டுக் கொல்லப்படுகின்றனர்.
●

சாயமிழந்த லேடீஸ் ஹேண்ட்பேக்கை சிறிய கிளையில்
தொங்கவிட்டுவிட்டு அவனது மணிக்கட்டைப் பற்றியபடி ஏதோ
சொல்லிக்கொண்டிருக்கிறாள்.
ஏரியில் ஒடித்துவந்த அல்லிமலர்களை தரையில் கிடத்திவிட்டு,
ஈரமான கைலியை உதறிக்கட்டியபடி அவர்களைப்
பார்த்தபடியிருக்கிறார் நரைமுடிக்காரர்.
யாரும் நடந்திடாத நீண்ட கற்பாதை நெளிந்தபடி மரச்செறிவுக்குள்
சென்றுமறைகிறது.
விடுமுறைதினத்து அமைதியில் ஏரிநீர் மோதி
உடைந்துகொண்டிருக்கிறது.
பூங்காவின் வெளியே வீட்டிலிருந்து எடுத்துவந்திருந்த டிபன்பாக்ஸ்
இட்லிகளை சாப்பிட்டபடி இருக்கின்ற கான்ஸ்டபிள் என்ன
செய்ய என்னும்விதமாக சிரித்தமுகமாய் இருக்கும்போது,
ஞாயிறு போற்றுதும்
ஞாயிறு போற்றுதும்.

●

ஹாசினி கிளி வளர்க்கிறாள்
இன்று குளிக்கவைத்த கிளிக்கு வெயில் காண்பிக்க கூண்டோடு
முற்றத்தில் அமர்ந்திருக்கிறாள்
‘மதுரன் ரெண்டு வருசமா எங்கூட இருக்கான் தெரியுமா’ என்றாள்,
கம்பி பற்றி நீண்டு வளைந்திருந்த அதன் நகங்களைப் பார்த்தவாறே,
பேசுவானா என்கின்ற என்கேள்விக்குப் பதிலில்லை. சிரிப்புதான்.
கொத்துமா.. அதற்கும் அப்படியே.
திரும்பிச்சென்று கொண்டிருக்கும் என்னை லட்சியம்செய்யாமல்
தன்பாட்டிற்குக் கூறிக்கொண்டிருக்கிறாள்.
‘தனியாக இருக்கும்போது பேசுவான்,
நான் பேசாவிட்டால் கொத்துவான்’.
ஒருமுறை திரும்பிப்பார்த்தேன்
வெயிலில் இலையென கசிந்துகொண்டிருக்கும் கிளியின் பச்சைய
உடலில்
அலகுச் சிவப்பில் இருக்கின்றது
ஹாசினிக்கு மட்டுமேயான அந்த தனிமை.

●

வரிகள் ஏதுமில்லை.
உறங்கிக்கொண்டிருப்பவளின் அலைபேசிக்கு, இன்னும் உறங்காதவன்
ஒரே ஒரு சாக்லேட் நிற இதயத்தை அனுப்புகிறான்.
பிரத்யேகமான நாளில்லை.
உறவில் கொந்தளிப்பான தினமுமில்லை.
எப்போது ஜன்னலைத் திறந்தாலும், காத்திருக்கின்ற ஒரு குவளைக் காற்றைப்போல
அந்த சாக்லேட்நிற இதயத்தை அனிச்சையாக அனுப்புகிறான்.
அவள் எழுவதற்கு இன்னும் நேரமிருக்கிறது.
வரிகள் ஏதுமற்ற, அந்த ஒற்றை இதயம் ஒரு விதையைப்போல
இன்னும் உறங்குகிறது.
இதற்கா..
இதற்கா...
என இனிந்து குழம்பியபடி,
விழித்தெழும் அவள் அதன் ஒவ்வொரு இலையையும் இனி மலர வைப்பாள்.
●

வாசித்துக்கொண்டிருப்பதில் ஒரு வரி,
உன்னையல்ல..
உன் முகத்தையுமல்ல..
உன் பாவனையில் ஏதோவொன்றின் ஒளிக்கீற்றையா? என்றாலும் தெளிவில்லை.
மொத்தத்தில் அவ்வரி எதனை உன்னுடன் கோர்த்ததென
யோசித்து களைத்துக் கடந்துவிட்டேன்.
இப்போது அருகருகே பேசிக்கொண்டிருக்கிறோம்.
பேசிக்கொண்டேயிருக்கும் உன்னிலிருந்து
சுடர்சிமிட்டி பறக்கிறது அவ்வரி.
மொழியால் சுட்டிக்காட்ட முடியாத உன்
அணிகலன்களிலொன்றை
நீ என் ஞாபகத்தில்
சூடி நிற்கிறாய் இப்பொழுது.
●

எளிய மோதிரம் அமர்ந்திருக்கும்
அழகிய ஆமையோட்டு வெல்வெட் பெட்டி,
உச்சியின் பசுமைக்கிடையே
ஒரே ஒரு பூ மலர்த்திய
சிறு தாவரத்தின் நீண்டு நயனித்த உடல்,
முதல் கங்கென உன் நிர்வாண உடலின் பாதத்தில் பதிக்கின்ற
முதல் முத்தம்,
எழுதிய கடித வரிகளில்
தன்னை ஒவ்வொன்றாக அரிந்துவைத்துவிட்டு
தண்டவாளம் நோக்கிச்செல்லும் பாதங்கள்,
நீண்ட பயணத்தின் வளைவுகளில்
சிறு சேலை நுனியென தென்பட்டு மறைந்து மேலும் தூண்டி
விரையச்செய்யும் மலையருவி,
உண்மைகளைத் தீண்டுவதற்கு முந்தைய தர்க்கங்களின்
சுவாரஸ்யங்களால் நிரம்பிய பிரபஞ்சம்.
தனது முதுகுக்குப் பின்னிருக்கும்
முகத்தைப் பார்க்கும் ஆவலில்
சுற்றிக்கொண்டேயிருக்கும்
பிரபஞ்சம்.
●

எரிந்தபடி வீழ்கின்ற நட்சத்திரத்தின்
உச்ச சுடரொளியில் ஒரு கீற்று
எதற்கோ அழுது ஓய்கின்ற பெண்ணொருத்தி
இன்னமும் துடைக்காத கண்களுடன்
மடிக்குழந்தையின் காரணமற்ற சிரிப்புக்காக
காரணமின்றி தானும் சிரித்துக்கொள்கிறாள்.
●

Online
எச்சிலின் ஒருதுளி துவர்ப்பை
உணர்தலுக்கான தவிப்பில்
உருகுகின்றன ஈமோஜிக்கள்.
பரஸ்பர நிர்வாணத்தின் மீது
நமதிந்த வார்த்தைகள்
மின்மினியென நுழைந்து
அவயங்களின் ஈரத்தை
காட்டாமல் காட்டத் தவிக்கும்போது,
கையகல டிஸ்ப்ளேயில் சுருண்டு விரிந்தபடி திணறுகின்றன
உடல்கள்.
சிறைக்கம்பிக்கும் விடுதலைக்குமிடையே சிதைந்து சிதறுகின்ற
காதலின் காமத்தின் துணுக்குகளை காகங்கள் கொத்துகின்றன
அது நான் அல்லது நீ.
●

Last seen
எழுந்து சென்றுவிட்ட அல்லது
உறங்கிவிட்ட
எதிர் இணையின் வாக்கியங்களை அல்லது முத்தங்களை
ஈமோஜிக்களை தடவிக்குடுத்து, நெற்றியில் முத்தமிட்டபடி
வெறித்திருக்கிறான்/ள்.
ஜன்னலுக்குவெளியே சாலையில் யாரோ நடந்துசெல்கிறார்கள்.
நீண்ட மூச்சுக்களை நிறைத்துக்கொண்டபடி,
இன்னொரு உலகின் கதவைத்திறந்து கண்கூசும் வெளிச்சத்தோடு
வெளிவருவது
இன்னொரு நான்.
●

பள்ளி காம்பவுண்ட்டின் உள்ளே
பிரார்த்தனை வரிசைகளை
ஒழுங்குபடுத்தும் விசிலொலி எழுகிறது.
பாட்டிலுக்கு வெளியே சிந்திவிட்ட ஒருதுளி நீரைப்போல,
தாமதமாக வந்த குழந்தையை
ஸ்டாண்ட் போட்ட சைக்கிளில் அமரவைத்துவிட்டு
வாட்ச்மேனிடம் அவதியாக குழைந்துகொண்டிருக்கிறான்
தகப்பன்.
உள்ளே கீச்சுசப்தங்களும், பூட்ஸ்களின் தடதடப்பும் பனிக்குள்
உறைவதை குழந்தை கேட்கிறது.
பார்க்காமலே அந்த புகைப்படம் அதற்கு தெரிகிறது.
வாட்ச்மேன் முன்பு நிற்கின்ற தகப்பனின் இதற்குமுன் பார்த்திராத
முகச்சிரிப்பை
முதன்முறையாக பயமாகப் பார்க்கிறது.
மைக்கில் அதற்கு மிகப்பிடித்த ஆசிரியை
இன்னும் அமைதி
இன்னும் ஒழுங்கு
என சீவிய குரலால் கூறிக்கொண்டிருக்கிறார்.
கொன்றைமரத்திலிருந்து உதிர்கின்ற
மஞ்சள்பூக்களை மிரட்சியான கண்களோடு அது பார்க்கிறது.
சில வினாடி நிசப்தத்திற்குப் பிறகு,
ஒழுங்கின் ஓராயிரம் நாவுகளோடு
பிரார்த்தனைகீதம் மேலெழும்புகிறது.
காம்பவுண்ட்டிற்கு வெளியே,
தாமதமாக வந்து நிற்கும் குழந்தை
தன்மீது பாய்கின்ற அந்த ஒலி விலங்கின் முன்,
எதற்கென்றே தனக்கு தெரியாத
அழுகையோடு தனித்து நிற்கிறது.

●

முதல் புத்தகம்
தீமைகளிலிருந்து அவனை மீட்டது.
இரண்டாவது நதி கடந்தது.
நன்மைக்கும் தீமைக்கும் வேறுபாடில்லை
என பாடிக்கொண்டு
மூன்றாவது சாலைமனிதன்
இன்றும் ஏமாற்றிச் செல்கிறான்
நன்மை தீமை என்பன
அந்தந்த கணங்களின் உடைகள் என முனங்கியபடி.
இப்போது, காந்தம் ஒன்று வெற்று இரும்புத்துண்டாக
மாறுவதுபோல
எதையும் பிரிக்காத சாதாரண மனிதனாக எஞ்சி நின்றான்.
நன்மைகளும் தீமைகளும் மகிழ்ந்து ஒன்றிணைய
அவனது பாதங்களில் இப்போது
பொன்முலாம் மின்னத்துவங்குகிறது.
●

இன்றைய உரையாடலின் நடுவே,
சட்டென நீ உன் ஞாபகங்களின்
பொன் வெளிச்ச வீதிக்குள்
சுதந்திரமாக சென்றுவிட்ட அந்த கணங்களில்
நான் அந்த இருக்கையிலொன்றில்
சும்மாவேதான் அமர்ந்திருந்தேன்
நெடுநேரமாக.
●

ரொம்பவும் சுத்தம்பார்ப்பவளல்ல என்றாலும்,
வாய்வைத்து தண்ணி குடிக்கக்கூடாது அம்மாவுக்கு.
அதுவும் மீன்குழம்பு காரம்
கண்களில் பனிக்க பனிக்க,
வேண்டாவெறுப்பாய் நாங்கள் அண்ணார்ந்து குடிப்பதை
பார்க்காமலே வேவு பார்ப்பாள்.
‘கவுலு வாடை அடிக்கும்டா சனியனுகளா..’
நள்ளிரவு கனவிடையே பதறி விழித்து
மூச்சிளைக்கும்போது,
தலைமாட்டு நீர்ச்சொம்பை
அரைகுறை தூக்கத்தில் எடுத்து தருபவள்,
கனவிலிருந்து மீளாது திகைத்திருக்கும் கண்களோடு,
சப் சப்பென தொண்டைக்குழி தாழ்ந்தெளும்ப
சொம்பை கவ்விக்குடிக்கும் எங்களை ஏசுவதில்லை.
அவளது கரிய கட்டைவிரல்பட்டு வருகின்ற
நீர்த்தடத்திற்கு அவளது வாசனையுண்டு.
எவ்வளவு வயதானாலும்
கண்கள் எப்போதும் குழந்தைப்பருவத்திலேயே இருக்குமாம்.
கனவில் பதறியெழுந்த கண்களில்
அம்மா சிசுவை அள்ளுகிறாள்.
அந்த நள்ளிரவின் சின்னஞ்சிறு கணங்களில்,
நாங்கள் அப்போதுதான் பிறந்த குழந்தைகள்.
ஈரத்துடன் செம்பை பற்றியிருக்கின்றன
எங்களுக்கான காம்புகள்.
●

பற்றியெரிகின்ற தீயின்
விளிம்புகளில்
அதன் தழல்நுனி கொளுந்தைப்போல
துடிக்கிறது.
தீயின் பழைய நிறம் இல்லை
தழல்நுனிக்கு,
அதன் இளம்பச்சை
சிசுவின் விரலாகத் தீண்ட அழைக்கிறது.
தீயின் இனியசுவை வழிகின்ற
இந்த விளிம்புகள்
ஒரு புழுவிலிருந்து
பட்டாம்பூச்சியாய்
தீ மாறுகின்ற
தருணத்தில் விளைகின்றன.
எளிய முகஅழகிற்கு வெளியே
உன் ரசனைகளின்வழியே
நீ சுடர்கின்ற நாளொன்றில்
அப்படித்தான் இருந்தாய்
அழகு என்பதற்கு மேலாக,
முற்றிலும் புதிதாக.

●

இன்பச்சுற்றுலா

பயணத்தின் இரண்டாவது நாளில் எல்லாமே நெகிழ்ந்து விட்டன.
எளிய நாசுக்குகள்,
ஒரு துளி கூடுதலான அதீதம் மற்றும் உடைகள்.
நெருக்கத்தில் தெரிகின்ற அவலட்சணங்களின் மெய்யொளி,
மெல்லிய உடல் வாடைகள் தரும்
கிறக்கமூட்டும் சிறகுகள் என நாங்கள் எங்களை
அனுசரித்துக்கொண்டோம்.
அவளது அழுக்கேறிய மெட்டி குறித்து நானும்,
என் மென்துக்க தாடி குறித்து அவளும் அக்கறைகொள்ளவில்லை.
மாறிக்கொண்டு வரும் நிலப்பரப்புகள்,
மாலை வெளிச்சங்கள்,
சிறிய தூறல்கள்,மேலும் மேலுமெனக் காற்று..
இவற்றினூடே,
எச்சில் தெறிக்கத் தெறிக்க நாங்கள் என்ன பேசினோம்.
முதல் தின இரவில் சட்டைக் காலரிலும்,
முகத்தில் பாய்ந்த கூந்தலிலும்
யாருமறியா வண்ணம் மாறிமாறி முத்தமிட்டோம்.
மறுதினம்,
சுற்றுலாவின் மகிழ்ச்சிகள் உலர்ந்த பேருந்தில் அனைவரும்
நோயாளிகளைப் போல முடங்கிக்கிடக்க,
நாங்கள் எங்களது உள்ளங்கைகளை
மாறி மாறிப் பார்த்து தீராமலிருந்தோம்.
இன்னும் நீண்ட நிலங்களை இந்த பேருந்து கடக்கவேண்டியுள்ளது.
இந்த மதியத்தில் ஒரு பாலையின் மத்தியில்
நிற்கின்ற பேருந்துக்கு வெளியே நாங்கள் கொண்டு வந்த
அழுகிய உணவுகள்,
அழுகிய இறந்த காலம்,
அழுகிய காதல்கள் அனைத்தையும்
பள்ளிப்பிள்ளைகளைப்போல சிரித்தபடி தூரவீசினோம்.
பின், காலத்தில் எங்களுக்கெனப் பழுத்த
இந்த மீச்சிறு காலத்தின் கனியை
சாறு வழிய வழிய
உண்ணத்துவங்கினோம்.

– படிகம் இணைய இதழ்

தாங்கவியலாத பொழுதுகளிலெல்லாம்,
ஆழ்ந்த உறக்கத்திற்குச் செல்கிறாள் இளவரசி.
கடுந்துயர்கள்
கசக்கும் ஏமாற்றுகள்
திகைக்கவைக்கின்ற இனிமைகள்
கையறு நிலையின் தத்தளிப்புகள்...
இன்னும்கொஞ்சம் பொறுத்திருந்தால்,
எல்லாமே நிறம்மாறும் உண்மை தெரிந்தவளாய்
உறங்கவே செல்கிறாள் இளவரசி.
துயரங்களை அதன் மண்பானை இருளுக்குள்,
ஏமாற்றங்களை வெறிச்சிட்ட வீதிக்குள்ளும்,
இனிமைகளை அதன் தேனடைகளுக்கும் நிறம்பிறழாமல்
துயிலச்செய்துவிட்டு...
தானும்.
எரிந்தபடி வீழ்கின்ற நட்சத்திரங்களை
தானாகக் குளிரும்விதம் தனிமையில் விட்டுச்சென்று,
துயிலெழுந்த அதிகாலையில்
மிளிரும் ரூபிகளாக மோதிரத்தில் பொதிந்துவைத்து
தனிமையில் நடனமிடுகிறாள் இளவரசி.
●

ஒத்தி வைக்கப்பட்ட காமத்தை
அடைய விரையும் வழிகளில்,
மலைகளைக் கூட சுவர்களைப் போல
தாவித்தாவிச் செல்கிறது மனது.
வெறுமைக்குச் செல்லும் வழியெனினும்
எரிந்தபடி வீழ்கின்ற நட்சத்திரத்தின்
குதூகலப் பிரகாசம்
●

அவமானப்பட்டுக் கொண்டிருப்பவனின் அலைபேசியில்
பிரியமானவளின் அழைப்பை நெளிந்தவாறு ரகசியமாக
துண்டித்தபடியிருக்கிறான்.
முழுவெக்கைநாளின் நடுவே
முதல்துளி மழையின் அசந்தர்ப்பமான குமுறும் ஆவேசத்தோடு;
அவமானப்பட்டு, உடைந்து திரும்பும் வழி நெடுக யாரிடமும் ஏவ
முடியாத அவனது ஆங்காரங்களை
அவளிடமே எறிகின்றான்.
எதுவும் சொல்லாமல்
அவனது முகவாய் உடைந்த கோபங்களை அவள்
அடுக்கிவைத்தபடி இருக்கிறாள்.
எங்கெங்கும் மழைபெருகும்
இந்நிலத்தின் நடுவே,
கோபம் கண்ணீராகவும்
அமைதி முத்தமாகவும்
ஆற்றிக்கொண்டிருக்கும்,
நனைந்தபடி செல்கின்ற ஒருவனிடமிருந்து
முதல் குளிர்மை திசையெங்கும் விரிகிறது.

●

'இவ்வளவு சிறிய வார்த்தைக்கு யாரேனும் அழுவார்களா!'
அவன் உள்ளூர பதறிக்கொண்டிருந்தான்.
மல்லிகைச்சரங்கள் தொங்க, குலுங்குகின்ற முதுகை எப்படி தீண்டித் தேற்றுவதெனப் புரியாமல்.
கோயிலில் நடைசாத்தும் நேரம்.
மரப்பாச்சிகளை துடைத்து எடுத்துவைத்துக்கொண்டிருக்கும் கடைக்காரர்,
மென்மையான குரலில் 'விடும்மா அழாத' என்கிறார்.
அவள் தவறவிட்ட மெல்லிய கைக்குட்டையை எடுத்துவைத்தபடி அவளருகே அமைதியாக நிற்கிறான்.
பரிதவிப்பான அந்த அமைதியை உணர்ந்தவளாய் நிமிர்கிறாள்.
கோவிலிலிருந்து பஸ்ஸ்டாப்பிற்கான இதமான தூரத்தின் நடுவே, பௌர்ணமி மெல்ல மெல்ல பூரணமாகிக்கொண்டிருக்கிறது.

●

மழைக்கால அந்தி

வாசிப்பில் ஆழ்ந்துபோகின்றாள்,
அவளது உடைகள் களைகின்றன,
அவனிட்ட முத்தங்கள் உலர்கின்றன,
தனித்த அவளது பாடுகள் உதிர்கின்றன.
நினைவு அழியும்போது மனதில் படிகின்ற
புத்தம்புது வண்டலோடு
அவள் புத்தகத்தைமூடி புன்னகைக்கிறாள்.
நிசப்தமாக்கப்பட்டிருந்த
அலைபேசியில் கோபமாக, பதட்டமாக, அழுதுகொண்டே
உறங்கிய குழந்தையின் முணுமுணுப்பாக அவனது எண்ணற்ற
குறுஞ்செய்திகள்.
தனிமையில் அவள் கண்டடைந்த அற்புதங்களை அவனுக்கு ஆசை
ஆசையாக அனுப்புகிறாள்.
உம்மென்ற முகத்துடன் பால்கனியில் நின்று சிகரட் பிடிப்பவன்,
எங்கோ குளத்தில் குளித்த ஈர உடல் நடுங்க,
கை நிறைய தண்டோடு ஒடித்த ஆம்பல்களை
ஈரம் சொட்ட சொட்ட எடுத்துவரும் சிறுமியைப்
பார்த்து புன்னகைக்கும்போது,
சற்றுமுன் கோபத்தில் விட்டெறிந்த அவனது அலைபேசியில்
குறுந்தகவலொன்று கீச்சிட்டு வந்தமர்கிறது.

●

இன்னும் அவள் சொல்லவே ஆரம்பிக்கவில்லை.
ஆவியெழும் காபிக்குவளைகளில் சீனியிட்டவாறே மெல்லக்
கூறினான்.
"நான் உன் குதிரை, கழுதை அல்ல."
புத்தம்புதிய ஒரு சிறிய புன்னகை அங்கே வந்தமர்ந்தது.

●

நெடுந்தொலைவு செல்பவராகவோ
அல்லது
அங்கிருந்து வருபவராகவோ இருக்கலாம்.
பயணப்பைகள் முசுமுசு நாய்க்குட்டிகளைப்போல
காலருகே கிடக்கின்றன.
இன்னும் சொல்லப்போனால்
மனிதர்கள் அதிகம் நடக்கும் நடைபாதை
அதைவிட அவர்களின் பிள்ளைகள் அருகே நிற்கின்றன.
எண்ணற்ற முறை பேசி, சண்டையிட்டு, மகிழ்ந்து, அழுது
களிம்பேறிப்போன உறவு.
இன்று பேச புதிதாக எதுவுமில்லை,
எல்லோர்முன்னிலும் இருவரும் முத்தமிட்டுக்கொண்டனர்.
அறிவும், சொற்களும் விலகிவிட்ட
தாவரத்தைப்போலாகி,
உடலில் கனிந்து உருவான அம்முத்தத்தை
நாங்கள் பார்த்தோம்.
ஓருடல் இன்னொரு உடலுக்குத் தருகின்ற
அழகிய முடிச்சுகள்கொண்ட
பரிசுப்பொருள் போன்ற அம்முத்தத்தின் வழியே
ஒருகணம்
ஒன்றாகிவிட்ட இரண்டு தாவரங்களையும்
அவற்றின் நுனியில்
அந்த கனியையும்.
●

சொல்லிவிட்டவுடன் ஒரு மாற்று குறைந்துபோகின்றது உன் மீதான
என்னுடைய ஒன்று.
வழக்கம்போல, எதுவும்பேசாமல்
பேசிக்கொண்டேயிருக்கும்
உன் பக்கவாட்டு முகச்சலனங்களைப்
பார்த்தவாறு புன்னகைத்துக்கொள்கிறேன்.
நீண்ட கடலலை தன்னை உள்சுருட்டி
திரும்பச் செல்கிறது.
மெல்லிய குறுமணலில்
அது கூறவந்த சிப்பிகள்
முத்தங்களாய் கவிழ்ந்திருக்கின்றன.

●

இந்த காத்திருப்பின் நாட்களில்.
வெதும்பிய மனதோடு, எங்கேனும் சென்றுவிடுவதற்காக
புதிய ஊரின் சாலைகளில் நாள்முழுக்க அலைந்து கலைத்தவன்
இரவின் சாலையில் தனியே நிற்கிறான்.
மனதை தண்டிக்கவேண்டி, உடல்முழுக்க வாரிக்கொண்ட
அசதியோடு
கால்கள் சோர்ந்திருக்கின்றன.
அவனது சொந்த ஊருக்குச் செல்கின்ற கடைசி டவுன்பஸ்
தனது கந்தல் முகத்தோடு, சோகையான ஒளிகளோடு
வருகிறாயா.. எனும்விதம் காத்திருக்கிறது.
வெறும் இயந்திரம்தான் அது,
ஆனால், கமறல் தொண்டையில் அது இரண்டாவது முறையாக
ஹார்ன் எழுப்பும்போது, அவனுக்கு வீட்டின் முதியமனிதர்களின்
பதைபதைப்பும், காத்திருப்பும் ஒருகணம் வந்துபோகிறது.

●

கோயிலின் கற்தளத்தில் மதியவெயில்
கொதித்துக்கொண்டிருக்கிறது.
சற்றுமுன் வாழ்வில் இணைந்தவர்கள் மாலையும் கழுத்துமாக
பிரகாரம் வருகிறார்கள்.
எங்கெங்கிலும் முகூர்த்தநாளின் வியர்வைக்கூச்சல்கள்.
கழுத்தில் சொரசொரக்கும் கல்யாணமாலையின் நார்முடிச்சை
எரிச்சலாய் சரிசெய்தவாறே மணமகன் யாரிடமோ அலைபேசியில்
இரைந்துகொண்டிருக்கிறான்.
உறவினர்கள் கலைந்திடும் அவ்வேளையில், எரிக்கின்ற நிற
பட்டுச்சேலைக்குள் கசங்கலாய் பொதிந்துகொண்டிருக்கும் உடலை
பல்லைக்கடித்து கட்டுப்படுத்திக்கொண்டு, மாப்பிள்ளையின்
வாயைப் பார்த்தபடி,
"சீக்கிரம் முடிடா #%&&@#%" என்றபடி மனதுக்குள்
புழுங்கிக்கொண்டிருக்கிறாள் மணப்பெண்.
மாலையும், கழுத்துமாக வேடிக்கைபொம்மைகளாக நிழலின்றி
தடுமாறும் அவர்களை நோக்கியபடி,
வாங்கிய ஜிகர்தண்டாவை கையில் வைத்தபடி
நரகத்தில் ஒரு பருவகாலம் எனும் ரைம்போவின் வரியை
திகிலுடன் முணுமுணுக்கிறது அயல்தேசத்து உதடு ஒன்று.
ரிக்ஷா வேணுங்களா எனக்கேட்டதை சட்டைசெய்யாத
மணமக்களைப் பார்த்தபடி விலகிச்செல்லும் ரிக்ஷாவின் முதுகில்
"the game starts now"

●

தூர சாலையின்மேல் விரைந்துகொண்டிருக்கின்றது எங்களின்
வாகனம்.
டயர் ஊஞ்சலாகத் தொங்கும் வயற்காட்டினோரம்
வீட்டிற்குவெளியே
பாத்திரங்கள் துலக்க அமர்ந்திருக்கிறாள்
பதின் சிறுமி.
துடிதுடிக்க ஓடிக்கொண்டிருக்கும்
வாகனங்கள் பொருட்டல்ல..
அவர்களது தனித்தீவான வீட்டின் அமைதியில்
அவளுக்குப் புகாரில்லை.
துலக்கிய விரல்கள் அப்படியே நிற்க,
எதோவொன்றின் மீது கண்கள் லயித்திருக்க
நினைவில் அப்படியே உறைந்திருக்கிறாள்.

உற்சாகம் மிக்க கடற்கரையில் ஒருமுறை,
விரிந்த கூந்தலுடன் தண்ணீரின்மீது
ஏதொவொரு பூவைப் போல மிதந்த

வயதான நீச்சல்காரியை
ஒருமுறைப் பார்த்திருக்கிறேன்.
கடலின் அலை இரைச்சல் தாண்டி
அவளின் கண்களின் அமைதி
நீலவானோடு பேசிக்கொண்டிருந்தது.

அதுபோலவே,
மேம்பாலத்தின் இறக்கத்தில்
பாவாடை அணிந்த பாதங்களோடு
மிதித்து எதிர்க்க ஏதுமில்லாமல்
மிதந்தபடி,
தனது சிறிய பெல்லை
எக்களிப்போடு ஒலித்தவாறே இறங்கும்போது
ஒரேகணம் கண்ணை மூடி
தனது மகிழ்வின் தனிமையைக் கொஞ்சிக்கொண்ட பெண்ணை...

தங்களது தனிமையில் முகிழ்ந்திருக்கும் பெண்கள்
கணங்களின் ஜன்னல்களைத் திறக்கிறார்கள்,
அப்போது அவர்களுக்கு ஆபரணத்தின் சாயல்.

●

அந்தி கரைந்து நிற்கும் ஆற்றிலிருந்து வெளியேறி நடக்கிறாள்.
செல்லும் பாறைத்திட்டின் மீதெல்லாம்
சொட்டுகின்ற நீர்ப்பொட்டுகளில்
கற்பூர அளவு சூரியன் தகிக்கத்துவங்குகிறது.
●

மேம்பாலத்திலிருந்து இறங்கிக்கொண்டிருக்கிறது
பாவாடை அணிந்த பாதங்களுடன் ஒரு சைக்கிள்.
மிதித்து எதிர்க்க எதுவுமில்லாத
அந்த மிதத்தலின்போது
யாரும் கடக்காத சாலைக்கு
மகிழ்ந்து பெல் ஒலித்தபடி
அவள் சிலகணங்கள்
வேறோர் பூமிக்குச் செல்பவளைப்
போல எக்களித்து பறக்கிறாள்
சிறிய விடுதலைகள்
எவ்வளவு பெரியவை என உணர
அவளுக்கு இன்னும் நாட்களாகும்.
எப்போதேனும் இந்த சரிவைக் கடக்கும்போதெல்லாம்
அப்படியே பறந்துபோய்விடாத
அந்த பாவாடை அணிந்த பாதங்களை
ஒருமுறை நினைத்தேங்கிக் கொள்ளவும்.
●

மேம்பால சாக்கடைச் சரிவினோரம் ஒப்பனைகளின் வழியே,
நளினங்களை ஒவ்வொன்றாகச் சூடிக்கொண்டிருக்கிறாள்
திருநங்கை.
மிகுவானவற்றை மிதமாக்கும்படி
அவளது விரல்கள்
அவளது புன்னகையில்
அவயங்களின் புத்தம்புது கூர்மைகளில்
தங்களை பரபரப்பாக்கிக்கொண்டிருக்கின்றன.
துண்டுக்கண்ணாடியின் பிம்பத்தின் மீது
பிறந்துவரும் புதிய முகத்தை
ஒவ்வொரு துளியாய் சீர்செய்துவிட்டு,
தன்னையே ஈனுகின்ற தெய்வத்தின் மிடுக்குடன்
உள்ளங்கைத்தட்டலை ஒருமுறை சரிபார்த்து நடக்கிறாள்.
உக்கிரமான தெய்வசிலைகளைப் பார்த்து கனவில் தேம்பிய
ஒரு குழந்தை
அந்த சிலிர்ப்பான அச்சத்தை மறுபடி உணர்ந்தபடி
அம்மாவின் மடியில் அமர்ந்தபடி செல்கிறது.

●

அவன் பேசுவதை நிறுத்தி, சட்டென அவளது முகத்தைப்
பார்த்தான்.
அவளது கண்களில் துளி ஈரமினுக்கம்.
"என்னாச்சுடி?"
"ஒன்னுமில்ல... சொல்லு"
அவனால் தொடரவியலவில்லை.
ஒன்றுமில்லை என்பதை உச்சரித்துச் சொல்லும்போது,
பூஜ்யங்களின் முன்னால் ஒரு ஒன்று சேர்கிறது.

●

வரவேற்பறையில் காரசாரமாய் பிறர் விவாதித்துக் கொண்டிருக்க,
அதையொட்டிய புத்தக அறையில் நீ தந்த பரிசொன்றை நான்
முத்தமிட்டுக் கொண்டிருக்கிறேன்...
குழந்தைகள் சொல்கிறவற்றிற்கு வெறுமனே தலையாட்டியபடி
அலைபேசியில் உன் முகத்தில் ஆழ்ந்திருக்கிறேன்...

எத்தனை பெரிய அதிகாரியின் முன் நிற்கும்போதும்
குறுஞ்செய்தியில் நீ ஒளிர்ந்தால் உடனே பதிலனுப்பி விடுகிறேன்...

எல்லோரும் நடமாடும் சாலையில் நினைத்தவுடன்
உனது கைகளை
இறுகப் பற்றிக் கொள்கிறேன்...

உனக்கும் எனக்குமான தொலைவின் நடுவே,
ஓடுகின்ற கானலின் மீது
விரும்பும்போதெல்லாம் குளித்துக் கரையேறுகிறேன்..

ஏதேனும் வேலைக்கு நடுவே,
கசிந்த குரலில் நீ கூறிய அந்தரங்க சிலிர்ப்புச் சொற்கள்,
விரல்களிலே ஒட்டியிருக்கும் மகரந்தம்போல வண்ணம்
மிளிர்கின்றன...

வாழ நேர்ந்த வாழ்வின் நடுவே
ஞாபகங்களாலான இவ்வாழ்வில்,
நீ எங்கோ உறங்கிக்கொண்டு
என்னைக் கனவு காண்கிறாய்,
நாடோடி மந்திரவாதியென
சராசரி நாளில்
நான் உழன்றுக்கொண்டிருக்கும்
அக்கணங்களில்
உன் கனவின் சிறிய வேர்கள்
என் பாதங்களை பற்றியெழுந்தபடி
தேவதையென உருமாற்றிக்கொண்டிருக்கின்றன இப்பொழுதில்.

●

மகிழ்ச்சியில் ஜ்வலிக்கின்ற வீட்டிற்கு வெளியே,
லேசான இருளில் சிறிய துயரம் தனது பழைய உடைகளோடு
உள்நுழையக் காத்திருக்கிறது.
அதற்கு கூச்சமாக இருக்கிறது,
மகிழ்ச்சி தனது நிர்வாண உடலை சட்டென மறைத்தபடி
எழுந்துசெல்கிற எல்லாக்கணங்களிலும் துயரம் அடைகிற
அவமானத்திற்கு அளவேயில்லை.
அளவில் குள்ளமான, துளியும் அலங்காரமில்லாத துயரத்திற்கு,
ஒவ்வொருமுறையும் இப்படி தேசாந்திரியாய் யார்வீட்டிலாவது
நுழையக்காத்திருக்கும் கணத்தில் ஏற்படுகிற அனாதைத்தனத்தை
கட்டுப்படுத்திக் கொள்கிறது.
மகிழ்வின் கரைபுரண்டலில்
தங்களது வர்ணங்களைக் குழப்பிக்கொண்ட
வீட்டை
மனிதர்களை
சாக்லேட் காகித உறைகளை,
சிதறிய மதுத்துளிகளை,
படுக்கையின் கசங்கல்களை
துயரம் மிகப்பொறுமையாக நேர்த்திசெய்கிறது.
துயரம் இறங்கிய குளத்தில்
வளையம் வளையமாக விரிந்த நீர் சமனுக்குத் திரும்புகிறது.
நீங்கள் நம்பாவிடில்
ஒரு துளி துயரம் சூடிக்கொண்ட பிறகு,
பெண்ணின் முகத்தில் எழுகின்ற பேரழகைப் பார்த்தபிறகு,
இருளில் நிற்கின்ற சிறிய துயரத்தை,
மென்மையாக தலையசைத்து வீட்டிற்குள் அனுமதியுங்கள்.
●

குளிர்

இன்னமும் அவள் என்ன செய்கிறாள். பனி இறங்கும் கண்ணாடி அறையுள் குள்ளமான மேனேஜரைப் போன்ற பணம் வழங்கும் இயந்திரத்தின் முன் மன்றாடிக் கொண்டிருந்தாள், வர்ணம் வழியும் சேலை, உடல் விளிம்புகளில் சிறிய பூக்களைப்போல அலங்கரிக்கும் அணிகலன்கள் எல்லாமுமாய் அவளது பதட்டத்தில் மழைத்தண்ணீரில் அலைபாயும் செடியைப்போல அவளை மாற்றியிருந்தன.

நான் மீண்டும் எனது பண அட்டையால் கண்ணாடிக்கதவின் மீது தட்டினேன். உதவு பதட்டப்படுத்தாதே சிறிய கண்கள் எனைக் கெஞ்சின. இந்தக் கோடைகால தார்ச்சாலையில் துயர உடல்களின் படிமமாய் கரும்புத்தட்டைகள் வெயிலில் நெளிந்து கிடந்தன. அவள் உதடுகள் என்னைப் பார்த்து பரிதாபமாய் மீண்டும் மலர்ந்தன. நான் தயக்கமாய் உள் நுழைந்தேன். குளிர் உறைந்து விட்ட அறைகளில் ஒரு முனையிலிருந்து மறு முனையென்பது நீண்ட காலமாகிறது, கயிற்று பாலத்தில் நடப்பவனைப்போல அவளை நெருங்கினேன். பரிவர்த்தனையில் அவள் எதிர்கொண்ட குழப்பத்தை கூறினாள்.

அவளது கணவர் ஐந்து முறை அழைத்தும் தொலைபேசியை எடுக்கவில்லை அவளது குழந்தைகள் இசை பயிலும் வகுப்பிற்கு சென்றுள்ளனர். பண அட்டையையும் ரகசிய எண்ணையும் தயக்கமின்றி கூறிவிட்டு இள மஞ்சள் கிழங்கின் வாசமெழ என்னருகில் நின்றிருக்க, ரகசிய எண் எழுதப்பட்ட அவளது மஞ்சள் பூசிய உள்ளங்கைகளை நான் பார்த்தேன். கண்ணாடியின் மீதான விரிசலைப்போல ரேகைகள் விரிந்த உள்ளங்கை அவளது கால் விரலை மெட்டி தூக்குக்கயிறைப் போல நெரித்திருக்க, அவ்விரலின் நகக்கண் மட்டும் மௌனித்திருந்தது.

இரண்டாவது முயற்சியில் அந்த பரிவர்த்தனையை நான் முழுமைப்படுத்தினேன்.

கோடை காலத்தில் சிறிய அறையில் குளிரின் நடுவே தெரியாத பெண்ணிற்கு செய்யும் உதவிகள் குறுகிய காலத்தில் முடிவடைகின்றன. அவள் இரண்டு முறை நன்றி சொன்னாள். ஏனோ நான் சோர்வடைந்து விட்டேன். ரகசிய எண்ணை அவள் கூறிய பொழுது அந்தரங்கமாய் எங்கோ நெருக்கமாகியதைப்போல மகிழ்ந்திருக்க நன்றிகள் சில எல்லைகளை துலக்கப்படுத்தின.

அவள் உடனே மிக உடனே அந்த அறையிலிருந்து வெளியேறத் துடித்தாள். செயற்கை குளிரில் ஒரு புதியவனின் அன்பு எங்கெல்லாம் அழைத்துச் செல்லுமென அவளை ஊகங்கள் எச்சரித்திருந்தன. அவள் சம்பந்தமேயில்லாமல் தனது உடைகளை இறுக்கிக்கொண்டாள். தனது வாசனையின் வீர்யத்தை வர்ணங்களின் மிளிருதலை கொஞ்சமே கொஞ்சமாய் பிரகாசிக்கத் துவங்கிய அந்தரங்கத்தை அனைத்தையும் ஒரு பாடலின் ஒலியைச் குறைப்பதுபோல குறைத்துக்கொண்டாள்.
ஊனமுற்றவனைப் போல நான் மௌனித்திருக்க அவள் கண்ணாடிக்கதவைத் திறந்து வெளியேறினாள்.

அவளது வெளிறிய ஸ்கூட்டியில் தனது பழைய தினத்திற்குள் புகுந்து விட முயன்று கொண்டிருந்தபொழுது ஞாபகம் வந்தவனாக நான் விரைந்து அறைக்கதவைத் திறந்து கொஞ்சம் சத்தமாகவே (ஆம் ஏன் அவ்வாறு செய்தேன்) ரகசிய எண்ணை உடனே மாற்றி விடுமாறு கூறினேன்.

உன் சிறிய ஞாபகங்களை நீயே கொண்டு செல் என்பது போல மெல்லிய புன்னகையுடன் தனது குளிர் கண்ணாடியை அணிந்த படி தேவையில்லை எனும்விதமாக தலையசைத்தாள்.
பிறகு,
தனது அலைபேசியை எடுத்து என்னிடம் ஏதோ வினவத் துவங்குகையில் சற்று தள்ளியிருந்த சாலையோரக்கடையின் இரும்பு உருளைகளுக்கிடையே இணைந்து செருகப்பட்ட காய்ந்த கரும்பு தட்டைகளின் உடல்களிலிருந்து தித்திப்பான இளம்பச்சைசாறு வழிந்து பெருகத் துவங்கியது.

– ஓலைச்சுவடி இணைய இதழ்

நினைவில் நீ மேலெழாதவாறு இக்கணத்தின்
ஆவேசங்களுக்குள் என்னை இழுத்துச்செல்கிறேன்.
கைவிடப்பட்ட நங்கூரத்தின் முனையில்
ஏதாவதொரு அலைக்கு தன்னைத்தானே உழுதுகொண்டு
மின்னமின்ன
புரண்டெழுகின்றன பழைய மணற்துகள்கள்.
●

உன்னிடம் திரும்புவதென்பது,
நகரத்திலிருந்து ஒரு மேகத்துணுக்கு மெல்ல தவழ்ந்து சென்று
வனத்தின்மேல் பொழிவது,
பேரிரைச்சலுடன் சீறிப்பாயும் நதிநீர் ஒரு பாறைப்புடவில்
வயலின் இசையாய் வழிந்திறங்குவது,
விரலளவு திரி இறக்கியவுடன்
அகலின் தீயில்
மென்முகம் காட்டும் பச்சையமாவது.
உன்னிடம் திரும்புவதென்பது
என்னை முற்றிலும் தொலைப்பது.
இல்லையெனில்
தாயின் தோள்பட்டையில்
நாடி வைத்து இந்த உலகத்தை
எங்கிருந்தோ பார்க்கின்ற குழந்தையின் மாசற்ற பால்விழியாவது.
●

பூர்ணா எனக்கு மாமையாகிவிட்டதாக நேற்று மழலையாய்
கொஞ்சினாள்.
நாங்கள் மாமையுடன் இருந்ததில்லை.
நாடோடியாக குடும்பத்தோடு திரிந்த நாட்களில்,
அவள் பழச்சுளை உரித்துக்கொண்டு கேட் கதவிற்கு வெளியே
நிற்கும் எங்களை அசூயையாகப் பார்ப்பாள்.
“சோத்துக்கு வழியில்லாதப்ப மூணாவது கொழந்தைக்கு என்ன
கேடு” என காட்டாஸ்பத்திரியில் எல்லோர் முன்னிலும்
அம்மாவை ஏசிவிட்டு, வந்த குதிரைவண்டியிலிருந்து கால்
இறக்காமல் திரும்பச் சென்றாள்.
அவளுக்கு நாசூக்கு முக்கியம்.
பஞ்சம் கொல்லும் மதியத்தில்,
கொதிக்கின்ற பிரசாதங்களை
கை நடுங்க பெற்று வருகின்ற எங்களைக் கண்டு, சந்தையிலிருக்கும்
கல் சந்துவழியாக காறி உமிழ்ந்தபடி சென்று மறைவாள்.
யாரோ இரந்து தருகின்ற பழைய ஆடைகளை விருப்பமாக
அணிந்துகொண்டு, விபூதி பூசிய முகத்தோடு அவளெதிரே
கடக்கும்போது,
அவள் முகத்தில் புத்தம்புதிதாக ஊறி வருகின்ற அசூயையை
எப்போதும் மறந்ததில்லை.
வயதாகி, கண்பார்வை போனபிறகு மெல்ல திரி அமிழும்
அகல்விளக்காக அவளிருந்த நாட்களில்கூட
எங்கெங்கோ சுற்றியலைந்து அவளுக்கென வாங்கிவந்த
பலகாரங்களை வெளித்திட்டில் வைக்கச்சொல்லிவிட்டு, கால்
கழுவி உள்ளே வரும்படி கத்தி கூப்பாடு போடுவாள்.
பிறகு, நாங்கள் மாமையற்ற மனிதர்களானோம்.
எங்கேனும் முதியவள் இளம்பிள்ளைகளை கொஞ்சி
சோறூட்டும்போதெல்லாம்,
நம்பவே முடியாதவர்களாய்ப் பார்த்தபடி விலகிச்செல்வோம்.
பூர்ணா எனக்கு மாமையாகிவிட்டதாக மழலையாய் மிழற்றினாள்.
பிறக்கும்போது அவளது முதுகிலிருந்த உள்ளங்கையளவு மச்சத்தை
நாங்கள் பெரிதாக எடுத்ததில்லை.
பூர்ணா பிஞ்சுக்கையால் இல்லாத சோற்றை எனக்கு ஊட்டுகிறாள்.
போன் பேசிக்கொண்டே அவதியவதியாக ஓடுகையில்
கை நிறைய செருப்பை அள்ளி நெஞ்சோடு அணைத்தபடி
பின்னேயிருந்து கத்துகிறாள்.
ஈரக்கையை உதறினால் எரிந்து விழுகிறாள்.
வீட்டுவாசலில் குழந்தையோடு யாரேனும்

கையேந்தி நிற்கும்போது,
ஏதேனும் வேலையாயிருக்கும் எங்களது காலைப் பற்றியபடி
கத்தி கத்தி சமிக்ஞை செய்கிறாள்.
அப்போது ஒருதுளி கண்ணீர் திரண்ட அவளது கண்களைப்
பார்க்கவே இயலாது.
முதுகுப்புற மச்சம் தெரிய, வாசல் வெயிலில் நிற்பவர்களை நோக்கி
ஓடும் அவளை, மாமை.. இரு வந்துட்டேன் எனக்கூறும்போது
சிரித்தபடி அழுவாள்
ஏனெனத் தெரியாது.

●

(மாமை – அம்மாவின் தாய் அல்லது பாட்டி)

ஜிஹெச் வாசலருகே, மழைக்கு தலையில் துண்டை முக்காடாக
போட்டு தூக்கக்கலக்கத்துடன் குந்தியிருக்கும் சிறுமியை நோக்கி,
'ஏண்டி...உங்கம்மா உன்னை விட்டுபோய்ட்டாடி' என அலறியபடி
வருகிறது கிழவியின் குரல்.
'என்ன சார், இதுக்கு போயி டீயை யார்ணா கீழ போடுவாங்களா'
கேத்தலில் டீ விற்பவர் சலித்துக்கொள்கிறார்.
'வழியை விட்டு உக்காரு...டேய், டீ இப்ப நீ கிளம்பல முதுகு
பழுக்கபோவுது பாரு'
சாஸ்திரமாக எதிர்படும் முதுகிலெல்லாம் தட்டிக்கொண்டே
வருகிறது லத்தி.
அழுகைக்கும், தூக்கமின்மைக்குமிடையே மலங்கி எழுகின்ற
சிறுமியின் கண்களின்முன்
உலகம் புத்தம்புதிதாக பிறந்து நிற்கிறது.

●

மலைவளைவுகள் தாண்டி வந்துநிற்கிறான்.
'நல்லமழை இவ்வளவு நேரம்'
சொல்லியபடி செல்கிறார் வயசாளி.
எவ்வித தொடர்புமற்ற இரண்டொருநாளுக்குப் பிறகு,
உன்னை ஏங்கி வந்திருக்கிறேனென,
மழைத்துளிகள் உதிர்கின்ற தோட்டத்திலிருந்து கத்துகிறான்.
இருவருக்குமிடையே அழகான சிறிய தோட்டவேலி இருந்தது
அது அவன் தாண்டக்கூடியது.
இருவருக்குமிடையே,
அவள் பக்கத்தில்
இந்த இரண்டுநாளுக்கு நடுவே, ஒரு கண்ணாடிப்பரப்பைப்போல,
ஒரு மழையும், அதன் தனிமையும் இருந்தன.
ஒரு தோட்டவேலியைவிட உயரமாக.

●

கைவிரல் ஒன்றில் மட்டும் காதலின்பொழுதில்
மருதாணி இட்டு வைத்திருக்கிறாள்.
முரட்டுமனிதன் தனது கண்டிப்பான பணிப்பொழுதில்
அதை மறைக்கமுடியாமல் தவித்தபடி, விரல் நீட்டிப்
பேசிக்கொண்டிருக்கிறான்.
திட்டு வாங்குபவர் மென்மையாக புன்னகைத்துக்கொள்கிறார்.
●

சூடிய மல்லிப்பூவை அவ்வபோது அழுந்திக்கொண்டே
செல்கிறாள்.
இந்த வரியில் ந் என்கின்றபோது
உங்கள் நாவு உணர்கிற அதே மெத்தென்ற பதத்தில்.
●

எப்போது, எந்த கைகள், கண்களில் இளவெளிச்சம் ததும்ப தந்த
பரிசுப்பொருட்கள் இவை?
முளைக்கட்டியதுடன் அவிந்துவிட்ட தானியங்களைப் போல இந்த
இருட்டில்,
சுய கதகதப்பில் சுற்றப்பட்டுக் கிடக்கின்றன.
●

செல்ல வேண்டிய திசைகளை மறந்துவிட்ட
சின்னஞ்சிறு கப்பல்கள் கோடைகால கடலின்மீது
அங்கொன்றும் இங்கொன்றுமாய் நின்றபடி நகர்வதை
பார்த்துக்கொண்டிருக்கிறேன் இப்போது.

எங்கோ குடித்தபடி,
தொலைபேசியில் உளறிக்கொண்டிருப்பவனிடம்,
சிறிது வெட்கமாக
சிறிது கோபமாக
சிறிது கருணையாக
சிணுங்கிக்கொண்டிருக்கும் பெண்ணின்குரல் முன்னிருக்கையில்
கேட்கிறது.
குருதி வழிய வழிய கிடக்கும் இயேசுவை
மடியிலேந்திக் கிடக்கின்ற
மரியாளின் சொரூபத்தைக்
கடந்துகொண்டிருக்கிறது பேருந்து.

வாசித்தபடி தூங்கி விட்டிருக்கிறாள்.
மார்பில் விரிந்தபடி படபடக்கிறது புத்தகம்.
மிகச்சிறிய பறவையொன்று,
தனது நிலம் நோக்கி,
உறங்குகின்ற ஒருத்தியை
தூக்கவியலாமல் தூக்கிச்செல்கிறது.

வாங்கிய தருணத்து குளிர் குன்றாத புன்னகையுடன்,
இளந்தூசி படிந்துகிடக்கின்றன நீ தந்த சிறிய பொருட்கள்.
அதன் மிகச்சிறிய இருதயங்களின்
மெல்லிய ஒலிகளை இந்த தனிமையில் கேட்டபடியிருக்கிறேன்.
ஞாபகார்த்தமாக தரப்படுபவைகளின் ஆன்மாக்களில்
எப்போதும் கேட்டுக்கொண்டேயிருக்கும் ஒரு குரல்,
எப்படி இருக்கிறாய்...
ஏன் அப்படிச் செய்தாய்?

●

பிரிந்து செல்பவர்களுக்கென ஒரு புத்தகம் இருக்கிறது.
வினோதம் என்னவெனில்,
அது சுதந்திரத்தை ரகசியமாக விவரிக்கின்ற
பக்கங்களைக் கொண்டிருக்கிறது.

●

எல்லா உறவுகளிலும் எந்த கணத்திலும் வெளியேறி விடுவதற்காக
ரகசிய கதவுகளை பொருத்தி வைப்பவனைத் தெரியும். 'பின்ன
பைத்தியமடிச்சுடும் நண்பா.. கொஞ்சம் மிச்சம் வச்சிட்டு
எந்திரிச்சுப் போயிடறுதான் சுவாரஸ்யம்.. இல்லியா' என்பான்.
படிக்கட்டில் நின்றபடி குளிக்கத் தெரியாதவளும் பழக்கம் தான்.
அது என்ன பத்திய விருந்து மயிறு... என எக்களிப்பவள்
ஒளிந்திருக்கும் ஒன்றுடன் தளும்புகின்ற சுனையில் சள்ளெனக்
குதித்து விடும் அவள்
இரு கைகளையும் விரித்தபடி ஒரு அச்சமூட்டும் எதிர்காலத்தின்
மேல் மிதக்கிறாள். நான் பயங்கரம், பயங்கரம் எனக் கத்தும்
தோறும் அவள் பிணத்தின் உள்ளங்கைகளைப் போல வெளி
நீட்டியிருக்கும் மலர்களை நோக்கிச் செல்கிறாள்.

●

மிட்டாயைப் போன்ற பூனைநெளிவு உதடுகொண்ட பெண்
யாரோடோ போனில் பேசிக்கொண்டிருக்கிறாள்.
அன்பினிய எதிர்முனை நண்ப,
வார்த்தைகளை வைத்து என்ன செய்யப்போகிறாய்.
ஊற்றுமுகத்தில் ஒரு வழிப்போக்கன் குளித்துக்கொண்டிருக்கிறான்.
●

அதீதப் ப்ரியங்களை
எதிர்கொள்ளும் போதெல்லாம்
மேலும் தனிமையடைகிறான்.
தானியம் ஏந்திய விரல்நுனி ஏங்க
கம்பிக்கோடுகளில் ஒடுங்குகிறது
வானிலிருந்து பறிக்கப்பட்ட
சிறுபறவை.
●

இன்னமும் தட்டிவிடாத மணற்துகள்கள் முதுகுப்பரப்பெங்கும்
ஜ்வலித்துக் கொண்டிருக்க,
வா... என அழைத்தபடி வீட்டினுள் திரும்பிச்செல்கிறாள்.
அரைக்கண் மயக்கமென தயங்கித் திறந்திருந்த கதவுகளின் இருள்,
சப்தமின்றி என்னை புறப்பட பணிக்கிறது.
●

ஆபரணங்கள் ஒளியின் குழந்தைகள்,
உடைகளற்ற உன் வனப்பின் மீது
ஆங்காங்கே ஒளிரும் குட்டி சூரியன்கள்
வெம்பாலையின் நடுவே
ஈரம் தேடும் உதடுகளுக்கு வழிகாட்டுகின்றன இப்போது.
விதைகளும், தானியங்களும் நிறைந்த உள்ளங்கை
ஆகிக் கொண்டிருக்கிறாய் இப்போது.
வானிலிருந்து இறங்குகின்றன
இரவு முழுவதும்
கிளைகளில் தனித்திருந்த சிறு அலகுகள்.
ஒரு தினத்தில்
உன்னால் பெறமுடிந்ததை நோக்கி,
சின்னஞ்சிறு நட்சத்திரப் பாதங்கள் தத்தித் தத்தி வருகின்றன
ஒற்றை முலையென கனிந்துவிட்ட உன் உள்ளங்கை நோக்கி..

●

காமம் கடந்த பிறகு
சீரான மூச்சொலியுடன்
உறங்கிக் கொண்டிருக்கிறாய்.
இன்னமும் வெதுவெதுப்பு இறங்காத
உன் உடலின் முன் அமர்ந்திருக்கிறேன்.
ஆற்றுப்படுத்திய உன் முகத்தில்
அன்னையில் துவங்கி
தமக்கை கடந்து
பிரிய மகள் வரையிலான
அன்பின் எல்லா நிலைகளும்
கடந்து செல்கின்றன.
துடிதெய்வம் ஒன்றின் முன்
ஆணுடல் என்பது
துக்கத்தின் மீச்சிறு துண்டு.

●

நாளை என்பதை யோசிக்கக் கூட
முடியாமல் நின்ற
பெரும்பிரிவின் நாளொன்றை இன்று நினைத்துக்கொள்கிறாய்,
சிறுகச் சிறுக துயரினை உலரவைத்து,
இந்த தினத்திற்கு உன்னை அழைத்து வந்த
சாதாரண நாட்களை.
தனித்த முகம் ஏதுமில்லாத அந்த சாதாரண தினங்களின்,
எளிய கோபங்கள், எரிச்சல்கள், வெறுமைகள்,
அமைதிகள்..
இந்த மிருதுவான நாளின் தேநீர்கோப்பை முன்பு
உன்னை மீண்டும் அமரவைத்திருக்கும்
சாதாரண தினங்கள்...
ஒரு முத்தம்கூட வாங்காமல் சென்றுவிட்ட சாதாரண தினங்கள்.

●

தனிமையின்
கண்ணாடி மலர்களிலொன்றில்
மெலிதாக பிரகாசிக்கத் துவங்குகிறது
உன் ஞாபகங்களின் சூல்.
உருகித் தணிந்து கொண்டிருக்கும்
உன் அரையிருள் உடலில்,
தண்ணென்று அதிர்ந்தடங்கிய
இசைக்கம்பியின் ஒரு கோடு
பயணித்துக் கொண்டிருக்கிறது.

●

நீ வராமல்போயிருந்தால் என்னவாகியிருப்பேன்?
உலகம் முழுமைக்கும் நிறைந்திருக்கும் ஒற்றைப்புகைப்படத்தைப்
பார்த்தபடி மனதிற்குள் கேட்டுக்கொள்கிறாள்.
பேதைமையின் முழுஅழகு சூடிய கேள்வி.
ஒரு மென்மையான புன்னகை தவிர,வேறு எந்த சொல்லும்
சிறுத்தையின் கூண்டைத் திறக்குமென நீ அறிவாய்தானே சசிதரா!!

●

மேலும் மேலும் சுற்றப்பட்ட பரிசுப்பொருளின்
வண்ணக்காகிதங்களை அவிழ்த்துக்கொண்டிருக்கிறேன்.
கொஞ்ச தூரத்தில் அந்த மகிழ்ச்சி இருக்கிறது.
எதுவுமே சுற்றாமல் கூடவே வருகிறது
அந்த வெறுமையும்.

●

புணர்ந்து, மலர்ந்தடங்கிய
உன் உடலின் மேலிருந்து
ஒரு ஞாபகத்தைப் பறித்து வந்தேன்.
எப்போதும் உலர்ந்திடாத,
உன் ஓவியப்பிரதி அது.

●

இரண்டு நபர்களுக்கு
பொதுவான மகிழ்ச்சி என்பது எப்போதும் கிடையாது.
ஒருவர் மகிழ்ந்திருக்க இன்னொருவர் மனதிற்குள் கருணையுடன்
அதனைப் பார்ப்பதே நியதி.
அந்த கருணைக்கு இரண்டு கோரைப்பற்களும் உண்டு.
●

அவ்வளவு நெருக்கத்திற்குப் பிறகு,
விரிசலடைந்துவிட்ட காலத்தைத்தாண்டி,
இந்த தேநீர்க்குவளைகளின் முன்
நம் சம்பிரதாய சந்திப்பு நிகழ்கிறது.
நம்மைச் சுற்றியிருந்த அனைத்தும்,
இப்போது
தொட்டால் நொறுங்கிவிடும்
பதத்தில் நடுங்குகின்றன.
●

உன் கீழ்மைகளின் அல்லது பலவீனங்களின்
எல்லை தெரிந்தபிறகு,
எனது உள்ளங்கையை இன்னும் சற்று பெரிதாக்கிக்கொண்டேன்
அவ்வளவுதான்!.
இப்போதும் நீ அதில் ததும்பும்,
சொல்லிவிடாத ரகசியங்கள் இருப்பதாய் தன்னைத்தானே நம்பும்
சிறுகடல்தான்.
●

நீண்ட மழைக்காலத்தின்
நடுவே வந்திருக்கிறேன்.
எங்கெங்கும் நீர் பெருகும் நிலங்கள்.
சாம்பலின் சாயைகளில்
தனித்திருக்கின்றது வெளி.
மௌனமான இந்த வீதியின்வழியே
உன் வீட்டை அண்மிக்கிறேன்.
மெல்லிய சுடரொளி ஆடுகின்ற
கண்ணாடி ஜன்னலுடன்,
உடலெங்கும் இளம்பாசி பூசியபடி,
இந்த குளிரில்,
அது வா என்கிறது.

●

என்னை மலரச் செய்கின்ற
நமது ஞாபகங்களில்
எதுவுமே உனக்கு நினைவில்லை.
சிறிய அலட்சியத்துடன் நீங்கிச்செல்கிறாய்.
தனக்குத்தானே
பூச்சொரிந்து நிற்கும்
மரம் சொல்கிறது...
நான் மட்டுமே ஆதுரம் கொள்ளும்
பதிலொன்றை.

●

தீண்டுபவை அனைத்திலும்
துருவேற்றும்
நெய்தல் நிலத்திலிருந்து அழைக்கிறாய்.
உன் வறண்ட கூந்தலும்
லேசான கறைபற்களும்
இந்நிலத்தின் யௌவ்வனி என உன்னை
எழுதிச் செல்கின்றன.
நீண்ட நிலங்களில்
புகழ்பெற்றவை அனைத்தும்
உலகின் விளிம்பான நெய்தலில்
லேசாகி உதிர்கின்றன.
நெய்தலில் சமைக்கப்பட்ட
உடல்களில் விலங்கின் வசீகரம்
நெய்தலில் குடுக்கப்பட்ட முத்தங்களில்
ஒருதுளி குருதி உதட்டில் துளிர்க்கிறது.
நெய்தலில் பிறந்தவளின் முன்
நான் கடித்து வைத்த
ஆப்பிளின் சதைகளில்
இப்போது துரு படர்ந்து கொண்டிருக்கின்றன.

●

கூடலின் வெம்மை பொங்கிக் கொண்டிருக்கின்ற அறையில்,
உயிரற்ற பொருட்கள் நிச்சலனமாய்
அதனைப் பார்த்தபடியிருக்கின்றன.
பழி வாங்கத்துடிக்கின்ற
இளம்பிள்ளைகள் அவை.
அதன் முதல் ஆயுதமாய்
கூடலுக்குப் பின்னான வெறுமையை
தங்கள் சின்னஞ்சிறு கைகளால்
இப்போது பின்னத் துவங்கியிருக்கின்றன.

●

பகிர முடியாத அந்தரங்கங்களில்
எதேச்சையாய் ஒரு மலர் விரிகிறது.
நீ பார்த்திராத நிறத்தில்
நீ நுகர்ந்திடாத நிணத்தில்.
எச்சில் படிய உன் கன்னத்தில்
முத்தமிடுகிறேன்,
இந்த மெல்லிய இருளில்
உன் கன்னத்தில் அதன் ஈரிதழ்கள்
மின்னுகின்றன.

●

திரும்பிச்செல்ல முடியாத
தூரத்திலிருந்து
உன்னை கைபற்றி அழைத்து வந்திருக்கிறேன்.
அச்சங்கள் நீங்கிய
உனதிந்தப் புன்னகை அவ்வளவு புதிது.
உலகத்தை சுருக்கிக் கொள்பவர்களின்
முகத்தில் எழுகின்ற எல்லா அமைதியும்
உன்னை இப்போது சூழ்ந்திருக்க,
மகிழ்வின் சிறிய பூச்செடியாய்
நீ கையிலேந்திக் கொஞ்சுகிற
ஈரமூக்கு நாய்க்குட்டியாய்
எதிர்காலம் குழைந்து கொண்டிருக்கிறது.
பனி இறங்கிய
இந்த தோட்டத்துப் பாதையின் வழியே,
உலகின் முதல் மனிதர்களென
நாம் சென்று கொண்டிருக்கிறோம் தளிரே!

●

மழையில் உனது சிறியவீடு துண்டிக்கப்பட்டிருக்கிறது.
உன்னையே நீ விரும்பிக்கொண்டிருக்கும் இந்த தனிமையில்,
ஆழமற்ற இந்த நீர்வெளியை நீ இன்னமும் கடலாக்க
விரும்புகிறாய்.
மெழுகின் சிறுவெளிச்சத்தில் ஜன்னல்வழியே நீ,
தூரவீடுகள் ஒவ்வொன்றும் சிறுகதைகளைப் போல தனித்துக்
கிடப்பதையும்,
மழையில் நனைந்துகிடக்கும் ஆடைகள்
மௌன மனிதர்களாகக் கிடப்பதையும் பார்க்கும்போது
உன் முகத்தில் பரவுகின்ற மெல்லிய சோகம் எவ்வளவு
தித்திப்பாயிருக்கிறது!

தொடுகின்ற அனைத்துமே குளிரேறிக் கிடக்கும் இந்த
மழையிரவில்,
உனது சின்னஞ்சிறிய வளர்ப்புப்பிராணிகள்,
உன் முலையுரசியபடி மடியினுள் பொதிகின்றன.
வழிதவறிய ஒருவன் அடைக்கலம் கேட்டு வருகின்ற
மிருதுவான காதல் கதையை நீ இப்போது விரும்புகிறாய்.
விடியலில் அவன் சொல்லாமல் நீங்கிடவும் கூட.

'வர இயலாது, கவனமாயிரு..'
எனும் குறுஞ்செய்தியை பதட்டமின்றி வாசித்து அழிக்கிறாய்.

தாவரங்களிலிருந்து நீர்சொட்டும் ஓசையுடன், அழைப்புமணி
ஒலிக்கிறது என இதை முடிக்க வேண்டுமா?

●

இந்தக் குளிரை எப்படி சொற்களாக்கி உனக்கு உணர்த்த?
இதோ.. குளிரேறிய என் ஆட்காட்டிவிரலை உருகி வழிய
சப்பிக்கொண்டிருக்கும் உன் குழந்தையிடம் கேள்.

●

பார்வையற்ற மனிதர் புகைப்பிடிக்கிறார்.
நடனமென எழுகின்ற புகையின் ஆத்மத்தால்
தீர்க்கவியலாத துயரங்கள்,
தீண்டவியலா தூரங்களில்
அந்த பாசியடர்ந்த கண்கள் கிடக்கின்றன.
கைவிடப்பட்ட கழிமுகத்தில்
கவிழ்த்தி வைக்கப்பட்ட பழைய படகுகளென
காற்று கடந்துவிட்டது.
சிறிய தாவரத்தின் இலையிலிருந்த நீர்மணிகள்
இப்போது பூவில் இறங்குகின்றன.
சிலிர்த்து, சிலிர்த்து மெல்ல தன்னிலைக்கு திரும்பிக்
கொண்டிருக்கும் தாவரத்திடம் சொல்கிறேன்.
பாதிப்புணர்ச்சியில் விரைந்து எழுவதைப் போல,
எனது விடை பெறுதல்களில் ஏன் இவ்வளவு சிதிலங்கள்?
●

மிக எளிய மலர்கிரீடம்.
வேலைநாளின் நடுவே அதனைப்
பார்க்கக்கூட நேரமில்லாத
அலைச்சலின் தேவதை
தன் அழுக்குஹேண்ட் பேக்கிலிருந்து இந்த நள்ளிரவின்
காலிப்பேருந்தில் அதனை எடுத்துப் பார்க்கிறாள்.
தாமதமாகி விட்டவைகளை பார்க்கின்றபோது
ஒரு கேலியில் துவங்கி புன்னகையாய் விரிந்து
துளிக்கண்ணீருடன் உறைகின்ற
சிரிப்புக்கு என்ன பெயர்?
●

மேஜை மேலிருந்து குட்டி புத்தர் சிலையின் குழிந்த உள்ளங்கையில்
வசீகர நிறம் கொண்ட சாக்லேட்களை குறியீட்டைப் போல
வைத்திருந்தாள்.
கைகள் என்னைக் கேட்காமலேயே ஒன்றை எடுத்தன.
எழுதிக்கொண்டிருந்தவள் இறங்கிய மூக்குகண்ணாடியின்
விளிம்பில் கண்களை மேலேற்றி முறைத்தாள்.
‘போதி மரத்தை ஃபோர் வே டிராக்குக்காக வெட்டிட்டாங்க..’
என்றேன்.
புத்தர் அவளைப் பார்த்து,
அவனைத் திங்க விடு... எனக்கும் கைவலிக்குது’ எனக் கிசுகிசுத்தார்.

●

அடர்ந்தொழுகும் உன் ஞாபகங்களின் நடுவே
ஒரு சிதிலமுற்ற வீட்டைப் போல்
தனித்திருக்கிறேன்.
ஞாபகங்கள் பிரளயம் கொள்ளும்
இக்கணத்தில்
ஒரு சிறுதாவரத்தைப் போல
உன் குரல் மட்டும் வருகையில்
தலை தூக்கிப் பார்க்கும்
இந்த விலங்குமுகம்
உன்னால் ஈடு செய்யவியலாதது.
சிறு சுனை போன்ற
உன் ஞாபகங்களில்
நீ அறியா தூரத்தில்
ஒரு கடல் தளும்பியபடியிருக்க,
இப்போது நீ என்பது ஒரு சிறுபுள்ளி மட்டுமே.

●

மண்பரிசோதனை நிலையம்

பழைய கட்டிடத்தில் அவள் தனியாக அமர்ந்திருக்கிறாள். பின்னணி முழுக்க பழுப்பேறிய தாஸ்தாவேஜுகளில் துருத்திய காகிதங்கள் நாக்கைப் போல காற்றில் அலைகின்றன. அரசாங்க அலுவலகங்களில் பணிநேரம் முடிவதற்கு முன்பே பணிநேரம் முடிந்துவிட்ட வெறுமையில் சின்னஞ்சிறிய செடிக்கூட்டங்கள் சோம்பியிருக்க, நன்கு தேய்க்கப்பட்ட சில்வர் டம்ளர்களில் மாலை வழிகிறது.

சுவாரஸ்யமற்ற வேளைகளில் அவள் சிறிய குற்றங்களை விரும்பிச்செய்வாள்.
பிறகு அந்த பதட்டத்தின் பல்லிவாலை வேண்டிய அளவில் நறுக்கிக் கொள்வதற்கும் அவளுக்குத் தெரிந்திருக்கிறது.
இப்போது அவளிடம் ஒரு சிறியகத்தி,
ஒரு தொலைபேசி எண், ஒரு இனிய வதந்தி என எல்லாமும் இருக்கிறது.

ஆனால், தனிமையடைந்துவிட்ட அந்த கட்டிடத்திலிருந்து நான் இப்போது வெகுதூரம் வந்துவிட்டேன்.

●

இனிப்பை அதன் தித்திப்பிற்கு எப்படி நகர்த்துவது தெரியுமா...
எங்கள் பதிலை அவர் எதிர்பார்க்காமலே கூறினார்.
உள்ளங்கையிலிருந்து அதிரசவட்டங்கள் வாணலியில் இறங்கிக் கொண்டிருந்தன.
துளி உப்பை அதிலிடணும்... ஏன்னா உப்புதான் போய் ஞாபகப்படுத்தும்,
அட தத்தி தேன்குழலே.. நீ வெறுமனே ஜீராக்கரைசல் கிடையாது...
சுவையோட ராணி நீயென்று.

●

பேருந்துநிலையத்தின் ஒதுங்கியபகுதி,
சிகரட் கொளுத்துவதற்கான உள்ளங்கைத் தீச்சுடரில் ஒரு கணம்
தோன்றிவிலகிய திருநங்கையிடம் பெண்மையின் முழுவசீகரம்.

தன்பாலை திருத்தி எழுதுகையில் கடவுள் தொடாத
இடங்களையெல்லாம்

தான் தொட்டு எழுதிவிட முயலுகின்ற ஆவேசத்தில் ஒப்பனைகள்
அதன் துல்லியத்தை அடைந்திருந்தன.
ஆடைகளின் நிறங்கள் அணிகின்ற உடலின்மேல் சித்திரமாய்
படிந்திருக்க,
தாமதமாய் பயிலத்துவங்கும் உடல் நளினங்களை அவர்கள்
புதிய தேவாலயத்தின் முதல் வழிபாட்டைப் போல
கணந்தோறும் நிகழ்த்துகிறார்கள்.

பார்த்துக் கொண்டிருக்கும்போதே பார்வையிலிருந்து
மறைந்துவிட்ட அத்திருநங்கையின் அச்சு மை கூடிவிட்ட
ஓவியகித்தானைப் போன்ற பார்வைகாட்சிக்குப் பிறகு,
நாம் பார்க்கின்ற முதல் பெண்ணின்மீது லேசான சோர்வை
உணரச்செய்கையில் அந்த மல்லிகைச்சரங்கள் அர்த்தபூர்த்தியை
அடைகின்றன.

●

ஊடலின் நாட்களில்
நனைந்தபடி செல்கின்ற
சிறிய ஜீவனொன்று
உன் அன்பை பிரதி செய்கிறது....
அதன் சிறிய பாதங்களில்
உடைந்து கலங்குகிறது
நட்சத்திரங்கள் மினுங்கும் வான்.
●

இப்போது மறக்கப்பட்டிருக்கலாம்.
மழையால் விடிந்து கொண்டிருந்த ஒரு காலை நேரத்தில்
போர்வைக்குள் சுருண்டிருந்தவளிடம் உனக்கு ரூபி எனப்
பெயரிட்டிருக்கிறேன் என்றான்.
ஒருநாள் மட்டுமே அழைத்து அழைத்து மகிழ்ந்த பெயர்.
பிறகு மறந்தே போனது.
ரூபி.. ஒரு மழைநாளின் பெயர்.
●

நீ நீங்கிச் செல்லும்
இக்கணத்தில்
நின் நிலத்தில்
மழை வேறு பெய்து கொண்டிருப்பது
உன்னை மேலும்
சிறுமியாய் என்னுள்
வரைந்து கொண்டிருக்கிறது.
●

இறந்தகால மௌனமொன்றிற்கான
பிராயச்சித்தம் வேண்டி
மிகச்சிறிய இப்பிரியங்களை
பலியிடத் துவங்குகிறேன்.
பசி தீர்ந்த பூனையின் காதலைப் போல
பெருகத் துவங்குகிறது உன் அன்பு
காணச் சகியாததாயிருக்கிறது அது
இந்த மழைக்கால அந்தியில் ஊடல் செய்திருக்கக்கூடாது.
மழை பெய்து கொண்டிருக்கும் இரவில்
முரடன்... முரடன்... என்றவாறே என்றையும்விடத் தீவிரமான
கூடல் நிகழ்ந்து கொண்டிருக்கிறது.
●

'ஏன்.. என்னைப்பாத்தா வயசானவ மாதிரித் தெரியுதா...'
நின்றபடி ஒரு காலை மட்டும் நாம் உட்கார்ந்திருக்கும் சேர் கைப்பிடி மீது தூக்கி வைத்து, நம் முகத்தையே உற்றுப்பார்த்துக் கேட்கும் முதிர்காதலியிடம், சிரித்தபடி ஏதேனும் சொல்லி சமாளிக்கவேண்டும். இல்லையெனில் அன்றிரவு படுக்கையில் அவளை எதிர்கொள்ளக்கூடாது.

●

இரு, போகாதே... என இறைஞ்சுகிறாய்.
சமாளித்து சிரித்தபடி, இந்த மழைக்கால சாலையில் விலகி,
விரைகிறேன்.
மனம் கலங்கி நீ உறைந்து நிற்கும்
என் முதுகுப்புற உன் சித்திரத்தில்,
நீ கூறிய, இரு.. போகாதே.. எனும் சொல்லில்,
இந்த தனியனின் பிரபஞ்சம்
அவ்வளவு ததும்புகிறது
தன்னுள் கசியும்
இரக்கமின்மையின் கடலில்.

●

இன்று பார்த்த டீச்சரின் மணிக்கட்டு நரம்பில்
ஒரு வெட்டுக்காயத் தழும்பிருந்தது ஒரு புழுவைப் போல.
அவர் என் மகனின் ஃபீஸ் விவரங்களை கூறிக் கொண்டிருந்தார்.
நான் மானசீகமாக அவ்வெட்டுத்தளும்பைத் சுற்றி
ஒரு வண்ணத்துப்பூச்சியின் சிறகுகளை வரைந்து கொண்டிருந்தேன்.
ஒரு காதல் தோல்வியின் நினைவில் அது சிறகினை அசைத்தது.

●

உன்னைக் காண விரைந்த இந்த பயணத்தில்
மழைக்காடுகளின் நடுவே
நான் வழி தவறியிருந்தேன்.
வெளிர்பச்சை ஒளி இறங்கும் மரங்களின் ஈரவேர்களோ
நினைவிலெழுப்புகின்றன
உன் விரல்களை..
பெயர்தெரியா சிறுபறவைகள் காற்றில் வர்ணமிழுக்கின்றன,
அருவிகளின் நீர்த்தாரைகளில் என் சொற்கள் கிழிபடுகின்றன.
அலைந்து தீர்ந்து விட்டவன்
உன் நினைவுகளின் வெதுவெதுப்பை ஒரு பாசி படிந்த பாறையிடம்
நான் கண்டேன்.
அழுகையினூடாக எப்போது உறங்கிப்போனேன் எனத்
தெரியவில்லை.
இரண்டாவது விடிவெள்ளி ஒளிரும்
முன் அதிகாலையில்
மூங்கில்கள் தளிர்ந்த பாதையின் வழியே
உன்னை நோக்கி விரைகின்றவனை
வனம் தன் பனிப்புகையால்
ஒருமுறைத் தழுவிக் கலைகிறது.
பேரிளமே,
மலைமுகட்டில் காத்திருந்து
கனவுறக்கம் கொண்டிருக்கும்
உனது பனியில் நனைந்த
மஞ்சள் கன்னத்தில்,
உள்ளங்கையில் அள்ளி வந்த
மூங்கில்மரத்தின்
இளம்பச்சை நிறத்தைப் பூசி முத்தமிடுகையில்
புலரியின் முதல் பறவைக்குரல்
மூங்கில் காட்டிலிருந்து வழிகிறது.

●

சிட்டுக்குருவி வைக்கோல் பிரியொன்றை ஏந்திச் செல்வது போல
இந்த நகரின் இரைச்சலிலிருந்து,
ரயில்கள் துடித்து விரையும் நிலையத்திலிருந்து,
ஒன்றிரண்டு ஜன்னல்கள் திறந்தபடி
தாவரங்கள் உறங்கும் வீடுகளிருக்கும்
தனித்த செம்மண் சாலை வரை
உன்னை சுமந்து வந்த
இந்த மாலைச் சொற்களில் ஒன்று,
சிறிய மின்மினியாகி
நீ கடந்து செல்லும்
தெருவிளக்கில் சுடராய்
துடிக்கத் துவங்குகிறது.

●

உன் பொருட்டு
தனக்குள்ளாகவே ஆழமாய்
அவன் குழிந்து கொண்டிருக்கும் இத்தருணம்
உன் கரையோர பிம்பம்
எவ்வளவு சிறியதாகிறது!
எதனாலும் நிரப்பவியலா
இந்த பள்ளத்தினுள்
ஒரே ஒரு கணம்
நீயும் கூட
துணுக்காகி மிதக்கும் போது
கட்டுப்பாடிழந்த நாக அலைகள்
ஆவேசமாய் கரை உடைக்கின்றன.

●

இருவருமே ஒருமுறை ஆட்டத்திற்கு வெளியே ரகசியமாய்
ஆசுவாசமடைந்திருந்தனர்.
இது திட்டமிட்ட தற்செயல்களின் இரண்டாவது பருவம்.
பரஸ்பரம் மன்னித்துக்கொண்டது போல முத்தமிடத்
துவங்குகையில் ஆழ்மனதின் எச்சரிக்கை மொழியில் துடிக்கின்றது,
மேஜை மீதான அலைபேசியின் சின்னஞ்சிறிய சிவப்புக் கண்கள்.
●

சைக்கிள் பின்சீட்டில்
ஸ்வெட்டர் போட்ட கைக்குழந்தையுடன்
மூச்சிரைக்கும் கணவனின்
முதுகிடம் பேசிச் செல்கிறாள்.
சிறிய குடும்பம் வீடு திரும்பிக் கொண்டிருக்கிறது.
இந்த பனிக்காலத்தின்
முதல் வாழ்த்துஅட்டை இது.
●

தீப்பிடிக்கும் முத்தங்களைத் தந்து கொண்டிருக்கும் நேரத்தில்
அவளது கைகள் இயல்பாய் மேஜையின் மீதிருந்த கணவர் மற்றும்
குழந்தைகளுடனான புகைப்படத்தை
சுவற்றை நோக்கித் திருப்பி வைக்கின்றன.
பெரு வேட்டைக்கு கிளம்பும் மிருகம்,
சிறு பிராணியை 'விலகிக்கொள்' என்பது போல
வேட்கை, உறவுகளை கண்களை மூடிக் கொள்ளச் சொன்ன
கவித்தருணம்.
●

காயங்களைக் கழுவுபவர்கள்

மூங்கில்கள் காய்ந்து கிடக்கின்ற கோடைப்பருவம். மிகமெல்லிய வெள்ளிச்சங்கிலி போன்ற ஓடை நீரில் அவள் தனது காயங்களை கழுவிக் கொண்டிருக்கிறாள். அவற்றில் சில கற்களில் இடிபட்டு நேர்ந்தவை. மேலும் சில கனவுகள் பொய்த்ததால் வந்தவை. அவளுள்ளிருந்து இறங்கிய குருதித்துளிகள் நீரில் விரிந்து சென்று மறைகின்றன. கழுவப்பட்ட காயங்களிலிருந்து இப்போது துளிக் கண்ணீர் திரள்கிறது. மூங்கில்கள் சரிந்து கிடக்கும் நிலத்தின் நடுவே ஒருவன் தனிமையில் குழலிசைத்துக் கொண்டிருக்கிறான். தனது மூச்சொலியில் வர்ணங்கள் தீட்டுவதைப் போல. கடும்கோடை கடந்து கொண்டிருக்கும் மலைப்பகுதியில் ஒரு குழலோசை மருந்திட்டுக் கொண்டிருக்கும் காயங்கள் கொண்ட பெண்ணை நீங்கள் சந்தித்திருக்கிறீர்களா?
●

பண்டிகை சோர்ந்துறங்கும் வீதியெங்கும் உணவுக்கென
அலைகின்றன பொருள்வயிற் பிரிந்த தனியறையில்
வாழ்கின்றவர்களின் கால்கள்.
பூட்டிய உணவுவிடுதிகளின் வாசல்பார்த்து திரும்புகின்றவர்களின்
கண்களில்
ஒருநாள் பசியென்பது பிச்சைக்காரனின் ஒருநாளைக்
கொண்டுவந்திருக்கிறது.
பசித்த வயிறும், மதிப்பிழந்த ரூபாய்த்தாள்களுடன் இலக்கற்று
அலைபவனிடம் வந்தணைகிறது.
வெகுதூரத்தில் ஒலித்தடங்கும் அசுவராஸ்ய பட்டாசின் சத்தம்
கூடவே அவன்மட்டுமே தனித்திருக்கும் தீவொன்றின் நிசப்தம்.
●

முற்றிலும் பலியெடுப்பவனை
நீதிநூல்கள் சபிக்கின்றன.
கருணையின் தெய்வங்கள் அரற்றி உமிழ்கின்றன.
முற்றிலும் பலி தீர்ப்பவனது
கங்குகள் தணிகின்றபோது
புத்தம்புதிய தெய்வமாக
அவன் மீண்டும் பிறக்கின்றான்.
அவனது உதட்டில் பொருந்துகின்ற
முலைக்காம்புகளை சவைத்தபடி
களைப்பும் காயமுமிக்க
தனது முன்வாழ்வைச் சொல்லத்துவங்குகிறான்.
கனிந்து சுரக்கும் அம்முலையில்
தனது தெய்வத்தைத் தொழுதபடி.
●

பெட்ரோல் தீர்ந்துபோனதை அப்பாவிடம் சொல்லாமல் பைக்கை நிறுத்திவிட்டுப் போய்விட்ட பசங்களை பெட்டிக்கடையருகே ஸ்டாண்ட் போட்டு போனில் திட்டுகிறார் மனிதர்.
மகன்கள் கூறுகின்ற சாக்குபோக்கை ஏற்றுக்கொள்ளாமல் உறுமுகிறார்.
எதிர்முனையில் இவர் உறுமலை பொருட்படுத்தாமல் போனை வைத்துவிட்டார்கள்போல.
பிறகு மனைவிக்கு ஒரு போன்.
இந்தமுறை உறுமல் மெல்லிய ஆதங்கமாக ஒலிக்கிறது.
பெட்ரோல்பங்க் இருக்கின்ற தூரத்தைக் கூறும்போது அழுதுவிடும் தொனி.
ஒரு சிகரட்டை பற்றவைத்தபடி,
அந்த குடும்பத்திற்காக தான் படுகின்ற கஷ்டநஷ்டத்தினை புலம்ப ஆரம்பிக்கும் மனிதரை அந்தப்பக்கத்தில் இருந்துவரும் ஒரு அதட்டல் கப்சிப் ஆக வைக்கிறது.
எதுவும்பேசாமல் போனை வைத்துவிட்டு,சக பெட்டிக்கடைவாசிகளை நெஞ்சில் புகை தவழப் பார்க்கிறார்.
பண்டிகைக்கு மறுநாள் பழைய லுங்கியை அணிந்துகொண்டு,அதே பெட்டிக்கடைவாசலுக்கு வந்துவிட்ட பதினாலு சீடர்களும் இயேசுவைத் தேற்றுகின்றனர்.
அவர் சுமக்கவேண்டிய பைக் சிரித்தபடி அவரைப் பார்க்கிறது.
●

நல்ல மதியத்தின் மூர்க்கம் மீது
சிறுமழை ஒன்று நிகழ்த்திச்செல்வது வன்முறை.
உலர்ந்துகொண்டிருக்கும் நிலத்தின்மீது
நனைந்தும் நனையாமலும் நிற்கும்
சிற்றிலை மரத்தின் மௌனத்திற்கு
அப்போது துயரின் முழுமுகம்.
●

முற்றிலும் பலியெடுப்பவனை
நீதிநூல்கள் சபிக்கின்றன.
கருணையின் தெய்வங்கள் அரற்றி உமிழ்கின்றன.
முற்றிலும் பலி தீர்ப்பவனது
கங்குகள் தணிகின்றபோது
புத்தம்புதிய தெய்வமாக
அவன் மீண்டும் பிறக்கின்றான்.
அவனது உதட்டில் பொருந்துகின்ற
முலைக்காம்புகளை சவைத்தபடி
களைப்பும் காயமுமிக்க
தனது முன்வாழ்வைச் சொல்லத்துவங்குகிறான்.
கனிந்து சுரக்கும் அம்முலையில்
தனது தெய்வத்தைத் தொழுதபடி.
●

பிடித்தவைகளோடு இருக்க நேரம் பறித்துக்கொண்டிருக்கிறான்
தனது அவதியின் உலகிலிருந்து.
பிடித்தவைகளும் அதற்கேயுரிய அவதிகளின் உலகிலிருந்து கரம் நீட்டுகின்றன,
வெயில் எரிக்கும் இந்த வீதிகளில்
தெய்வமும் பக்தனும்
பைத்தியம்பிடித்து தேடியலைகின்றன
ஒன்றை மற்றொன்று

●

எடைக்கு அதிகமான ஒரு பழத்தை தராசின் தட்டிலிருந்து எடுத்து
திரும்ப பழக்குவியலுக்குள் போடுகிறார்.
பார்த்துப் பார்த்து தேர்ந்தெடுத்த வளையல்கை
தட்டில் நிறைந்திருக்கும் லட்சணமிக்க
பழங்களோடு அதைச் சேர்க்கப் பரிதவிக்கின்றன.
ஆனால் எடைமுள் நிராகரிக்கிறது.
தவித்த கை பார்க்கப் பார்க்க
அவலட்சண பழங்கள்
அணைத்து மூடுகின்றன.
நிமிட நேரம் நட்சத்திரமாகி
வானிலிருந்து வீழ்ந்த
மிகச்சிறிய பழத்தை.

●

குளிர்பதனப்பெட்டி பழுதுற்று நின்றுவிட்டது.
நான் பார்த்திருக்கிறேன்,
எல்லா மழையிரவிலும் கூட
விறைத்த மீன்களை..
பசிய கீரைகளை..
வெதுவெதுப்பான தங்களை
குளிருக்கு தழைத்துக்கொள்கின்ற முட்டைகளை..
வெண்புகை படிய படிய
ஒரு சிறந்த காதலனைப்போல
அது முத்தமிட்டு பாதுகாத்த நாட்களை;
கோடைகாலத்தில் தன்னுள்ளிருப்பவைகளின் மீதான காதலை
அது பாதுகாக்க இரண்டுமடங்கு ஓட வேண்டியதிருந்தது.
நள்ளிரவில் தாகத்திற்கென எழும் நேரங்களில்
அதன் கைப்பிடி திறக்கும்வரை
ஒரு ஈயின் ரீங்காரத்தோடு
அது தன் காதல்களைப் பாதுகாத்துக்கொண்டிருந்தது.
பழுதுற்ற குளிர்பதனப்பெட்டியிலிருந்து எல்லாமே
இந்த விடுமுறைதினத்தில் இறங்கிவிட்டன.
கூசும் வெளிச்சத்தில் அவை
வெறும் இறைச்சி, காய்கறி, பாலென பாத்திரங்களில்
நலிந்துக்கொண்டிருக்கின்றன
வாசலுக்கருகே நிற்கிறது குளிர்பதனபெட்டி,
அதற்கு வேறு எந்தவேலையும் தெரியாது.
இதுவரை உறைந்து மகிழ்ந்திருந்த
அதன் காதல்கள்
இப்போது துரு கலந்த நீராக
பழைய இசையைப்போல
வழிந்தபடியிருக்கின்றன.

●

நிறைய பரிசுப்பொருட்கள் சேர்ந்துவிட்டன.
யார்யாருடையவை என்கின்ற ஞாபகத்தை இழந்துவிட்டேன்.
அந்த இழுப்பறை முழுக்க வெவ்வேறு காலங்களின்
திரைச்சீலைகள் உலர்ந்து அசைகின்றன.
நான் எப்போதாவது வருகின்ற அறை அது,
தூய அன்பு தருகின்ற குற்றவுணர்வை வாங்கியபடி வெறுந்தரையில்
படுத்திருக்கிறேன்.
விளக்கு போடாத அறைக்குள்
மாலைவரை தூங்கி எழும்போது வருகின்ற
மிருதுவான காலக்குழப்பத்தை உணர்ந்தபடி,
இன்னமும் மூடாத இழுப்பறையை அண்ணாந்து புன்னகைக்கும்
சிறிய பொருட்களைப் பார்த்தவாறு மூடுகிறேன்.
மெல்லிய துயரம் வழியும் மகிழ்ச்சிகளாலானது எனதுடல்
அதிகாலையாக எண்ணியபடி
நட்சத்திரங்களை சூடி நிற்கும் அந்தியின் மேகமென.
●

யாரும் அமரவிரும்பாத மழைக்கால பேருந்தின் ஜன்னலோர
இருக்கையில் சிலையென அமர்ந்திருக்கிறாள்.
பழையபேருந்தின் துருக்களுக்கிடையே கசிந்து சொட்டுகிறது மழை
மகிழ்ச்சியின் கசப்பிலிருந்து..
கனவுகளின் சிதைவிலிருந்து...
புகைப்பிடித்தபடி சாலையோரம் நிற்பவனுக்கு
கொட்டும் மழையை வாங்கியபடி ஜன்னலோரம்
அமர்ந்திருப்பவளைப் பார்த்தவுடன் புரிந்துகொள்ளமுடிகிறது
துருவிலிருந்து வழிகின்ற கண்ணீரை
ஏனெனக் கேட்க வேண்டியதேயில்லை எனவும்.
●

வாசலில் ஒரு வேப்பஞ்செடி உண்டு.
அதன் தலைமீது மின்வயர்கள் செல்கின்றன.
மரத்திற்கும், செடிக்குமான நடு பருவத்தில் சிறுவனைப்போல கை கொண்ட அதன் கிளைகள் மின்வயர்களை உரசுவதால் ஒவ்வொரு பதினாலு வயதிலும் அது இடுப்பு அளவிற்கு மேலாக வெட்டி வீழ்த்தப்படும்.
பெரும்பாலும் வேலைக்குச் சென்று திரும்பும் இரவுகளில் சரியாக பாதியுடல் வெட்டப்பட்டு கைகால்களை பரப்பியபடி அதன் ஒரு பகுதி வீதியில் கிடக்கும்.
அப்போதுதான் அது எவ்வளவு வளர்ந்திருக்கிறது என்பதே திகைப்பாகத் தெரியவரும்.
வீடு முழுக்க வெயில் நுகர்ந்தபடி நுழைகின்ற
மறுநாள் அதன் மூளித்தண்டு தலைமீது அம்மா சாணி திரட்டி வைப்பாள். சில நாட்கள் வாரங்கள் வரை தகப்பன் மரணத்திற்கு மொட்டை போட்ட பையனைப்போலவே இருந்தும் இல்லாத ஒரு தோற்றத்தில் வாசலிலேயே உறைந்திருக்கும்.
பிறகு, கணக்கு வைத்துக்கொள்ளாத மழைநாட்களை நாங்கள் கடந்த ஏதோவொரு தினத்தில் பைக் சீட்டின் மீது பறவையெச்சங்கள் கிடக்கும். ஆட்டுக்குட்டி எக்கு போட்டு எதையோ கவ்வ திணறும்.
பெண்ணொருத்தி வாசலில் நின்று அம்மாவிடம் அம்மை போட்ட பிள்ளைக்கென சில சிறுகிளைகள் கேட்டுக்கொண்டிருப்பாள்.
வாசல்முழுக்க மெல்லிய போர்வையைப் போர்த்தியதுபோல ஒரு நிழல் வளரும்.
மரமாக காலத்தில் தேங்கி ஞாபகமாகாத வரம் அதற்கு.
இன்று அதன் பதினாலாவது பிறந்தநாள். மிகுந்த அலைச்சலில் மாலை தூங்கிவிட்டேன்.
மரச்சிராய்களுக்கிடையே கசிகின்ற பாலும், கிழங்கும் கலந்த வாசனை. விளையாட்டாக மின்கம்பிகளை பற்றி நின்ற ஏதோவொன்றை வலுக்கட்டாயமாக பிடித்து நீக்கும் பதட்டத்தில் சிறிய மின்பந்துகள் வெடிக்கின்ற ஓசை, தூக்கத்திடையே கேட்கிறது.
பிறகு ஒரு சரசரவென சரியும் ஓசை. தூக்கத்தை கிழித்து ஞாபகங்கள் உடலுக்குள் திரும்பிக்கொண்டிருக்கின்றன.
நழுவிச்செல்கின்ற கனவை இறுக இறுக பற்றியபடி தூக்கத்திலாழ முயல்கின்றேன்.
ஓடிக்கொண்டிருக்கும்போதே ஒருகணம் நின்ற மின்விசிறி விலுக்கென காற்றை வெட்டியபடி மீண்டும் அமைதியாக சுழல்கிறது.
●

நல்ல மதியத்தின்மீது, சிறுமழையை வாங்கிக்கொண்ட பூமி
அவ்வளவு வெக்கையில் தன்னை துயரத்திற்கும்,
துயரத்தின் மௌனத்திற்கும் நகர்த்திக்கொள்கிறது.
அக்கணம்
முடிந்த உடலுறவின் மீது..
அசையாமல் நிற்கின்ற மரத்தின்மீது..
யாரும் பார்க்காத கண்ணாடியின்மீது..
வாடத்துவங்கிவிட்ட மலரின்மீது..
அவ்வளவு நேரம் தித்தித்திருந்த உரையாடலின்மீது
திகைத்து நின்றுவிட்ட
அனைத்தின்மீதும் வெறுமை படர்கிறது.
மிக ஆயாசமாக பற்ற வைக்கப்படும் ஒரு சிகரட்டின் நுனியில்
இளகுகின்றன எல்லாமே.
சற்றே முன்னிருந்த பழையமகிழ்வை நோக்கி
ஒரு சிகரட்டின் கங்கு உதிக்கிறது
சின்னஞ்சிறு சூரியனென.

●

இரவின் இருள்மீது, உலகமே ஞாபகங்களை அவிழ்த்து பார்க்கிறது
மின்னுகின்ற நட்சத்திரங்களெல்லாம்
எவரெவரோ கையில் வைத்துப்பார்க்கின்ற கடந்தகாலத்தின்
ஆபரணங்கள்.
நடுநிசியின் வெதுவெதுப்பான கண்ணீர்களுக்குள்
மெல்ல மெல்ல தாழ்ந்திறங்கியபடி வருகிறது
நிலவினொளி.
துயர் என்பது வாழ்வின் அழகு.
வெளிச்சத்தில் தெரியாத
இந்த ஆடைகளை அணிவதெற்கென்றே இரவு வருகிறது.
ஞாபகங்களே இல்லாத பிரபஞ்சத்தில்
இரவாவதே இல்லை.

●

நீண்ட விசில்சப்தம் கேட்க கேட்க, வறட்சியான பூங்காவில்
கடைசி நபராக துக்கித்து அமர்ந்திருக்கும் முதியவன்,
உடன்வந்திருந்தவர்கள்
பாதி மலை இறங்கி நின்று
கூக்குரலிட்டு அழைக்க அழைக்க
உடை படபடக்கும் மலைமுகட்டில் ஓரடி எடுத்துவைக்க
மனமில்லாமல் சிலையான யுவதி,
அடுத்த நிறுத்தம் குறித்த அக்கறையேதுமின்றி
கையிலிருக்கும் கடந்தகால பரிசு ஒன்றை சுரண்டியபடியிருக்கும்
அரைக்கைச்சட்டை மனிதன்,
வழக்கம்போல மேலும் தாமதித்து ஓடிவருகின்ற
கொலுசுக்கால்களை
புறக்கணித்து க்ரீச் சின்
சாயங்காலத்தில் பொம்மைகளை புரட்டிக்கொண்டிருக்கும்
குழந்தை,
நகரமுச்சந்தி கல்தூணின் கடிகாரத்தில் எல்லோருக்கும்
பொதுவென நகர்கின்றன நிமிடமுட்கள்,
ஒவ்வொரு வினாடிக்குமான இடைவெளியில்
இறங்குகின்றன
நூறாயிரம் மனிதர்களின்
நூறாயிரம் சுரங்கபடிக்கட்டுகள்.
முதியவருக்கு இப்போது
தன் பேரக்குழந்தைகளை
துல்லியமாக அடையாளம்காண இயலவில்லை.
பூங்காவின் ராட்டினங்களுக்குள்
‘ஹோ’வென கையுயர்த்தி ஆர்ப்பரிக்கும்
ஒரு சிறுவனின் கைக்குக்கூட
அதே கெக்கலிப்புடன்
பதில் கையசைக்கிறார்.
துயரங்களையும்
மகிழ்வையும் அதே கண்களோடு ஏறிடுகிறார்.
புதிய வீட்டின் புகுமனைவிழாவிலும்,
குடும்பமருத்துவர் இறந்தவீட்டிலும் கோடுபோல புன்னகைத்து
நின்றன உதடுகள்.
தூக்கத்தையும், விழிப்பையும்
தனித்தனியே பாவனைசெய்வதில்லை உடல்,
மரத்தைப்பிடித்து நின்றபடி
சமயங்களில் தூங்கிவிடுகிறார்.

சிறுநீர் கழிக்க எழுந்த நள்ளிரவில்
செய்தித்தாள் எங்கே?வெனக்
குழம்புகிறார்.
வயதாகிவிட்ட அந்த மனிதனின் கையிலிருக்கும் கடிகாரத்தை
ஒருவன் திருடிக்கொண்டு ஓடுகிறான்,
செய்வதறியாது திகைத்து
வெறுமனே சூரியனை அண்ணாந்து பார்க்கின்ற
அந்த முதியவனை
தண்ணீர்க்குவளையோடு நெருங்கியபடி,
ஓடுகின்ற திருடனைப்பார்த்து
இருவரும் புன்னகைத்துக்கொண்டோம்.
●

பூட்டிய பெருங்கதவுக்குள்ளே,
ஒற்றை தீட்சிதர்
பூ தொடுத்தபடி முணுமுணுக்கும் சிறிய மந்திரங்கள்
பேராலய முற்றத்து நிசப்தத்தில் விழுகின்றன.
மூன்றுமுலைக்காரியின் மடியில்
பாலுறிஞ்சிக்கொண்டே
மிழற்றும் குழந்தையின் முணகலைப் போல;
வேண்டுவதற்கு யாருமற்ற பிரகாரங்களில்
வௌவால்கள்
பைத்தியங்களின் பாடலை பாடிக்கொண்டிருக்கின்றன.
மிகுஅமைதியில் மூழ்கியிருக்கும்
புராதனங்களின் அருகே
தனியே நிற்கும்போது
நூற்றாண்டுகள் நொறுங்கிவிழும் ஓசை.
கர்ப்பகிரகத்து இருளில்,
செந்தழல் பூசிய
எண்ணைமினுங்கும் சிற்பத்தின் உதட்டுவிளிம்பில்
ஒருகணம் நெளிந்துமறையும்
புன்னகையின் உயிர்ப்பை
தனியொருவனாக பார்க்கின்ற தீட்சிதன்,
செத்துப்பிழைத்ததன் கோமாளிச் சிரிப்புடன்
யாரையும் ஏறிடாமல்
எங்கே செல்வதென்றேயறியாமல்
எங்கேயோ போய்க்கொண்டிருக்கிறான்
கூனல்முதுகு நடுங்க.

பின்பக்க கதவைத் திறந்துவைத்து
ஒரு ஆம்புலன்ஸை கழுவிவிட்டுக்கொண்டே இருக்கின்ற
சாலைக்காட்சிகள்;
வைராக்கியம்கொண்ட தாதியின் அழுகையடக்கிய முகம்
கொண்ட பிரிட்டிஷ் கல்கட்டிட மருத்துவமனை,
எதிர்படுகின்ற எல்லாவீதிகளிலும்
சோர்வுற்ற பழையமுகங்கள்,
அல்லது
அச்சத்துடன் ஒடுங்கியபடி
காய்கறி அள்ளிச்செல்லும் புதியமுகங்கள்;
கிழமைகளை ஞாபகம் வைக்காத தினங்களிடையே
தவறுகிறது ஒரு செய்தித்தாளின் வருகை,
நிரந்தரமின்மையின் அச்சத்தில் பெருகுகின்றது அன்பின்
கரிசனங்கள்.
அனாதையாக துருப்பிடிக்கத் தொடங்கிவிட்டிருக்கும்
சொகுசு காருக்கும்,
ஆளற்ற வீதியைப் பெருக்குகின்ற
துப்புரவுபணியாளனுக்குமிடையே
பொடிந்து வீழ்ந்துகொண்டிருக்கிறது
நூற்றாண்டுகளின் அசட்டு கனவுகள்
விகாரமாகிவிட்ட மனிதங்களின் கூர் நகங்கள்.
●

தெருவோர செருப்பு தைக்கும் கடையை எடுத்துவைத்தபடி, பழைய கிழவன் "கடவுள் பார்த்துகிடுவான் விடு" என்கிறார். அருகே மஞ்சள்பூ போட்ட சேலையும், அடி வாங்கி வீங்கிய உதடுமாக குந்தியிருப்பவள் மெல்ல தலையசைத்தபடி, நெளிந்த லோட்டாவில் கொதிக்க கொதிக்க புகை பறக்கும் தேநீரை ஆற்றியபடி இருவருக்குமாக பகிர்ந்து வைக்கிறாள்.
பிறகு மௌனமாக, நடந்து செல்லும் கால்களை, விரைந்து சுழலும் சக்கரங்களைப் பார்த்தவாறு உள்ளங்கைக்குள் ஆவி பறக்கும் குவளைகளை ஏந்திக்கொள்கின்றனர்.
நரைத்த சிகை பறக்கும் வயதான துறவியைப் போல குவளையின் தேநீர் அவர்களது ஆன்மாவில் இதமாக வழிந்து இறங்குகிறது. லோட்டாவின் மீதிருக்கும் சிறிய நெளிவு ஒரு புன்னகைக்கும் உதடாகிறது.
●

வேறுவேறு இடங்களில் தோல்வியடைந்த இருவர்
சந்தித்துக்கொள்ளும் மேஜையில்,
தழும்புகளை மறைக்கின்ற பொருட்டு
அதீத புன்னகை தவழ்கிறது.
கசப்புகளை இனிப்பாக்க மேலும் சில குவளைகளில் தேநீரை நிரப்பிக்கொள்கிறார்கள்.
காலுக்கருகே சாய்த்து வைக்கப்பட்ட
வாளின் கைபிடியை நெருடிப்பார்த்து உறுதிசெய்கிறது,
பூனையின் நாடகீயத்தோடு
தாழ்கின்ற கரம்.
●

முந்தியின் ஈரம்
மதுக்குவளையின் பனித்துண்டு
கனன்று ஏங்கும் சிகரட்டின் நுனி
தேவைக்கதிகமாக கொதிக்கின்ற சோற்றுப்பானை
துளி குருதியோடு கிழிந்து விழுகின்ற நகம்
நொறுக்கப்படுகின்ற
புறக்கணிக்கப்படுகின்ற
ஆறிப்போகின்ற
காலதாமதிக்கின்ற
இன்னுமின்னுமென
துயரே, உனக்குத்தான் எத்தனை ஆடைகள்.
நைந்த, பழைய உடை கொண்ட மகிழ்ச்சிதான்
எவ்வளவு பாவம்!
●

இரண்டாவது சிகரட்டைக் கேட்கும்போதெல்லாம்,
தன்னுடைய பழுத்துவிட்ட புஜங்களை இறக்கி,
படித்துக்கொண்டிருக்கும் பைபிளை பழங்களின்மீது
கவிழ்த்துவிட்டு
ஈனஸ்வரமாக, ஏன் என்றபடி எடுக்கின்ற
பழக்கடை முதியவளிடம்
எப்போதும் பதில் கூறுவதில்லை.
சில நேரங்களில் சிரிப்பு
பல நேரங்களில் மௌனம்
இன்னும் சில நேரங்களில் ஏதேனும் பொய்
ஆனால் சாம்பலாகிக்கொண்டிருக்கும் மனதோடு, கவிழ்த்து
வைக்கப்பட்ட பைபிளை பார்த்தபடி இரண்டாவதுமுறை கை
நீட்டும்
குறிப்பான நாட்களில்
அவள் எதுவும் கேட்பதில்லை.
பதிலுக்கு நான் 'ஏசப்பா' என கலங்கலான கண்களோடு
கேலிசெய்யும்போது
அவள் சிரிப்பதுமில்லை.
●

ஒருவழிச்சாலையில் தவறுதலாக
வாழைத்தார் ஏற்றி நெஞ்செலும்பு நொறுங்க கைவண்டி
இழுத்துவருபவனை, உயரதிகாரி வருகின்ற நேரப்பதட்டத்தில்
கன்னத்தில் அறைந்து திரும்ப அனுப்புகிறார்
போக்குவரத்து காவலர்.
கைவண்டி இழுப்பவனுக்கு நீதி தெரியாது.அறமும் பரிச்சயமில்லை.
வழமைபோல கசந்து சிரித்தபடி வந்தவழியே அரும்பாடாக
திரும்பவும் இழுத்துச்செல்கிறான்.
அப்பாவோடு பழம் வாங்க வந்திருக்கும் சீட்டிப்பாவாடை
அணிந்த சிறுமி, ஸ்டாண்ட் போட்ட பைக்கின் டேங்க்மீது
அமர்ந்தவாறே,
கசகசப்பான வியர்வையைத் துடைத்தபடி முணுமுணுத்துத்
திரும்புகிற காவலனை திகைப்பாக பார்க்கிறாள்.
அவள் வெறுமனே பார்க்கமட்டுமே செய்கிறாள்.
அவளின் அந்த பார்வையைப் பார்த்தபடி,
காவலன் தனது தொப்பியைக் கழற்றி விசிறிக்கொண்டே யாரிடமோ
கூறுவதுபோல பிராது சொல்கிறான்.அவள் பார்க்கிறாள்.
காவலன் இப்போது அசட்டுத்தனமாக சிரிக்கிறான்.அவள்
பார்க்கிறாள்.
கைவண்டியின் முதுகுப்பகுதியின் உயிர் நோக இழுத்துச்செல்கின்ற
வலியைப் பார்த்துவிட்டு, திரும்பவும் அவளைப் பார்க்கிறான்.
அவள் சுடர் கடக்கும் கண்களால் அவனைப் பார்க்கிறாள்.
உள்ளூரத் தளர்ந்தபடி, தனது வாக்கிடாக்கியை நோண்டுபவனாக
குனிந்துகொள்கிறான்.
குனிந்திருக்கும் அவனது தலையின் மீது உக்கிரமாக மோதும்
ஏதொவொன்றை என்னவென நிமிர்ந்து பார்க்கவே அஞ்சியபடி
குனிந்தே இருக்கிறான்.

பிடிபட்டுவிட்ட மனிதன் எண்ணற்ற கால்களுக்குக்கீழே குந்தி
அமர்ந்திருக்கிறான்.
குருதிவழியும் அவனது காயங்களை
நீதியின் பரிசாக முணுமுணுக்கிறார்கள் வயதானவர்கள்.
வானத்திற்கு கீழே ஒருவனுக்கு எல்லாமுமே தேவையாயிருக்கிறது.
அவரவர் ருசிகளில் உப்பிடுவதை நீதி ஏன் செய்கிறதென்பது வேறு
கேள்வி.
கூட்டமாகும்போது மனிதர்கள் எப்படி
மோசமானவர்களாகிறார்கள்!
ரிக்ஷாவில் சென்றவாறே,
எண்ணற்ற கால்களுக்கிடையே, கசந்து சிரிக்கும் அந்த
பிடிபட்டவனை,
அவனது காயங்களை
முழு அச்சத்துடன், சற்றே கண்ணீருடன்
பார்த்துசெல்கிறான் குண்டுசிறுவன்.
நீதிக்கும், காயத்திற்குமிடையே மடித்துகட்டிய வேட்டியுடன்
எண்ணிலா கால்கள்.

●

விரும்புவதை கண்டடைவது நம்மை நாமே கண்டுகொள்ளும் ஒரு
தற்கணம்.
இச்சை என்பது எவ்வளவு அற்புத எரிபொருள் என்பதை காதலில்
பறக்கின்ற உயரங்களில் உணரலாம்.
உண்மையில் அங்கே, நம்மைத் தவிர யாருமேயில்லை.

●

போதும், என்னால் தாளவியலவில்லையென
மண்டியிட்டிருக்கிறேன் பல நொடிகளின் முன்பு..
சிறிதளவே அவிழ்த்துப் பார்த்த
மலரின் கடும் சுகந்தத்தை
எப்படி நீக்குவதெனத் தெரியாமல் திகைத்திருக்கிறேன்,
தெரியாமல் நுழைந்துவிட்ட புதிர்போல.
முதன்முறையாக
நீர் நிறைந்த குடத்தை தூக்கிவருகிறேனென
பிடிவாதங்கொண்டு
ஆற்றிலிருந்து வீடுவரை நடுங்கிய கால்களுடன்,
லேசாக கண்ணீர்மல்கிய கண்களுடன் வருகின்ற சிறுவனின்
அருகே,
பனிப்புகையில் கரையும் ஓவியமென,
செய்யாதே.. செய்யாதே
என சற்றைக்கு முன்னிருந்த
மாசற்ற பால்யம் கெஞ்சுவதைப் போல.
●

இப்பதா தூங்குறான்..
என்றபடி புழக்கடை இருளுக்குள் முகம் கழுவச் சொல்கிறாள்.
தகப்பன் தீண்டுகிற, வைக்கின்ற பொருட்களுக்குள்ளிருந்தெல்லாம்
கண்ணுக்குத் தெரியாத பறவைகள் கீச்சடிக்கின்றன..
உறங்குகிற குழந்தைக்காக
ஒவ்வொன்றின் நாவையும்
மெல்லத் தடவி ஊமையாக்கியபடி,
தொட்டில் குழந்தைக்கும்,
தனக்குமிடையிலான நிசப்தக்கடலின்நடுவே
அவன் ஓசைகள் அழித்து
ஒரு கணம் நிற்கின்றான்.
உறங்கு... உறங்கு
எனும் ஒருசொல்
அவனது தொப்புள்கொடியிலிருந்து
சிசு நோக்கிச்செல்கிறது.
●

பேருந்து கடந்துகொண்டிருக்கிறது.
நீள்சாலை கருவேலமரத்தடியின் ஏதோவொரு தெய்வத்திற்கு,
மதியவெயிலில் கெட்டிக்கற்பூரம்
பற்றியெரிய தன்னந்தனியாய் நின்று ஒருத்தி நீதி
கேட்டுக்கொண்டிருக்கிறாள்.
காலுக்கு ஏறிய சேலையும்,
எண்ணெய் வழியும் தலையுமாக முகம்திருப்பி நின்றவளின் உருத்
தெரியவில்லை.
வெட்ட வெட்ட துடிக்கும் கற்பூர நாவின் மீது
உறைந்திருந்த கற்சிலையின் முகத்தில்
தவறினால் கொன்றேவிடுவாள் எனும் அச்சம்மட்டும்
மதியவெயிலில் பளீரிடுகிறது.

●

இரண்டாவதுமுறையாக இந்தத் திருவிழா அங்கியை
அணிந்துகொண்டிருக்கிறாய்
கவனமாக கத்தரிக்கப்பட்டு கால் தடுக்காத அதன்
விளிம்புகளுக்குள்ளிருந்து உன் பாதங்கள் விளையாட்டின்
எல்லைகளுக்குள்
ஞாபக அச்சத்தை நினைவில்கொண்டு உலாவுகின்றன.
ஆனால் அவற்றின் ஆறாவதுவிரலில்
ஒரு சிங்கத்தின் நகம் மறைந்தபடி வளர்ந்திருக்கிறது.

●

கொல்லம் எக்ஸ்பிரஸ் நெய்யாற்றின்கரையைக் கடக்கின்ற அதிகாலைவேளையில், எப்போதும் ஈரப்புகை எழுகின்ற தென்னந்தோப்புகளும்,நடுவில் சிறிய அகல் எரிகின்ற சின்னதொரு கோவிலும் அழகான காட்சியனுபவங்கள்.
காலை திருப்பலிக்கென சரிவில் இறங்கி வருகின்ற ஒன்றிரண்டு கன்னியாஸ்திரிகள் எப்போதும் அந்த ஓவியத்தை நிறைவுசெய்பவர்கள்.
தூக்கமில்லாத சிவப்பேறிய விழிகளுடன் ரயில்பெட்டி கதவருவே நின்றபடி,ஊதுகின்ற சிகரட் புகை நெஞ்சில் படர்ந்து மறைய இதையெல்லாம் பார்த்தபடி நிற்பவனிடம், முதலில் விழித்துக்கொண்ட ஆட்டிஸ குழந்தையொன்று, அங்கே என்ன அங்கே என்ன என பார்வையால் கேட்கிறது.
சிகரட்டைத் தாழ்த்தியபடி
'அழகா இருக்குல்ல 'என்பதை எவ்வளவோ சங்கேதங்களில் விளக்கமுயல்கிறான்.
குளிர்காற்றுக்கு அஞ்சி, இறுகமூடிய ஜன்னலுக்கு அருகே எதுவும் புரியாத அந்த எச்சில் வழிந்தபடி குழம்புகின்ற குழந்தையிடம், சிறிய தயக்கத்துடன் உதட்டைக்குவித்து முத்தமிடுவதாக பாவனை செய்கிறான்.
அழகை விளக்க கடைசி வழி அது.
குழந்தை சிரித்துக்கொள்கிறது.
இவ்வளவு சிறிய மொழிகொண்ட புத்தகத்தை யாரேனும் எழுதியிருக்கிறார்களா?
●

பியானோவை வாசிப்பதற்குமுன் மனம்போன போக்கில்
ரஹ்மானின் விரல்கள் அதன்மேல் ஊர்கின்றன,
பார்வையிழந்தவனின் விரல்கள் நாணயத்தை எண்ணுவதுபோல.
நெடும் உயர புல்வெளிகளில் ஆங்காங்கே மேய்கின்ற
வரிக்குதிரைகள் அனைத்தும் வரிசைவரிசையாய்
ஒன்றுசேர்ந்தபிறகு அவை ப்யானோவின் பட்டன்களாய் மாறி
அந்தியை நோக்கி ஒயிலாய் செல்லத்துவங்குகின்றன.
●

யானையின் கண்கள்
ஒரோர் பக்கமும் வெவ்வேறாக அர்த்தமுறுவதைப் போல;
இரண்டு கண்களும் இருவேறு உலகில் மிதக்கின்ற சிறுமியிடம்
பேசிக்கொண்டிருந்தேன்.
முகத்தின் மீது ஒரே அர்த்தமாக
மாறாத கண்களை எளிதில் பின் தொடரவியலவில்லை.
என்னிடம் பேசிக்கொண்டே தனது சிறிய தொட்டித்தாவரங்கள்
பக்கம் திரும்பி நிற்கிறாள்.
இறந்தகாலத்திற்கும்
எதிர்காலத்திற்குமிடையே
கழுதையாய் உழன்று திரிகின்ற இந்த மனது
முழுக்க நிகழ்காலத்தில்
நிற்கும் சிறுமியிடம்
வெயிலில் ஒரு கழுதையைப் போலவே செய்வதறியாது நிற்கிறது.
●

வியர்வை அப்பிக்கிடக்கும் சட்டையைக்கூட கழட்டாமல்
தகப்பன் உண்டுகொண்டிருக்கிறான்.
மிகப்பிடித்த இறைச்சியின் மீதத்துண்டை கடைசியாக
உண்ணுவதற்கென பார்த்து பார்த்து கவளங்களை
விழுங்கியபடியிருக்கும்போது,
தூக்கம் கலைந்த குழந்தை மிழற்றியபடி அவனருகே வருகிறது.
அதற்கு அப்போது பசியேதும் இல்லை.
நள்ளிரவில் வீடு திரும்பும் தகப்பனிடம்,
அதன் செல்லத்தைக் கைப்பற்ற அது அமிர்தமென மீந்திருக்கும்
இறைச்சியை சும்மாவேணும் கேட்கிறது.
தகப்பனின் தொண்டைக்குழியில் அந்த இறைச்சியை
விழுங்கும்போது கூடவே மகிழ்ந்து இறங்குவதற்கான எச்சில்கூட
ஊறி நிற்கிறது.
தூக்கம் பிரியாத நிர்மலமான குழந்தையின் முன் தாய் திட்ட
திட்ட
அந்த ஒரு துண்டை நகர்த்தி வைக்கிறான்.
அசுவாரஸ்யமாய் அது மென்று விழுங்குகிறது.
தகப்பனின் தொண்டையில் திரண்ட உமிழ்நீர் அப்போது இன்னும்
தித்திப்பாய், அவனது
கண்களில் சிரிப்புடன் திரள்கிறது.
●

மென்மேலும் பெருங்காதல் கொள்பவற்றை,
முலைக்காம்பு மட்டுமே உலகமெனப் பற்றிக்கொள்கிற
கண்தெரியாத குட்டியாக,
அன்பின் கருவில் மேலேற்றி
மீண்டும் மீண்டும்
பிரசவித்துக் கொள்கிறோம்.
தீவிரங்களின் உச்சத்தில்,
கருணைக்கும், குரூரத்துக்கும்
ஒரே முகம்தான்.
●

ஒரு சேரில் அமர்ந்தபடி, மின்தூக்கியை இயக்கும் மனிதனைப்
பார்த்தேன்.
உலகின் அசுவாரஸ்யமான மனிதனாக தன்னை உணர்ந்தபடி,யார்
முகத்தையும் ஏறிடாமல் எந்த தளம் என தனது பாதங்களைப்
பார்த்து கேட்டவாறு மேலும் கீழும் போய்வந்துகொண்டிருந்தார்.
இரண்டாம் தளத்திற்காக ஏறியவர் கடுமையான சிக்கலில்
இருந்தார்.
நான்காவது தளத்து பெண்ணிற்கோ
இது சரியா என படு குழப்பமும்,
ரகசிய சந்தோஷமுமிக்க மனநிலை.
ஏதோ எண்ணைக் கூறிய வாலிபனை நான் கவனிக்கவில்லை.
அவன் தனது மொபைலில்
பயணத்தில் இருக்கிறேன் என செய்தி அனுப்பினான்.
இன்னும் சில குழந்தைகள் வந்தன.
மேலேறும் ஒவ்வொருமுறையும் அடிவயிற்றில் சுழல்கின்ற
பகீரிடலை சிரிப்பாய் அனுபவித்தன.
ஒவ்வொரு தளத்திலும் ஒரு சிறுகதை வெளியேறியது.
பாதி வரிகளுடன் ஒரு சிறுகதை இணைந்துகொண்டது.
மின்தூக்கி ஊழியனுக்கு எல்லாமே அலுத்துவிட்டன.
எல்லோரும் இறங்கிவிட்ட மின்தூக்கியின் வாயை பற்றியபடி
அவன் அமர்ந்திருக்கிறான்.
நூலகம் முழுவதும் படித்தவிட்டவனின்
அலுப்பு படர அமர்ந்திருக்கும் அவனுக்காக,
புதிய குற்றங்களை, புதிய கருணைகளை
எங்கோ அமர்ந்தபடி, உயிர்போக கடவுள் எழுதிக்
கொண்டிருந்தார்.
சாயங்கால வெளிச்சம் இழையும் ஜன்னல்கம்பியில்
முகம்பதித்தபடி,
எங்கோ நினைவிருக்க, கண்கள் மட்டும்
புற உலகை மெல்லிய துக்கத்துடன்
பார்த்துச் செல்கின்ற முகங்களைப்
பார்க்கும்போதெல்லாம் ஒரு உடனடிகாதல்
வந்துவிடுகிறது.

●

பையன் அழுகிறான்,
அடித்துக்கொண்டிருந்த அம்மாவின் கை அவனது அழுகை
ஆழத்திற்குள் அமிழ்வது கண்டு போதுமென அந்தரத்திலேயே
நிற்கிறது.
அவள் விரும்பாமல் விரும்புவது அதைத்தான்.
எதையும் தொலைத்துவிட்டு வருகின்றான்,
பென்சிலில் துவங்கி பால்வாங்கக் கொடுத்த நாணயங்கள் வரை
அவனுக்குத் தெரியாது.
அவை எப்போது தன்னிடமிருந்து நீங்குகின்றன என
அம்மா அந்த கவனத்தின்
முதல் இலை துளிர்வதற்கே அடிக்கிறாள் என்பதுவும்
அவன் திரும்பத் திரும்ப நினைவுகொண்டாலும் தொலைந்தவை
அனைத்தும் மகிழ்ச்சியாக
அவனது உள்ளங்கைக்குள் இருந்த கடைசிகாட்சி தவிர
வேறெதுவும் நினைவிலில்லை.
தொலைந்துவிட்டவைகள் மகிழ்ச்சியான காட்சியாகவே எஞ்சிய
நினைவென்பது எவ்வளவு வரம் என்பதுவும்
உள்ளங்கைக்குள் அள்ளிய மணலை அது மின்னமின்ன
போதுமெனத் திரும்ப அழைத்துச்செல்லுகின்ற அலையைப்போல
அழுகும்முன் அவனிடமிருந்து அவைகளை அழைத்துச்செல்வது
யாரென அவனுக்குத் தெரியவில்லை.
தொலைந்துவிடுபவைகளை கட்டிவைப்பது எப்படி என
அறிவதற்கு இன்னும் பருவங்களிருக்கின்றன.
அவன் அழுதுகொண்டிருக்கிறான்,
பத்திரப்படுத்துவற்கான வழிமுறைகளின்படி
ஞாபகத்தின் முதல் கயிறு
அவனுக்கு பாதி தெரிகிறது
பாதி தெரியவில்லை
இனி ஒவ்வொன்றாக கட்டி அவன் இழுத்துச்செல்வான்.
கழுவக் கழுவ நீங்காத மணற்துகள்களின் எடையோடு
பொருட்கள், முகங்கள்
அழுகின்ற சிறுவனது முதுகில் பற்றியேறிக் கொண்டிருக்கின்றன.
●

மலின ஊதியத்திற்கு தாய் வேலைபார்க்கும் நிறுவனத்தின்
வாசலில், அவளைப் பார்க்க வந்து நிற்கும் அழுக்கு குழந்தைகள்
அங்கே இங்கே என கத்தி விளையாடுகிறார்கள்.
நிறுவனத்தின் ஒழுக்கவிதிகள் அறிந்த அன்னையோ அவைகளை
சமாளித்து அடக்கமுயல்கிறாள்.
எளிய ஒப்பனைகள் வியர்வையில் கலைய,
நிதர்சனத்தில் அவள் வாழ்கின்ற வாழ்வை,
நிர்வாணமாக எல்லோரும் கண்டுகொண்டுவிட்ட திகைப்பில்
கைகள் பதற, கண்கள் கெஞ்ச அவள் அதட்டிக்கொண்டு
பாடுபடுகின்றவேளையில்,
மெல்லிய வரிகளில் கூறப்படுகின்ற அன்பின், காதலின் எல்லாவித
வாக்கியங்களையும் நொறுக்கி எறிந்தபடி,
பிள்ளைகளை நோக்கி யட்சியின் சாயலுடன் ஓடுகிறாள்.
●

தெரிந்தே செய்கின்ற தவறுகளின்போதெல்லாம்,
அமானுஷ்யமாக
என்தோளிலேயே கைபோட்டு,
என் அமைதியின்மீது
பேசியபடியே வருகிறான் நான்.
●

ஆடைகளை அள்ளிக்கொண்டு,
நிகழ்காலத்திற்குள் செல்கிறாய்.
நுரைத்துப் பின் வாங்கும் அலை
நீராய் மாறுவதுபோல.
நெஞ்சுயர்த்தி கிளர்த்தெழுந்து, பார்க்கின்ற கண்ணைப் பறித்தபடி
ஒட்டுமொத்தமாய் தன்னை உடைத்து உருகிய
அந்தவுடல் இதுதானா இதுதானா.
●

ஜ்வலிப்பில் நீ ததும்பிக்கொண்டிருக்கும்
நாளின் நடுவே,
எண்ணற்ற கரங்களுக்கு,
பல்வித குரல்களுக்கு,
முடிவேயில்லாத புன்னகைகளுக்கு மத்தியில்
எதிர்பார்ப்பு ஏதுமின்றி
வந்தது தெரியாமல்
திரும்பிச் செல்கின்ற ஒன்றை,
காலியான பெட்டிகளில்
லேசான வெளிச்சத்துடன்
தனது இருளுக்குள்
திரும்புகின்ற மின்ரயிலின்
முகத்தில் நீ உணர்கிறாயா?
●

மாலையில் பெய்கின்ற மழைக்குப் பிறகு எல்லாமே துக்கமடைந்து விட்டிருப்பதான தோற்றம். அதிலும் இந்த நனைந்து நிற்கும் வீடுகள் நாவல்களைப் போல மாறி விடுகின்றன.யார் இருக்கிறார்களெனத் தெரியாத வீட்டின்வாசலில் புகைக்க ஒதுங்குகிறேன்.
மின்சாரமுமற்ற அவ்வேளையில்
வீட்டினுள் நடந்துசெல்கின்ற கொலுசினொலியும்
இணைந்துகொள்ள,
பார்வையற்றவனின் இசைப்புத்தகமாகிறது அவ்வீடு.
●

இரக்கமின்மை என்கின்ற
அழகிய சிறிய கத்திரி.

செடியின் பிசிறுகளை நீக்குவதுபோல,
அது தேவையற்ற எதிர்பார்ப்புகளிலிருந்து
நம்மை விடுவிக்கிறது.

எல்லா ஜாடிகளையும்
கவிழ்த்தி விளையாட
உங்களுக்கு முற்றதிகாரம் அளிக்கிறது.

காமத்திலிருக்கும்
அன்பின் கசடுகளை நீக்கி
குருதிச்சூட்டுடன்
ஒன்றை தின்பதைச் சொல்லித்தருகிறது.

தானே காய்ந்து கொள்கின்ற
பக்குவத்தை அந்த கண்களுக்கு
கற்பிக்கிறது.

இரக்கமற்றவைகள்
நல்ல வேட்டைப்பிராணிகள்
அவை ஞாபகங்களின் அழுகலை
ஒருபோதும் உண்பதில்லை.

நன்மைக்கும் தீமைக்கும்
நடுவேயிருக்கும்
இரக்கமின்மைக்கு
கடவுளைத் தாண்டிய
ஒரு பெயரிடுவேன்.

●

சிறிய அறைகள் கொண்ட வீடல்லவா?
தாங்கவியலா தனிமையில் தப்பிக்க எண்ணி,
திரும்பிய பக்கமெல்லாம் எதிர்பட்ட
என்மீதே எத்தனைமுறை முட்டிக்கொண்டேன்
நினைவில்லை.

●

நெடுநேரமாக அதன்முன் நிற்கிறேன்.
அது என்பதற்கு எதை வேண்டுமானாலும்
வரைந்து கொள்ளலாம்.
வரையும்போது உங்களில்
ஒரு புன்னகை துவங்கி
கண்ணீரில் முடிவடைய வேண்டும்.

●

நடனம் முடிந்து, சலங்கைகள் சோர்வுறத்
திரும்பிக்கொண்டிருக்கிறாள்.
வெகுதூரம் வந்தபின் வெறுமையான
மைய மண்டபத்தைப் திரும்ப
ஒருமுறை பார்க்கிறாள்.
மிதந்து செல்லும் நீர்க்குமிழுக்குள்
மலர் ஒன்று நித்தியத்தில்
செல்கிறது.

●

கட்டுப்பாடிழந்த ஒரு சிக்னலின் விளக்குகள் பைத்தியம்பிடித்து
ஒளிர்கின்றன.
நில்
போ
இரு
போ
நில்...
....
பழைய ஸ்கூட்டரில் காலூன்றி நின்றபடி
சரியாய் முடிதிருத்திக் கொள்ளாத
ஒரு மாதச்சம்பளக்காரன் கண் சிரிக்க அதனைப் பார்க்கிறான்..
கண் தளும்ப.

●

சிகரட்கள் உதிர்கின்றன..
ஏக்கங்களாக
தனிமையின் துகள்களாக
ஏதொன்றை ஞாபகத்தில் குடைபவனின்
உளிச்சுருள்களாக
ஏதுமில்லாதவனின் வெறுமையின்
மெழுகாக
துடிக்கக்கொல்லும் பணியிடையில்
சிறிய புணர்ச்சியாக
தாங்கவியலாத் துரோகங்களின் பிரதியென
விரலிடை நசுக்கிக் கொல்லும்
சிறிய காம்புகளாக..
சிகரட்கள் உதிர்கின்றன.
●

வியர்வையும், குங்குமமும் கலந்து ஒழுகுகின்ற முகங்கள்,
பேச்சினூடே நீர்த்திவலைகளாக ஆடுகின்ற ஜிமிக்கிகள்;
முரசுகளின், ஊதுகுழல்களின் ஓசைகளோடு தித்திப்பாக
குழந்தைகளின் கூச்சல்கள் அழுகையொலிகள்;
திசை முழுக்க எழுந்துவருகின்ற திருவிழாவின் பளீரிடும்
வர்ணங்கள்.
'லோகத்துல இப்டியொரு குதூகலபாட்டம்
வெயில்காலத்துல வேறெங்கியாச்சும் இருக்கா?'
நெருக்கித்தள்ளுகின்ற முதுகுகளைப் பற்றியபடி வயதான ஓதுவார்
மகிழ்ச்சியாய் அங்கலாய்க்கிறார்.
உண்மைதான்,
வெயிலை அணிகலனாகக் கொண்ட சித்திரையின் மார்பை
இவ்வளவு ஆசையோடு பற்றியபடி பால் குடிப்பது
மாமதுரை மட்டும்தான் போல.
●

கனவில் எதையோ பற்றிக்கொள்ள
கைகளை குவித்துக்கொள்கிறது சிசு.
யாரும் அதை கண்டுகொள்ளாத இரவில்
ஒரு ஆள்காட்டிவிரலென வானிலிருந்து
வீடு நோக்கி இறங்குகிறது
எரி நட்சத்திரமொன்று.
●

இரவுக்குள் நகர்கின்ற நதியில்,
சிறிய விளக்கின் வெளிச்சத்தோடு ஓடம் செல்கிறது.
யார் யாருக்கு, எப்படி துணையாக இருக்கிறார்கள் என்கிற
பேதமற்ற
ஒரு புகைப்படம் அது.
●

காலை நடை செல்லும் பூங்காவில்,
ஆட்கள் குறைவான பகுதியில்
சிமிண்ட் இருக்கையில் அமர்ந்திருக்கும் அம்மா அப்பாவின் முன்
வெறுங்கையிலேயே ஸ்கிப்பிங் செய்கின்றான் சிறுவன்.
சமீப நாட்களில் திரும்பத்திரும்ப மழுங்க மொட்டையடிக்கப்பட்ட அவனது தலை,
நோயுற்ற சிரிப்பு, இங்கிருந்தாலே போதுமெனத் தோன்றுகின்ற
அச்சத்திலிருந்து தற்காலிகமாக தப்பித்த அவனது மகிழ்ச்சி..
அதிகாலை சூரிய ஒளியை முகத்தில் வாங்கியபடி அவனையே
பார்க்கின்ற அவனது பெற்றோர்கள். அவர்களின் முகத்தில்
அப்போது இறந்தகாலம் படர்ந்திருக்க, ஒரே கனவை இருவரும்
பார்ப்பதுபோல உறைந்திருக்கின்றனர்.
சமீப நாட்களில் உறக்கம் தொலைந்திருந்த அவர்களின்
கண்முன்னே உலகம்,
இன்னும் கொஞ்சம் நேரம்தான்
இன்னும் கொஞ்சம் நேரம்தான் என்றவாறே
வெறுங்கையுடன் ஸ்கிப்பிங் ஆடிக்கொண்டிருக்கிறது.
●

பெர்ஃப்யூம்கள் உறங்கும்
தேனுடல் சீசாக்கள்;
மீச்சிறுவடிவ ஸ்ட்ராபெரி நிற மெழுகுவர்த்திகள்;
மிட்டாய் வடிவத்தில் மெழுகிய
ஸ்வெட்டர் பட்டன்கள்...
இவற்றைச் செய்கின்றவர்களிடம்
இசைக்கும், இலக்கியத்துக்கும்
அப்பாலான ஏதோவொன்று உள்ளது.
●

காய்ச்சல் வந்துவிடும்போதெல்லாம்
சிம்னிவிளக்கின் முட்டைக்கண்ணாடிக்குள் அமர்ந்துகொள்கிறது
மனது.
பகல் நேர வீட்டிற்குள்
இவ்வளவு நெடிய பாலைவனங்கள் இருக்கின்றன என
அப்போதுதான் தெரியவருகிறது.
அருகிலிருக்கும் குட்டைகளுக்குள்
மழை நீர் இவ்வளவு நாட்களாக
தட்டான்கள் சூழ,
கொஞ்சங்கொஞ்சமாக தன் பிரபஞ்சம் திரும்புகின்றன என்பதுவும்
பேச ஆரம்பிக்காத குழந்தை
பகல் நேரங்களில் பார்த்தேயிராத
ஒரு நாடோடியைப்போல
நம்மைப் பார்த்து சிரிக்கும்போதுதான்
போர்வை சூழ்ந்த உடலோடு
நாம் சிம்னிவிளக்காகி காலங்களாகிவிட்டது உணர்வாகிறது.
●

பூட்டியே கிடக்கும் கதவிற்கு வெளியே தினசரிகளும்,கடிதங்களும்,
துண்டறிக்கைகளும் கிடக்கும் வீடொன்று இருக்கிறது.
அதன் காம்பவுண்டிற்குள் நின்றிருக்கும் சருகுகள்
கூட்டி ஒதுக்கப்படாத மரமொன்று அதனை இன்னமும்
ஊமையாக்குகிறது.
பயணத்தின் பாதியிலேயே பேருந்திலிருந்து இறங்கிக்கொண்ட
பெண்ணொருத்தி
துயரம் கலையாத முகத்தோடு
எதேச்சையாக அங்கே நிற்கிறாள்
ஒரு அதிசயம்போல
அந்த வீட்டின் கதவுகள்
திறக்கவேண்டுமென
இந்த வரி விரும்புகிறது
●

மிகச்சரியான அளவில்
திரியில் சுடர் வைப்பது ஒரு கலைதான்.
அம்மா எப்போதும் ஒரு நீர்த்துளி போல மின்னும்படி சுடர்
வைப்பார்
தூரத்து உறவுப்பெண் ஒருத்தி
மயில்தோகையைப் போல எப்படியோ மஞ்சளும், பச்சையுமாக
தழல வைப்பாள்.
பெரிதும் யாருடனும் பேசாத,
கூட வேலைபார்க்கும் பெண் வைக்கின்ற சுடர்,
யோசித்து யோசித்து உதிரும் ஒரு சொல்லைப்போல
திக்கித் திக்கி
நிற்கிறது எப்பொழுதும்.
●

அந்தியில் மறைபவர்கள்

எதனாலும் தேற்றியெழுப்பவியலாத,
எதன் பொருட்டும் தன்னை நெகிழ்த்திக்கொள்ளாத,
சோர்வுற்ற ஆன்மா தனியே செல்கிறது.
வெகுதூர மாலைவேளை மரச்செறிவுக்குள்
ஆரஞ்சுத்திரை மௌனமாய் படர்ந்திருக்க,
தேய்ந்த பறவைக்கீச்சுகளுடன்
பிரபஞ்சம் கைவிட்ட மனிதனுக்காய்
ஒரு சொட்டு மின்மினி
அங்கே காத்திருக்கிறது.
●

மகிழ்ச்சியின் ஜ்வலிப்பில் எங்களின் வீடு
மிதந்து கொண்டிருந்தது.
தீண்டுபவை அனைத்திலும் இனிப்பின் வாசம்.
பிடித்தவைகள்.. பிடித்தவைகள்.. பிடித்தவைகள்
கனவின் புகைப்படம் போல.
ஆனால், நினைவின் பரணில்
ஒரு மிகச்சிறிய பெட்டி இருக்கிறது.
இவ்வளவு மகிழ்விற்கு நடுவிலும்
அதனை பாராததுபோல அவ்வபோது
பார்த்துக் கொண்டோம்.
எங்களின் விரல்கள் அப்போது அதன் தாழ்ப்பாளை இறுக்கிக்
கொண்டிருந்தன.
●

நகவெட்டிகளுக்குள் ஒரு சிறிய கத்தி இருக்கும்.
சின்ன சின்ன பிறை பள்ளங்கள் கொண்ட கத்தி.
நறுக்கத் தெரியாத முகம்கொண்ட கத்தி அது.
என்ன சொன்னான் எனத் தெரியவில்லை.
ஆனால், அவன் கூறியவுடன் அதுவரை இருந்த
குறும்புத்தனங்களின் சுடர்களைத் தழைத்துவிட்டு, மெல்லிய
குரலில் hate u என்கிறாள்.
ஆண்களின் hate u ஒரு கசாப்புக்கடையின் முட்டாள்கத்தி.
ஆனால் அவள் அதை சொல்லிவிட்டு சிறிது காலம் தருகிறாள்.
சிறிது மௌனம் தருகிறாள். அவனுக்கு அதை சொல்லியிருக்க
வேண்டாமென இப்போது தோன்றியது.
அவள் கூறிய, பிறை பள்ளங்கள் கொண்ட சிறிய கத்தி
நறுக்குவதற்கு முன் தயங்கி நிற்கிறது.
அந்த பிறை பள்ளங்களின் இடைவெளி வழியே அவன் அவளிடம்
திரும்புவதற்கு கொஞ்சம் வழி இருக்கிறது.
●

காது கேளாதவளும், மோசமாகத் திட்டுபவளுமான திரேசாவிற்கு
நாற்பதாவது வயதில் ரூபி பிறந்தாள்.
அவளது அப்பாவை அவள் பார்த்ததில்லை.
வெற்றுடம்புடன் பீடி குடித்தபடி,
திரேசாவைத் திட்டிக்கொண்டு பணம் தருகின்ற
சைக்கிள்கடைக்காரன் இன்று மேலும் கோபமாகி திரேசாவை
கன்னம் பழுக்க அறை விட்டிருந்தான்.
கன்னத்தைப் பொத்தியபடி ஏசுகின்ற அவனது உதட்டிலிருந்து
வருகின்ற வசவுகளை திரேசா கோழியைப் போல கொத்தி கொத்தி
சேகரித்துக்கொண்டாள்.
நிசியில் அவன் அவளது கழுத்தில் நுகர்ந்தபடி,
அப்படியா சொன்னேன்... அப்படியா சொன்னேன் என
முணுகுவது வழக்கம்.
ரூபி இப்போதெல்லாம் அம்மா அழும்போதும் தன்னிஷ்டபடி
விளையாட்டைத் தொடர பழகிக் கொண்டாள்.
இந்த மாலைவெளிச்சத் தூசி வீதியில்,
அழுதபடி செல்லும் திரேசாவின் அருகில்,
நிறமிழந்த சிவப்புக் குடையை செம்பருத்தியென விரித்து, மடக்கி
விளையாடிக் கொண்டு ரூபியும் செல்கிறாள்.
பியானோவின் கட்டைகளைப் போன்ற நிழல், வெயில் இரண்டின்
மீதும் அவர்கள் நடந்து செல்கிறார்கள்.
●

ஆழ்ந்த அன்பின், காதலின்
இறுதியில் உன்மீது சட்டென வந்துவிடுகிற
ஓங்கரிக்கும்
கசப்பின் சுவைக்கு
என்ன பெயரிடுவது?
முழு முற்றான நீ
எனப் பெயரிடலாம்.
●

வழியை மறிக்கும் துக்கிரி கை அல்லது Toll Gate

விரைவில் அழுகிவிடும்
சிறிய பழங்களைத் நெடுஞ்சாலையின் நடுவே மிதமான
எடையுடைய மரக்கை ஒன்று தடுத்து நிறுத்துகிறது
பழக்கூடையை அணைத்தபடி அமர்ந்திருக்கும்
கிராமவாசிகள் அதன் ஒளிரும் பச்சைக்கண்களை வினோதமாக
பார்க்கின்றனர்.

வயலுக்கும் வயிற்றுக்கும் நடுவே துக்கிரி கை தனது பங்காக
சின்னஞ்சிறிய பங்கை வெட்டி எடுத்துக் கொள்கிறது.

கொளுத்தும்வெயிலில் ஒரு மரக்கை உங்களைத் தடுத்து நிறுத்தி
வைக்கும்போது
அதிகாரத்தின் முன் நீங்கள்
எவ்வளவு கையாலாகதவர்கள்
எனும் குறுகுறுப்பை மறைத்தபடி செய்தித்தாள்களால் விசிறிக்
கொள்கிறீர்கள்

நமது மலைகள் துறைமுகங்களுக்குச் சென்று சேர்கின்றன.

கரப்பானுக்கும் நமக்கும் எந்த ஜென்மத்தில் விரோதம்
இருந்திருக்கிறது.

முப்பதுவயதில் எலும்புகள் உடைந்துவிடுமென விளம்பரங்கள் ஏன்
நம்மை அச்சுறுத்துகின்றன.

பாலுறவு கிளர்ச்சிக்கும் நறுமணமூட்டிகளுக்கும் நம்மையறியாமலே
எவ்வாறு பிணைப்பு நிகழ்ந்தது.

மரக்கையின் முன் எரிச்சலடைபவன் பேருந்தில் தன்னைத்தானே
கேட்டுக்கொள்கிறான்.

ஒரு எளிய மரக்கை
நமது தினசரியின் நடுவே நம்மை மேலும் தாமதித்துக் காத்திருக்கச்
செய்து ஆனந்தித்துக் கொள்வதை ரோந்து காவலர்கள் நின்று
ரசிக்கிறார்கள்.

ஒரு துக்கிரி மரக்கை
அபரிமிதமான பலத்தோடு
நம்மை மறிக்கும்போது
நாம் ஏன் சிலகணங்கள்
தேசதுரோக உணர்வை அடைகிறோம்.

●

விளையாட்டு மிஞ்சியபொழுதில்
முதுகில் ஒன்றுபோட்டாள் அம்மா.
குழந்தை கையிலிருக்கும் விளையாட்டுசாதனம் இன்னும்
ஒலித்துக்கொண்டிருக்கிறது.
மெலிதாக துவங்கும் அழுகையை யாரும் கவனிக்கவேயில்லை.
ஒருவரும் கொஞ்சி அள்ளாத தனது கண்ணீர்முகத்தை
முதன்முதலாக அது உணர்கிறது.
அதை எங்கே வைப்பதென்று தெரியவில்லை.
தனது சிறிய உள்ளங்கைக்குள்
முகம்பொத்தி அழுகின்ற குழந்தை
இப்போதுதான் அதற்குள் கசிகின்ற இருளைப் பார்க்கிறது,
புதிய உலகம்.
வெகுதூரத்தில் அம்மா புழங்கிக்கொண்டிருப்பதன் ஓசைகள்
கேட்கின்றன.
உள்ளங்கை இருளுக்குள் கண்களைத் திறந்து வைத்து
வீட்டிலிருந்து வெகுதூரம் வந்துவிட்டதைப்போல
பயமும், குறுகுறுப்புமாக இருக்கிறது அதற்கு,
யாரும் துடைத்துவிட்டு முத்தமிடாமல்
தானாக உலர்கின்ற கண்ணீரை
அப்போதுதான் காண்கிறது.
பிறகு நீண்டநேரம் அந்த
உள்ளங்கை இருளுக்குள்ளேயே அமர்ந்திருக்கிறது குழந்தை.
எப்போதும் யாரேனும்
சிரிக்கவைத்து முடித்து வைக்கும் அழுகையிலிருந்து,
தானாக உலர்ந்த கண்ணீரிலிருந்து இப்போது வீடு
திரும்பிக்கொண்டிருக்கிறது,
துண்டு துண்டுகளாக வழியெங்கும் சிதறிக்கிடக்கும்
சிரிப்புகளைப் பொறுக்கியவாறு.
அந்த சிறிய தனிமைக்குப் பிறகு
அது சிரிப்பதில்லை
புன்னகைக்கிறது.

இங்கே கோடைவெயில் எப்போதும் வெகு ஆகிருதியான ஒன்று. தின்னுட்டு போய் சுத்தப்போடா... எனத் திட்டுகின்ற மதினிகளின் நெற்றியில் வியர்வையோடு கசிகின்ற குங்குமத்தின் அன்பைப்போல.

காற்றுகாலம், மழைக்காலம் எப்போதும் கொஞ்சம் அன்னியமான மனநிலைதான் எனினும் குறுகுறுப்பான உணர்வை அளிக்கவே செய்யும்.

நல்ல வெயில் அடிக்கதான் செய்கிறது.

ஆயினும் அந்த மூர்க்கத்தின், சிடுசிடுப்பின்மீது இந்த ஆடிமாத காற்று என்னென்ன லீலையெல்லாம் புரிந்து வெறும் வெளிச்சமாக எஞ்சி எங்கள்மீது விழச்செய்துகொண்டிருக்கிறது என்பதை புன்னகையோடு பார்த்துக்கொண்டிருக்கிறோம்.

கறாரான ஆசிரியை ஒருத்தி காதலில் விழுந்திருப்பதைப் போலிருக்கிறது.

●

நீண்ட காலத்திற்குப் பிறகு
திரும்பிய தனிமை,
இடைப்பட்ட காலத்தில்
தன்னுடலில் பின்னப்பட்டிருக்கும்
சிறிய தையல் ஓவியங்களை
நிரடியபடி என்னைப் பார்க்கிறது.

●

இசைப்பயிற்சி வகுப்புக்கு சென்றுதிரும்பும் குழந்தைகளின்
வரிசையில் ஒன்று,
தங்களது வாகனத்திற்கு காத்திருக்கும் இடைவெளியில் தனது
இசைக்கருவியின் மீதே ஒருச்சாய்த்து உறங்குகிறது.
அணைத்து வைக்கப்பட்டிருக்கும் இசைக்கருவியில்
சப்தங்களெதுவும் எழவில்லை தானெனினும்,
அந்தியின் பொன்னொளி படரும்,
அந்த சாலையோரக்காட்சியில்
இசைமை எழாமலுமில்லை.

●

கைவிடப்பட்டவைகள்
தனிமையில் சிறுதெய்வங்களாய்
உறைந்திருக்கின்றன.
ஞாபகங்கள் சீம்பால் பொதியென
இறுகிக் கிடக்கும் அதன் காம்புகளிலிருந்து
குருதி வழிகிறது.
அன்பின் சுவடு படாது,பசித்து வந்திருக்கும்
சிறுவன்,
முதலில் அதன் நிணத்தினை உண்ணத் துவங்குகிறான்.
எரிக்கின்ற பசியின் முன்
நிணங்கள் அமிர்தமாவதை
எளியவர்கள் உணரவியலாது.

●

இனி உனக்கு அழகுணர்ச்சி ததும்ப நான் கடிதங்கள்
தீட்டவியலாது ரூபி.

தேசம் முழுவதும் கண்ணுக்குத்தெரியாத கத்திரிக்கோல்கள்
தங்களின் வாயைச் சிமிட்டியபடி நுழைந்துவிட்டன.

அதிர்ஷ்டவசமாக நீ பெரும்பான்மைக்காரன் என பேப்பரை
மடித்தபடி எனது தந்தை கூறும்போது சுதந்திரமாக வளர்கின்ற
என் பிள்ளைகளின் எதிர்காலக் கொள்கைகள் சார்ந்து எனக்கு
நெரிக்கட்டுகிறது.

அசமந்தங்களின் நிலத்திலிருந்து,
அவர்களின் வெகுளித்தனம் வெளியேற்றப்படும்போது,
அங்கே விலங்குகள் நுழைகின்றன.

துப்பாக்கி வழியான உடனடித் தீர்ப்புகள் குறித்து எம்மக்கள்
மகிழ்ந்து ஆரவாரிக்கும்போது,
மிதப்பிலிருக்கும் நீதிதேவதைக்கு நிறக்குருடு உண்டு என யாரோ
முணங்குகிறார்கள்.

பெரியவைகள் கண்முன்னே தொலைகின்றதைப் பார்த்தபடி
நாங்கள் தினக்கூலிக்கு போய்க்கொண்டிருக்கிறோம் ரூபி.
ஒரு தினசரியின் தேவைக்காக வளர்க்கபடுகின்ற குட்டிகள்
நாங்கள்.

கைக்குத் தட்டுப்படுவதுபோல ஒரு சொரசொரப்பான வால்
ஒன்று எங்களைச் சுற்றி இருளில் அலைகிறது.இப்போது
தொட்டுணரும்படி அச்சம் எங்கும் விரிய கனத்த பூட்ஸ்கால்கள்
எங்கும் பரவுகின்றன.

மழையில் ஒழுகும் கூரைகளைக் கொண்ட எளிய கடவுள்களை
நாங்கள் கொன்றுவிட்டோம் ரூபி,
இப்போது எங்களின் வளர்ப்புவிலங்குகள் எங்களைக் கொல்லும்
பருவம்.

●

பெருமரத்தினை மட்டும் விட்டுவிட்டு பழைய கட்டிடத்தை
நொறுக்கி அள்ளிவிட்டார்கள்.
மிக வயதான மரம்,
அதனை வீழ்த்துவதற்கென சில சம்பிரதாயங்கள் இருக்கும்போல
வாழ்த்து அட்டைக்கென வரைந்ததைப்போல மரம் மட்டும்
தனியே நிற்கிறது.
அதற்கு திக்திக் இல்லை.
பறவைகளிடமும், காற்றிடமும் சொல்லிச்செல்ல
சொற்களுமில்லை.
கிழட்டுக்கணவன் கிழவியின் கன்னத்தில் மை
வைத்துவிடுவதுபோல
தினசரி வந்து நிழல் வரைகின்ற சூரியனுக்கென
ஏதேனும் சமிக்ஞைகள் சொல்லியிருக்கும் தெரியவில்லை.
குட்டியானையைப்போல துதிக்கை தூக்கிக்கொண்டு
முதல்கிளையை ஒடிக்கின்ற புல்டோஸருக்கு,
அது முலையென கிளையை தாழ்ந்தே தருகிறது.
கூட்டம் பார்க்கப் பார்க்க அதன் ஆபரணங்கள் வீழ்த்தபடுகின்றன,
மெல்லிய புகையெழும் பச்சையவாசனையோடு அதன்
தொடைகள் பிளக்கப்பட்டு கூறுகட்டி தெருமுனைவரை
வைக்கப்பட்டன
பசிய அதன் இலைகள் நிறைபூவென
ததும்ப ததும்ப
சுமங்கலியொருத்தியின் உடல்
பின்னம்பின்னமாக
வீதி நிறைத்து நீண்டிருக்கிறது.
●

ஒரு குப்பைக்கூடைக்குள்
இன்னொரு குப்பைக்கூடையாய்
பல வடிவ நிறம் கொண்ட
குப்பைக்கூடை மரம் நின்றுகொண்டிருக்கிறது
அபார்ட்மெண்ட்வாசலில்.
விதவிதமான கறைகளுடன்
அழுகலின் கண்ணீர் வழிதல்களோடு.
இளம்பிங்க் நிற அவனது கையிலிருக்கும் குப்பைக்கூடை
இன்னமும் குப்பைகள் சேராதது
ஆதலால் கண்ணீர் வடியாதது
புத்தம்புதிதான அதில்
பழங்களைச் சுமக்கலாம்
நீர் நிறைக்கலாம்
கொஞ்சம் மண்ணிட்டு ஒரு செடி வளர்க்கலாம்
கையடக்க நாய்க்குட்டியைப்போல குப்பைக்கூடை அவனைப்
பார்த்தபடியிருக்க
குப்பைகளின் சுவடற்ற அதை
குப்பைக்கூடை மரத்திலொன்றாக சொருக
கைகள் தாமதிக்கின்றன
தலைக்குமேலே
அபார்ட்மெண்ட் ஜன்னலிலிருந்து
ஒரு முகம்
அவனது கையிலிருக்கும்
குப்பைக்கூடையின் தவிப்பை
வசீகரசிரிப்போடு கவனித்தபடியிருக்கிறது.

●

அரசாங்க மருத்துவமனையின்
மாடி ஜன்னல் வழியே ஒரு வளைகரம்,
தூர வானவெளிச்சங்களை
குழந்தைக்கு காண்பிக்கிறது.
பதட்டத்திற்கும், இயல்புக்குமிடையே
அவ்வளவு இருள்.
●

ஓடு....
இங்கிருந்து ஓடு..
இந்த கணத்திலிருந்து நீங்க ஓடு....
உன்னுடன் நீ மட்டுமே
மூச்சிளைக்க விரைகின்ற
இந்த ஓட்டமே இன்றைய உன் தியானம்.
●

எதிரில் யாருமில்லை. சாலையோரம் தானாய் பேசியபடி
நிற்கிறான். வீடு அவனை எப்போது நழுவவிட்டதெனத்
தெரியவில்லை.
அழைத்துச்செல்ல யாருமற்ற இந்த முன்னிரவில்,
நகரில் எல்லோரும் புறக்கணித்த சிறிய பழம் அவனுக்கு
உணவாகிறது.
எல்லோரும் நீங்கிய ஒரு திண்டு அவனுக்கு இடமாகிறது.
பெரும்பிரபஞ்சத்தில் இன்று நட்சத்திரம் பார்க்க அவன்
மட்டுமே வந்துள்ளதாக ஒரு எரி நட்சத்திரம் முணுமுணுத்தபடி
கீழிறங்குகிறது.
●

உணவு மேஜையின் நடுவே,
சிறிய கூடையில் மெழுகுஉடல் கொண்ட
பழங்களின் வர்ணங்களிலிருந்து
அவனால் இப்போது
மீள இயலவில்லை.
ஆணின் சட்டையை விளையாட்டாய்
அணிந்திருக்கும் அவள்
'நேரமிருக்கிறது, அவர்கள் வருவதற்கு.
இன்னொரு தேநீர் பருகலாம்'
என தேநீர்குவளைகளை எடுக்கச் செல்கிறாள்.
கதை இப்போது,
இரண்டுபாதைகள் பிரியுமிடத்தில்,
உங்கள் முகத்தை பார்த்தபடி நிற்கிறது.

●

சிறுவர்களின் துயரங்களை
ஏனிந்த நகரம் பொருட்படுத்துவதில்லை?!
முன் தடயமே இல்லாமல்,
ஒரு புத்தம்புது பெருங்குற்றம்
நிகழும்போது
ஏனிந்த நகரம் காய்ச்சலடைகிறது?!

●

குழம்பிவிட்ட நூல்பந்தின்
ஒருமுனை எட்டிப்பார்க்கிறது,
எனது விரல்கள் அதனை பின் தொடர்கின்றன.
அது ஞாபகப் பள்ளத்தாக்குகளின்
வழியே நீள்கிறது.

●

ஒரு சிகரட் எப்போதும்
துறவியைப்போல,
கேள்விகளோடோ, பதில்களோடவோ
வருகிறது.
ஆழ்மௌனத்தில்
வளைந்து சுருளும்படி
புகைவடிக்கின்ற சிகரட்டுகள் தனி,
அவை உலகின் மிகத்தனியனிடம்
எஞ்சியிருக்கும் நாய்க்குட்டி போல.
●

சின்ன விசயங்களின் கடவுள்

பகலில் வேலைக்கு போவதாக சொல்லிவிட்டு, குடிகார
சந்தில் சாப்பாட்டுகூடையுடன் நுழைகின்ற தந்தையை சாலை
எதிர்முனையில் அழுதபடி கத்தி கூப்பிடுகிற சிறுவனாகவும்;
லேசான ஒப்பனையும், முந்தைய தின உதட்டுக்காயமுமாய்
நிற்பவளிடம், உம்மாப்பிள்ளை சப்போட்டா திம்பாறாடி என்றபடி
பழம்பொறுக்கும் அம்மாவாகவும்;

இப்படி அப்படி சாலையில் போய்க்கொண்டிருந்தார்.
●

பர்ஸ்

மிகவும் சிடுசிடுப்பான பெண், அனேகமாக ஓய்வுபெற்ற ஆசிரியை. பேருந்தில் ஏறியதிலிருந்து உலகம் முழுக்க வழிந்துகிடக்கும் ஒழுங்கின்மையின் மேல் எரிந்துவிழுந்தார்.
சரியாக கிழிக்கப்படாத டிக்கட், பாடல்களின் அதிக ஓசை, பாம்பைப் போல பேருந்தை மாற்றிச்செல்கின்ற ஓட்டுனன் என. அவரை ஆற்றுபடுத்தும் சக்தி எவருக்கும், எவைக்கும் இல்லையென்பதுபோல.

நீண்ட நேரங்கழித்து பேருந்து தனித்த சாலைகளில் போய்க்கொண்டிருக்க, இஞ்சின் இரைச்சலோ இப்போது தாலாட்டுவடிவம் பூண்டிருக்க, பேருந்துமுழுக்க உட்கார்ந்தபடி உறங்குபவர்களின் கலைக்கூடமானது.
சிடுசிடுப்பானப் பெண் இப்போது மெல்ல தோள்பைக்குள் கைவிட்டு அதனை எடுத்தார்.
மரத்தால் செய்யப்பட்ட முதுகுசொறிந்துவிடும் கை.
அசப்பில் அது குரங்குகுட்டியின் உள்ளங்கை போலிருந்தது.
சற்றே எக்கி தன் முதுகில் அந்த கையை செல்லமாய் பிறாண்டச்செய்தார். அதன் குறுகுறுப்பு தாளாது சிடுசிடுத்த பெண் முணகியபடி மேலும் தன் முதுகை நெகிழ்த்திக் கொடுக்கிறார்.
குரங்கின் உள்ளங்கை இப்போது தன்னிச்சையாய் முதுகின் ஆழங்களில் ஆழ்ந்திறங்குகிறது. சருமத்தின் திறந்திடாத செல்களை அது திருப்பிப்போடுகிறது.

அது செல்கின்ற திசைகளை இப்போது அவரால்கூட யூகிக்கவோ, தடுத்து நிறுத்தவோ இயலவில்லை.
கண்கள் சொருகியபடி, யாரோ முத்தமிடுவதற்காக மோவாயை ஏந்தியிருக்கும் அந்த முகத்திலிருந்து சிடுசிடுப்புகள் அழிந்து கொண்டிருக்கின்றன.
மெல்லிய வெளிச்சம் தழுவும் பேருந்து இப்போது மிதமான மலைக்குன்றின் மேல் ஊர்ந்தேறத் துவங்கியிருந்தது.

●

பறவைகள் காற்றில் இசையை உமிழ்கின்றன.
அந்தி என்பது நிலத்திற்கு மேலே செவ்வானத்திற்கு மாறி
நெடுங்காலமாகி விட்டிருக்கிறது.
மரங்கள் மட்டுமே மாலையை கடைபிடிக்கின்றன.
துக்கத்தின் இனிய மணத்தை
கொண்டுவரும் மாலைகளின் மேல்
நாம் சோடியம்களை எரிய விடுகிறோம்.
ஒரு பகலை மேலும் மேலும் பகலாகவே நீட்டிக்க முனையும்
நகரத்தில்,
இந்த ஒருநாளில்
நீங்கள் செய்தது இன்னதென உணரச்செய்யும் திணைமயக்கத்தை
இப்போது நாம் இழந்துவிட்டிருக்கிறோம்.
●

பழைய டைப்ரைட்டிங் மிசினை ஆட்களே வராத ஹோமியோபதி
மருத்துமனையின் ஸ்டோர்ரூமில் பார்த்தேன்.
விரல் பட்டுப் பட்டு மெலிந்த அதன் பட்டன்கள்,
ஒல்லிப்பெண்ணின் நடுவிரலைப்போல சுண்டியெழுந்து பேப்பரில்
அச்சுவைக்கும் உலோககுச்சிகள், அதனினும்... அதனினும் அது
பதிக்கும் சிற்பஎழுத்துக்கள்...
கடவுளே!
அது எத்தனைபேரை பைத்தியமடித்திருக்கிறது...
தொன்மங்களேயற்ற இந்தக் காலத்தின் குழந்தைகளை
சம்பந்தமேயில்லாமல் இப்பொழுது நினைத்துக் கலங்குகிறேன்.
●

கைகளால் கண்பொத்தி விளையாடும் விளையாட்டு
ஒவ்வொருமுறை கண்திறக்கும்போதும் அப்படி என்ன புதிதாக
அம்மாவின் முகத்தில் பிறந்துவிடுகிறது?
கண் அகலத் திறந்து சிரிக்கும் குழந்தைக்குத்தான் தெரியும்,
ஒவ்வொருமுறையும் புதிதாகப் பிறந்துவருகின்ற அம்மா
ஒருமுறை உதடுகளை இழுத்து புன்னகைக்கிறாள்,
ஒருமுறை கன்னத்திற்குள் காற்றை உப்பிக்கொள்கிறாள்,
ஒருமுறை அழுவதுபோல முகம்சுளித்துக்கொள்கிறாள்.
குழந்தைக்குத் தீரவில்லை
இன்னமும் இன்னமுமென அது தனது கண்களைப் பொத்தி
திறந்துகொண்டே இருக்கிறது.
அம்மாவை வீடு அழைக்கிறது
பொருட்கள் அழைக்கின்றன
அடுத்தவேளை சமையல் அழைக்கிறது
விளையாட்டினூடே அம்மா எழுந்துசெல்கிறாள்.
குழந்தை பார்க்க பார்க்க
மெல்லிய இருளுக்குள் செல்கின்றாள்.
குழந்தை இப்போதும் கண்களை மூடித்திறக்கிறது
அம்மா நீங்கிய இடத்தில்
கொஞ்சம் வெளிச்சம் மட்டுமே இருக்கிறது,
சூரியனால்கூட நிரப்பமுடியாத வெளிச்சம்.

●

வாய் பார்த்தபடி நூல்பந்தை தவறவிடுகிறான்.
அதன் நேர்த்தியான சுற்றல்களிலிருந்து அது ஒழுங்கின்மைக்குள்
சிக்கிக்கிடக்கிறது.
பரிதவித்தபடிஅதனை சரிசெய்து, சற்றே முன்னகர்ந்துவிட்ட
கடிகாரத்துக்குள் தன்னை ஓடிப்போய் திணித்துக்கொள்ள
படாதபாடு படுகிறான்.

●

பதுங்கியிருக்கும் ஒரு குற்றவாளியின் பாதங்களில் வியர்வை அனிச்சையாய் கசிந்தபடி இருக்கின்றது. அவனது கண்களில் நிரந்தர நீர்ப்படலத்தில் ஒரு பீதி நீந்துகிறது. குற்றத்தருணம் காலத்தில் ஒரு கல் ஓவியம் போல அவன் திரும்பும் திசையெங்கும் முட்டுகிறது. அவனது உடல் அதீத எடையுடன் பாரமாகிறது. அவனது எளிய இறந்தகாலம் ஒரு கனவைப்போல அவ்வளவு வெண்மையாய் பிரகாசிக்கிறது. எல்லாவற்றையும் புதிதாய் பார்ப்பவன்போல பரிதவிக்கும் அவன் தன்னையறியாமல் உளறுகிறான்.
ஒரு குழந்தையைப்போல...
ஒரு கடவுளைப்போல...
●

குழந்தைகளுக்கு சலித்த பொருளாகிவிட்டேன்.
புத்தகங்களோ இன்னும் சொர்க்கத்திற்கான பாதையை திறக்க மறுக்கின்றன.
திரண்டு உறைந்து நிற்கின்ற மேகங்களை வெறுமையாகப் பார்த்தபடி கழிந்துகொண்டிருக்கும் கணத்தில்,
கைவிடப்பட்ட சிறுவனைப்போல
தனிமையில் அழவிடாத
இந்த மூளையை ஏசுகிறேன்.
●

சாயங்காலம் ஒரு நாளின் மென்மையான முடிவுரை, அல்லது அடர்கவிதையொன்றின் மென்னிசைத் துவக்கம். சாயங்கால காதல்கள், துக்கங்கள், தெற்றுப்பல் சிரிப்பு, கொஞ்சமாய் கலங்கிய கண்கள், விரல்கள் நழுவும் பிரிவு என சாம்பல் வெளியில் நிகழும் மானுட உணர்வுகள் அனைத்தும் காவிய உருக்கொள்கின்றன. சாயங்காலம் என்பது பிரபஞ்சம் அருந்தும் மது...

●

முரண் உறவுகள்
தங்களில் மலர்ந்து கொண்டிருக்கும் நகரில் சிலர் கண்கள் மட்டும் மேலும் பிரகாசமடைகின்றன...
சிலரின் உடல்களது வாசனை மட்டும் திரவியமாகின்றன...
சிலருக்கு மட்டுமே நிர்வாணத்திற்கும்
மேலதிகமாய் திறந்து பார்க்கும் விரல்கள் இருக்கின்றன....
ஒரு மூர்க்க மிருகமென உறங்கியிருக்கும்
நகரின் கோர விதிகளிலிருந்து
காப்பாற்றி கொண்டு செல்ல ஒரு கண்ணாடி சிசுவை
கையிலேந்தியிருக்கும் அந்த இருவரும்,
அவர்களிருக்கும் அறையும்
ஒரு வான்கப்பலைப் போல தனித்து மிதந்து செல்வதை
தீமையின் மலர்கள் மட்டுமே பார்க்கின்றன...

●

பூனைக்குட்டிக்கு இரங்கல் எழுதமுடியாது என
முணுமுணுத்துக்கொண்டேன்.
பிறந்து இரண்டு வாரங்களில் இறந்துபோனால் யார் பொறுப்பு?
ஞாபகத்தில் லேசான அதன் இருப்பைப் போல அதனுடல் நலிந்து
கிடக்கிறது.

எப்போதும் காலிடையே விளையாட்டு. பஞ்சுப்பிசிறுக்குக் கூட
கால் அனிச்சையாய் நடுங்கிக்கூச, ஒவ்வொரு முறையும் குனிந்து
பார்த்து சிறிய நிம்மதியுடன் பெருமூச்சு விட்டுக்கொள்ளும்
ஏமாற்றம் இனி இல்லை.
அதற்கு என்ன பிடிக்குமெனத் தெரியாமல் வீணாக
கவிழ்த்து வைத்த உணவுத்துணுக்குகள் துயரத்துடன்
அழுகிக்கொண்டிருக்கின்றன.
அதற்கு உணவு ஒருபோதும் முக்கியமில்லை.
சதா, விளையாட்டு.. கொஞ்சல் உடல் பாவனைகள்... சிறிய
வீரனைப்போல எலிக்கீச்சுகளின் திசையில் கால் தூக்கி உன்னித்து
நிற்பது.. பிறகு மீண்டும் விளையாட்டு.

குட்டி இளவரசன் நாவலில் வருகின்ற சிறுவனைப் போல காணும்
அனைத்திலும் புத்தம்புதிய உலகத்தைப் பார்க்கின்ற பேரார்வம்.
தீரத்திர மகிழ்ந்து நிறைகின்ற மனதை நாங்கள் கடிகார
முட்களிடமும், காலண்டர் தாள்களிடமும் தொலைத்து
விட்டிருக்கிறோமென்கிற ஒரு செய்தியைத்தவிர அது வேறென்ன
கொண்டுவந்தது!

பூனைக்குட்டி இறந்ததற்கு இரங்கல் எழுத முடியாதெனத் திரும்பி
நடந்துகொண்டிருந்தேன்.
ஒடுங்கிய வயிற்றோடும், கடைசிப் புன்னகை உதட்டோரம்
மிச்ச உணவாய் ஒட்டியிருக்க அதன் முகத்தின்மீது
வெயிலேறிக்கொண்டிருந்தது. முத்தத்தைப்போலொரு மரணம் என
யாரோ எழுதிய வரி ஓடியது.
எனது கால்கள் இனி அச்சமின்றி, கூச்சமின்றி எங்கேயும் தங்களை
முன்னெடுத்துச் செல்லலாம்.
ஆனால், அவை ஏன் இப்போது மகத்தான சோர்வுச்சுமையுடன்
பின்னி நடக்கின்றன என நான் கேட்கவில்லை.

ஒரு கனத்த குற்றவுணர்வின் காலையில் உங்கள் உடலைத் தனியாக உணர்கிறீர்கள். பூக்கள் மேலும் பிரகாசமாக பாவத்தின் கூச்சத்தைத் தருகின்றன. திரளான மக்களை கடக்கும்போது மௌனப் படங்களாக பார்க்கின்றீர்கள். எதையும் திருத்தவியலாத காலையில் இந்த மெல்லிய ஆவி நடனம் எழும் காப்பிக் கோப்பையின் முன் சோம்பல் பூனையென சுருண்டபடி, இறந்த காலத்தின் பிழை கணத்தை தியானித்தபடி இருக்கும் உங்களுக்கு காலையிலிருந்து காதருகில் இருக்கை போட்டு அமர்ந்தபடி பேசிக் கொண்டிருப்பவனைத் தவிர வேறு நண்பனுமில்லை... எதிரியுமில்லை..

●

அவருக்கு காது கேட்கும்திறன் சற்றுகுறைவு என எண்ணுகிறேன். மிகத்தனிமையானவராக
தலைகவிழ்ந்தபடி தனது மகனின் புகைப்படம் அருகே அமர்ந்திருந்தார்.
வந்திருந்த அவரது மகனின் நண்பர்கள் பற்றியும்,
அவர்களுக்கிடையே மலர்ந்திருந்த குட்டிகுட்டி பிரபஞ்சம்
குறித்தும் அவருக்கு எவ்வளவு புரிதலிருக்கும் எனவும் தெரியவில்லை.
ஆனால், பேசும்போதே கலங்கிய நண்பர்களையும்,
ஒருகட்டத்தில் அவரது மகன் என்பது தாண்டி பாபு பல்வகை முகங்களோடு ஒவ்வொருவரின் தோள்பிடித்தபடி நடந்து சென்றுகொண்டிருப்பதையும் அவ்வபோது நிமிர்ந்து பார்த்துக் கொண்டிருந்தார்.
தனியொருவராக சுமக்கவேண்டிய
இறந்தவனின் நினைவுச்சுமையிலிருந்து
எடைமிகுந்த இச்சிறிய மலர்களை
ஒவ்வொருவராக எடுத்துச் சென்றுகொண்டிருக்கும்போது,
பாபு அவருக்கு என்ன கருணை அளித்துச் சென்றிருக்கிறார் என்பது புரிகிறது.

●

பற்ற வைத்த தீக்குச்சியை இன்னமும் விரல்கள் பற்றியிருந்தன.
ஒளியின் கூந்தல் பறக்க "இன்னும் வேணுமா" எனும் கேள்வியோடு
தீக்குச்சி எரிந்துகொண்டிருக்கிறது.
பற்ற வைத்ததின் முனையில் திருப்தியான கங்கு மிளிர,
போய் வா எனும்விதம் மிகமென்மையாக தீக்குச்சியின் கூந்தலை
காற்றில் அலசி மறையச் செய்கிறான்.
ஒரு வழியனுப்புதலில் இவ்வளவு கருணை போதும்தான்.
●

நவீன் டீக்கடை நடைபாதை படிக்கட்டில் நின்றபடி,
கையில் பலூனுடன் லேசாக அழுகின்ற குரலில்
'அப்பா, இனி கேட்க மாட்டேன்பா'
என்கிறான் சிறுவன்.
அப்பா விறுவிறுவென முன்னால் போய்க்கொண்டிருக்கிறான்.
வயர்க்கூடை கையோடு அம்மா
'அதான் இனி கேட்கலைன்னு சொல்றான்ல...நில்லுங்கங்க ஏங்க..'
என்கிறாள்.
அது பொய்யான கோபம், பொய்யான வேக நடை என
அவளுக்குத் தெரியும்.
தேம்பி நிற்கும் சிறுவனுக்கு உலகில் அப்பாவால் வாங்கமுடியாத
பொருட்களும் இருக்கின்றன என அப்போதுதான் தெரிகின்ற
தருணம்.
தகப்பன் பொய்யான கோபமுதுகு காட்டி
நடந்துகொண்டிருக்கிறான்.
திரும்பினால் உடைந்துவிடும் பதத்தில்
அந்த கோபத்திற்குகீழே இரண்டு கண்ணீர்துளிகள் இருந்தன.
●

உவமைகளை கிழித்துப் போடுபவர்கள்

சிக்னலில் முழங்கை நீள பென்சிலை பத்து ரூபாய்க்கு திறக்காத
கார் கண்ணாடிகளில் முகம் பதித்து விற்கிறான் பாலகன்.
திறக்காத கண்ணாடிகளுக்குள் குளிர் ததும்பிக்கொண்டிருக்கிறது.
சற்றும் கீழிறங்காத அதனை உற்றுப்பார்க்கிறான் அவன்
ஆட்டோவில் தகப்பனொருவன் மகனிடம் அவனை கைகாட்டி,
உன்னை எப்படி வைத்திருக்கோம் பார் என அன்பினால்
விளாறுகிறார்.
சிக்னலில் இன்னும் கருணை உருகுவதற்கான காலஅவகாசம்
இருக்கிறது.
பென்சில் சிறுவன் கண்ணாடியில் படர்ந்திருக்கும் குளிரை
நுனிநாக்கால் ஒருமுறை சுவைத்துப்பார்க்கிறான்.
காரின் ஹாரன் கோபமாய் விரட்டுகிறது.
அவன் குரூரமாக சிரித்தபடி காரை பழிக்கிறான்.
பைக்கில் நிற்கும் வேறொருமனிதர் அவனை அழைத்து சில
நாணயங்களைத் தருகிறார்.
அவன் பதிலுக்கு பென்சிலை நீட்டுகிறான்.
அவர் மென்மையாக மறுத்தபடி, நகர முயல்கிறார்
பென்சில் சிறுவன் எரிச்சலாக அந்த நாணயங்களுக்கான
பென்சிலை பெட்ரோல்டேங்க் மீது வைத்துவிட்டு,
அதே வெறுப்புடன் சாலைகடந்து சென்று அமர்ந்துகொள்கிறான்.
சுடர்ந்தெரிகின்ற சிக்னலில் இன்னமும் பச்சை விழவில்லை
பனிக்கட்டியான காருக்குள் இருந்துவரும் வெறுப்பை,
உடைந்துவிட்ட அன்பின்
முடைநாற்றத்தை பதட்டமாக மறைக்கின்ற பைக் மனிதனை,
அச்சத்துடன் பார்த்தபடி நகர்கின்ற ஆட்டோவின்
இளம்கண்களை
எவற்றையும் மறுத்தபடி,
புழுதிக்கால்களை சொறிந்தபடி அவன் திசைகளை வெறிக்கிறான்
உவமைகளுக்கான, நீதிக்கான
உளுத்துபோன தேடுதலில் இருக்கின்ற
பேனாவின் முன்,
ஒரு கத்தியின் கூர்மையுடன்
பச்சை விழுகிறது
●

மதிய வெயிலுக்குள் கோவில் செல்கிறது.
சீக்காளி தகப்பனைப்போல சூரியன் உமிழ்ந்துகொண்டிருக்க,
அதிகாலையின் வெளிச்சப்புள்ளிகளை
ஒவ்வொன்றாகக் கழட்டி வைத்தபடி
நிசப்தத்திற்குள் அமிழும்
பழங்கோவிலின் மதியத்தில்
தூண்களின் இறுதியில்
பட்டுப்பாவாடையுடன் ஒரு சிறுமி மறைகிறாள்.
●

சொட்டுகின்ற குருதிக்கும் கருணையெழ வைக்கின்ற மந்திரம்
தெரியவில்லை.
சதையை பிளந்த சாட்டையின் நுனியோ
பாம்பின் குட்டியைப்போல
குழந்தைமுகங் கொண்டு காற்றில் விளையாடுகிறது.
அனல் வழிந்துகொண்டிருக்கும்
கோபுரபுடைவுகளில்
உக்கிர புன்னகைகளோடு பார்க்கின்றன தெய்வங்கள்.
ஒருவேளை பசிக்கு
நான்குசொட்டு குருதியை மண்ணுக்கும், கண்களுக்கும்
ஊட்டுகிறான்
கோடைகால சன்னதி வழியே,
குரூரத்திடம் தன்னை வைத்து
இரக்கத்திடம் வழிகேட்கும்
வினோத மனிதன் செல்கிறான்.
தீமையின் தெய்வமாக சாட்டையின் உடல்
அவனது தோளில் முயங்கி நெளிகிறது.
●

உடல்நலக்குறைவின் போதெல்லாம்
வந்துவிடுகிற
ஜென் துறவியிடம்
இன்று பேசுகையில்,
நீ அனாதை எனப் புரிகிறதாவென்று கேட்டார்.
உள்ளே மிக உள்ளே சரிந்துவிட்ட
என் கண்களைப் பிதுக்கியபடி
நான் மறுத்தேன்.
உறுதிபடுத்த ஒருமுறை
எனது குடும்பப்புகைப்படங்களின் மென்மையான நினைவுகள்,
என் நலிவின் காரணமாக சிம்னிபுகை படிந்த ரத்த உறவுகளின்
முகங்கள்,
பகலிலேயே வினோத மௌனம் பூண்ட என் வீடுவரை எல்லாமே
என்னை சுற்றி உறைந்து விட்டிருந்தன.

'இப்போது நம்புகிறீர்களா' நான் நோயுடன் முணங்கினேன்.

அழுக்கு யாத்ரீகனைப் போல போர்வைக்கு வெளியே நீட்டியிருந்த
துவண்ட பாதங்களைப் பார்த்து,
'நீ அனாதையென இப்போதாவாது புரிகிறதா?' என துறவி மீண்டும்
கேட்டார்.

●

முன்னால் நின்றிருப்பவர் தூக்கிவைத்திருக்கும் சிறுமி அவரது
தோளில் முகம்வைத்து பார்த்தபடியிருக்கிறாள்.
சின்ன சின்னதான முகசேட்டைகளை செய்துகாட்டும்
போதெல்லாம் வெட்கப்பட்டு தகப்பனின் நெஞ்சுக்குள் இறங்கி
மறைந்துகொள்கிறாள்.
இறுதியாக, உன் பெயரென்ன என சப்தமின்றி கேட்டதற்கும்
அதே வெட்கத்தோடு.
இப்போது கோவில்வாசல் வந்துவிட்டது.
சொல்லாவிட்டால் உன்னைத் தூக்கிச் சென்றுவிடுவேன் என
சைகையால் சொல்லும்போது,
மையிட்ட சிறியகண்கள்
சிரிப்பிலிருந்து, சின்ன திகிலுக்குள் சென்று மீள்கின்றன.
உச்சிவெயில் நேரம். தகப்பனும், மகளும் கோபுர நிழலியே
நின்றுகொண்டனர்.
கூட்டிப்போயிடுவேனென பயம் காட்டிய மனிதன் சிறிய
விளையாட்டிலிருந்து தனது வளர்ந்த உடலோடு,
பழைய மனதோடு வெயிலில் நடக்கத்துவங்குகிறான்.
சிறிய மையிட்ட விழிகள்
தகப்பனின் வேட்டி நுனி பற்றியபடி
பார்த்துக்கொண்டே இருக்கின்றன.
உலகின் வசீகர திருடனை.
●

சாகும் வரை தீமையின் பிரதிநிதியாக இருந்து மறைந்த மனிதனின்
கருப்பு வெள்ளை புகைப்படம் இன்று வீதியின் குப்பைத்
தொட்டியில் கிடக்கிறது.
காகங்கள் தான் முதலில் வந்தமர்ந்து
தன் அலகுகளால் அவனை தட்டி எழுப்ப முயன்று
கொண்டிருந்தன.
எப்போதும் தன்னை மறைத்துக் கொள்ள விரும்பாத அவனின்
கண்கள் இந்த மதிய வெயிலில் தன் பிரத்யேக குயுக்தியுடன்
உயிர்பெற்று முறைத்தபடி இருக்க,நன்மையின் பூஞ்சை மனிதர்கள்
அதனை அஞ்சி நகர்கின்றனர்.
இன்று அந்த வீதி முழுவதும்
திடீரென நிகழும் அசம்பாவிதங்கள் அனைத்தையும் பதறிக்
கடந்தபின்
எங்களின் கண்கள் அனிச்சையாய் குப்பைத்தொட்டி
நோக்குகின்றன.
தீமை இன்றைய வெயிலாய் மிரட்டுகிறது.
தீமை இன்றைய குற்றங்களை முடுக்குகிறது.
தீமை இன்றைய உடல்களின் பிறழ் காமமாய் எல்லை உடைக்கிறது.
தீமையின் மஞ்சள் கருவுற்ற இந்த கிழமை தன்னை மறக்க முடியாத
எண்ணற்ற தழும்புகளை வரித்து விடுகிறது.
தீமைக்கு பழகி, ருசிக்கத் துவங்கி விட்ட
இந்த பின்மதியத்தில் ஒரு மழை எல்லாவற்றையும் நனைக்கத்
துவங்கியவேளையில்...
கருப்பு வெள்ளை புகைப்பட மனிதனின்
கண்களில் சூடான கண்ணீர் வழிகிறது.
விகாரமுற்ற அனைத்தும் தன் முகத்தை நீர்க்கண்ணாடியில்
பார்த்து அதிர்ந்தபடியிருக்க,
நாங்கள் ஒருபோதும் விரும்பாத
குற்றவுணர்வின் மாலை நெருங்கிக் கொண்டிருக்கிறது.

●

எப்போதாவது வீடு திரும்பும் உதிரிகள் பெரும்பாலும் வயதான தாயின் அழுகையை தொட்டு நக்கிக் கொண்டே நள்ளிரவில் பழையதை உண்கின்றனர். அப்போது சமையலறை கதவுக்குப் பின் மறைந்து நின்று பரிதாபமாகப் பார்க்கும் வாழவந்தப் பெண்கள் உதிரியை தங்கள் சிசு போல எண்ணி ஆதங்கப்படுகின்றனர். உதிரிகள் ஒரு சட்டையை மாட்டுவது போல பால்யத்தை அணிந்து கொள்கின்றனர். வீடு அவர்களை பழிக்கும்போதெல்லாம் பதிலுக்கு சிரித்தபடி கடக்கும் உதிரிகள் கோபப்படுபவர்களை அழ வைக்கின்றனர். அபூர்வ விருந்தினரைப் பார்ப்பது போலப் பார்க்கும் இளஞ்சிறுவனுக்கு காகிதங்களில் பொம்மைகள் செய்யும் நுட்பத்தையும், எல்லோரும் மறந்து விட்ட அப்பரம்பரையின் சேயோன் ஒருவனின் விசித்திர செய்கை குறித்த வரலாற்றையும் மெய்மறந்து ஒப்பிக்கின்றனர். உதிரிகளை விரும்பும் சிறார்கள் மனதளவில் வெகு சீக்கிரமே தந்தைமை அடைகின்றனர்........ (ஒரு சராசரி தினத்திடம் நாம் மிதிபட்டு, நசுங்கிக் கொண்டிருக்கும் போது மட்டும் உதிரிகளை பார்க்கக்கூடாது. அவர்கள் சாதாரணமாக நம்மைப் பார்ப்பது வக்கணை காட்டுவது போலவேயிருக்கும்)

●

முதல் கனியை
வலியப் பற்றினான்..
மற்றொன்றை
தானே தழைத்தது
தரு...

●

ஒரு பாறையின்மீது வெயில்விழுந்து நீங்குவதைப்போல
நமது பருவங்கள் தீர்ந்துவிடும்.
ஆகவே, உன்னோடிருக்கும் சமயங்களில் தூர நிலவெளிகளை
இருவருமே
ஒரே சமயத்தில் பார்க்கவேண்டுமென விரும்புகிறேன்
உவர்ப்போ, உப்போ இருவரின் கைகளால் தோண்டிய ஊற்றுநீரை
பூமியைப் பிளந்து தருகின்ற காதலின் சாறென பருகுவோமென
அடம் செய்கிறேன்
நம் உடலைவிட அதிகளவில்
நமக்குள் வளர்ந்திருக்கும்
உன்னைப் பற்றிய எனது சித்திரமும்,
என்னைப் பற்றிய உனது ஞாபகமும்
நாம் தோளில் கைபோட்டு செல்கின்ற அந்தியின்
இருள்வானம்போல முடிவற்றது என பிதற்றுகிறேன்
மேலும் அன்பே,
ஒரு பாறைக்குடைவில் நாம் முத்தமிடும்போது
வரவிருக்கும் நூற்றாண்டுகளுக்குமான
ஒரு ஞாபக சிற்பத்தை காற்றில் வடித்திருந்தோம்.
பேரியற்கையின் முன்
பெயர்களை அழித்து, உடலைவிட்டு
நாம் காதல்கொள்வதும்
நீர்த்திவலைகள் முகத்தில்பட
மேகமொன்று மலையுச்சியில் குழைவதும் ஒன்று.
●

அவர்களது ஒப்பனை சரிபார்க்கப்படுகிறது (கூந்தல், நகங்கள், மிருது பாதங்கள், கால் விரல்கள், கீழ் உதடு, கண்கள்) அவர்களுக்கான கோணங்கள் விவரிக்கப்படுகிறது (கொஞ்சம் உடற்பயிற்சி செய்து கொள்கின்றனர்)அறையின் ஒளியில் கொஞ்சம் மிருது சேர்த்து கொள்கின்றனர். அவர்களது ஆடைக்குள்ளிருந்து உடல்களை உருவி எடுக்கின்றனர். வீடியோ காமிராவின் ஆடிகள் சுருண்டும் விரிந்தும் தயாராகின்றது, அதனுள்ளிருந்து எச்சில் கசியும் நீள நாவும், சில சிறிய கோரைப் பற்களும் தெரிகின்றன. ஆடையற்ற இருவரும் சிரித்தபடி நாய்களுக்கு பிஸ்கட் போடத் துவங்குகின்றனர்.

●

முதல்முறை அது
அற்புதமாயிருந்தது..

இரண்டாம் தடவை
சகஜ நிகழ்வானது...

மூன்றாவதில்
எதிர்பாரா
கேலிக்குட்படுகிறது...

●

பின்னிரவின் பேருந்து நிலையத்தில் டிக்கட் எடுக்க பணம்
இல்லாமல் அமர்ந்திருக்கும் எளிய குடும்பத்தின் கைக்குழந்தை
பசியில் கதறும் போது மனைவியின் விம்மல் தாங்காது,
அங்கொன்றும், இங்கொன்றுமான மனிதர்களிடம், தன் வாழ்வின்
முதல் முறையாய் கூச்சத்துடன் கையேந்தும் ஆணின் குதிகால்
பித்த வெடிப்பிலிருந்து கசியும் குருதி சீம்பாலென மாறுகிறது.

●

பூங்காவின் சவாரிக்குதிரைகள் களைத்துவிட்டன,
ராட்டினங்கள் இறுதி மூச்சென அசந்து சுழல்கின்றன,
யாருக்காவோ காத்திருந்த யாரோக்கள் வினோத ஏமாற்றங்களுடன்
கிளம்பி மறைகின்றனர்,
வியர்வையில் கலைந்த பவுடர் முகங்கள்..
கசங்கிவிட்ட குழந்தைகள் உடைகள்..
கடவுளின் விரல்கள் ஏந்திய ஞாயிறின் இதழ்கள் உதிர்ந்து தீர்ந்து
கொண்டிருக்கும் இப்பொழுது...
பூட்டியிருக்கும் நிறுவனங்களின் பெயர்ப்பலகைகளில் சிவப்பு நிற
நியான்கள் முறைத்து முறைத்து அணைகின்றன.
இன்று சாயங்கால தூசி ஒளி படர்ந்த பழைய மார்க்கெட்டின்
குப்பைமேட்டில் சீசன் தப்பி வந்த, அழுகத்துவங்கிய ப்ளம்ஸ்
பழங்களின் குவியலை வெறித்தபடி,
'இறந்து கொண்டிருக்கும் இச்சிறுகனிகளின் சார்பாய் உங்களை
சபிக்கிறேன்', என பைத்தியனொருவன் கத்தியபோது
நான் மிரண்டு ஓடிவிட்டேன்.

●

தேன்துளியின் அந்த கடைசிபொட்டு மென்கசப்பு
சற்றுமுன் இருந்த தித்திப்பை, ஞாபகமாக மாற்றுகிறது.
சதா நிகழ்ந்துகொண்டேயிருக்கும் ஒன்றில்
அற்புதங்கள் இல்லை அல்லவா!

பெண்கள் எழுதுகிற, வாசிக்கிற கடிதங்களின் வரிகளை வெறுமனே
ஒலிக்குறிப்புகளாக கடப்பதில்லை. ஒவ்வொரு எழுத்தின்
நெளிவுகளில் கூழாங்கற்களின் சங்கீதத்தையும், நிறுத்தற்குறிகளில்
எழுகின்ற மென்மையான மூச்சுவாங்குதலில் உறங்குகின்ற
வளர்ப்புப்பிராணியின் உடலை வருடுவதுபோல உணர்வையும்
அடைகின்றனர் போல.

●

இந்த வெளிச்ச இரவில் ஏதேதோ கேட்டு அழுகின்ற குழந்தைகளை
அடித்து இழுத்துச் செல்லும் கந்தலான குடும்பத்தினரின் எளிய
நாணயங்களுக்குத் தகுந்த பொருட்களைத் தந்து, மிகச்சிறிய
பண்டிகை வெளிச்சத்தை அவர்களுக்கு கையளிக்கும் சாலையோர
மலிவு வியாபாரியே.. நீயே கருணை..! நீயே காருண்யம்!

●

மகத்தானவை மீதான ஏமாற்றத்தில் வீடு திரும்பிக் கொண்டிருப்பவள், இந்த பகலில் மென்மழை முறுகிவிட்ட உலோகப் பொருட்களின் உடலிலிருந்து புகையினும் மெல்லிய பனிப்புகை வழிந்தெழும் பாதை வழியே செல்லுகையில், மகத்தான அந்த செயலுக்காய் மீறிச் செய்த செயல்கள் ஞாபகம் வருகின்றன. மிக உயரங்கள் எப்பொழுதுமே தனது நுனியில் மிக பாதாளங்களுக்கான பாதையையும் சேர்த்தே கொண்டுள்ளன. தனது தோல்வியின் மீது அவளுக்கு ரத்தம் கொதிக்கும் சாபங்களில்லை, ஏனெனில மகத்தானவைகள் கனவிலிருந்து பிறப்பவை. அவளிடம் ஒரு மாலை சங்கீதத்தின் சாயல் கொண்ட விசும்பல் மட்டுமே இருந்தது. எப்போதும் எதிரிடை பேசும் ஆழ் மனம் இந்த கேவலின் தலை தடவி "சற்று அமர்.." என்கிறது.
தன் வீட்டை விட்டு மிகுந்த தொலைவிற்கு ஒரு கனவுக்குமிழியின் மீதமர்ந்து நீங்கிச் சென்றிருந்தவள், காலங்களுக்குப் பிறகு கொஞ்சம் பாத வெடிப்புகளுடன், சற்றே பிசிறு கூந்தல் நுனிகளுடன், பெற்றோர் இதுவரைப் பார்த்திராத ஆடைகளுடன் திரும்பியபடி இருக்கிறாள். சற்றதிகமாக வளர்ந்து விட்டு தலை முட்டி சாய்ந்து விட்ட குரோட்டன்ஸின் நடையுடன்...

●

கோவிலில் இருக்கின்ற முரசினை வெறுமனே விரல்களால் தடவும்போது அது விம்முகிறது என ஜெயமோகன் குறிப்பிடுவார். அதன் தனிமைக்கும் அந்த ஒலிக்கும் அதைவிட துல்லியமான உருவகம் இருக்கமுடியாது.
எல்லா அலங்காரமுகங்களுக்கும் மத்தியில் ஒரு கன்னியாஸ்திரீயின் மெழுகுபோன்ற புன்னகைத்த முகம், சட்டென கொண்டுவந்துவிடக்கூடிய எல்லாவற்றையும் நொறுக்கிவிடும் வெறுமையையும், அதன் பிறகு அந்த வெறுமையின் மீது துளித்துளியாய் ஊறிவருகின்ற
காதலும் ஸ்வர்ணலதாவின் குரல் இல்லாமல் வேறென்ன!

●

புத்தகம் என்பது அச்சிடப்பட்ட இசை எனும் காஃப்காவின் வரியைப் போல, கடிதம் என்பது தனிமையில் உருக்கி செய்த மெழுகுவர்த்தி அவர்களுக்கு.
படிக்காத பெண்கள்கூட தனக்கு வந்த கடிதவரிகளின் மேல் வெறுமனே உள்ளங்கையை வைத்து மௌனமாக அதன் குரலை அணைக்கின்றனர் என்பது போன்ற வரிகள் ஓரான் ஃபாமுக்கால் 'என் பெயர் சிவப்பு' நாவலில் எழுதப்படுகிறது.

●

பேருந்துகளின் முன்னிருக்கை ஒற்றைப் படையில் இருப்பதென்பது அதனை வடிவமைத்தவனின் கவித்துவம்.பெரும்பாலும் பெண்களே வந்தமரும் அந்த இருக்கைகள், ஓட்டுநர்களின் இதயத்திற்கு அருகிலிருக்கின்றன. அதில் அமர்ந்தவுடன் பெண்கள் ஒரு யௌவ்வனமடைகிறார்கள். அவர்களின் கண்களில் தோன்றுகிற சிறுமிக்கு ஓட்டுநர்கள் எளிய நாயகன். அவன் அந்த சிறு பயணத்தில் தனது கருணை, சாகசம், மென்மை அனைத்தையும் அந்த ஒற்றை வட்டு ஸ்டியரிங்கின் மூலமே எழுதிக் காட்டுகிறான். அப்பொழுதெல்லாம் அவர்களுக்குப் பின் அமர்ந்திருக்கும் நாற்பது நபருக்கும் கழுதை தலை முளைக்கிறது. உண்மையில் இடது பக்கவாட்டு கண்ணாடிகளை மட்டும் பார்க்கும் ஓட்டுநர்களை பணிமனையின் க்ரீஸ் கந்தலில் மட்டுமே கட்டி வைப்பது நல்லது. இந்த மழை நாளில் ஒரு சிறு பார்வை ஊடலுக்குப் பின் முன் இருக்கைக்கு வரும் அந்த நடு வயது ஆசிரியை வலப்பக்கம் திரும்பாமலிருக்க பகீரதப்பிரயத்தனம் கொள்கிறாள். ஆனால் இந்த ஓட்டுனனோ மிட்டாய் போன்ற முனைகள் கொண்ட ஹாரன் குச்சிகளை சிறிய பியானோவைப் போல இசைத்து ரகசிய அழைப்பை விடுகிறான். இருவருக்கும் நடுவே இந்த ஈரம் மிக்க பேருந்தில் கணப்பு அடுப்பைப் போல எஞ்சின் நீராவியைப் படிய செய்கையில்,
வந்து கொண்டிருக்கும் அந்தப் பேருந்தின் முகப்பு கண்ணாடியில் வழிந்து கொண்டிருக்கும் நீர்படலத்திற்குள் ஒரு மெழுகு வர்ண கனவு காட்சியை நாங்கள் காணுகிறோம்.

●

கோலமிடும்போது அதன் வளைவுகளை வரைந்துசெல்கின்ற விரல்களில் தென்படும் நிதானத்தில், எளிதாக பூர்த்திசெய்யவேண்டிய வளைகோடுகளின் இறுதியில் சிலகணங்கள் கோலப்பொடி உதிர்ந்தபடி எதுவோ யோசனையாய் நின்றிருக்கும் விரல்களுக்குள் நம்மால் ஒருபோதும் செல்லவியலாது.

ஸ்வர்ணலதா பாடிக்கொண்டிருக்கிறார்.
அவர் எங்கே பாடுகிறார், வரிகளை வருடுகிறார்.
கடைசி தூக்கமாத்திரையை விரல்களுல் வைத்துப் பார்ப்பவளைப் போல அவ்வரிகளின் மீது தோய்கிறார், அடி ஆழத்தில் அதன் கசப்பையும், அதற்குப்பின் அது அளிக்கின்ற விடுதலையை ஏங்கியபடி தரையில் கிடப்பவளைப் போல, சொற்களின் பாதங்களைப் பார்த்தபடி மூச்சிளைக்கிறார்.
எவனோ ஒருவன் வாசிக்கிறான் பாடலின்போது,
அவரது அந்த கேவலின் முன் பேரோசை கொண்ட வாத்தியங்கள் வெட்கித்து பின்வாங்குகின்றன.
ஆன்மாவின் தனிமையில் வாசிக்கபடுகின்ற பாடலின் வரிகள் தங்கள் வேலைமுடிந்ததாய் சந்தோஷமாக சாம்பலாய் உதிர்கின்றன.
மாசற்ற ஒற்றை புல்லாங்குழல் மட்டும்
வரப்பில் கூடவே ஓடிவருகின்ற குட்டி நாயைப் போல
அந்தக் குரலைத் தொடர்கிறது.

நிலக்காட்சி 1

கிழக்குகோபுர வாயிலில் அமர்ந்திருக்கிறாள் கனத்த பூக்காரி,
பற்றி எரியும் குங்குமமும், சுங்கிடியுமாக.
எந்த அதிகாரத்தாலும் அசைக்கமுடியாத
தீட்சண்யத்தோடு,நெடுங்காலமாக
அங்கே அமர்ந்திருப்பவளின் உரிமையான ஆங்காரத்தோடு.
அவளது தோற்றத்திற்கென்ற மலர்ந்த முரட்டுப்பூக்கள் கரணை
கரணையான புஷ்டி கொண்ட குழந்தைகளைப் போல கூடையில்
கால்விரித்து சூரியனைப் பார்த்து சிரிக்கின்றன. கூம்பிய
முலைகளென ஒடித்த தாமரைகளோ ஈரத்துணிக்குள் பொதிந்தபடி
பார்க்கின்ற கண்களை ரசிக்கின்றன.
பிரகாரங்களில் ஆலவாய் இளவரசி கிளி துரத்தி விளையாடும்
ஓசை வெளியில்வரை கேட்கிறது.
சிறுவயதில் அனாதையான இளவரசியின் தாதியைப்போல,
அவ்வபோது வாயிலிருக்கும் வெற்றிலைகொத்தை கன்னம்
மாற்றி அதக்கியபடி, “விழுந்து கிழுந்து வச்சு கால் நோவுதுன்னு
வா.. உனக்கு இருக்கு” என்பதைப்போல ஒருமுறை சன்னதியின்
நீண்ண்ண்ட பிரகாரத்தின் இருளுக்குள் பார்வையை விடுகிறாள்.
சீட்டிப்பாவாடையை தொடைக்குள் இறுக்கியபடி, தூண்
மறைவில் நின்றுகொண்டு, தூரத்து யாளியின் மூக்கில்
அமர்ந்திருக்கும் கிளியினைப் பார்த்து “உஷ்ஷ்ஷ்” என்கிறாள்
சிறுமி.

●

நிலக்காட்சி 2

கூர் நுனிமீசையும், கழுத்தில் நெளியும் மீன் டாலர் வைத்த செயினோடு, ஒற்றைக்கால் மடக்கி அமர்ந்து ப்ளாட்பாரத்தில் தோசை ஊற்றுகிறான் கடைக்காரன். ஒவ்வொரு முறை கரண்டி வட்டம் வரையும்போதும், கண்களிலும், கரத்தின் ஒயிலிலும் அவன் அர்த்தநாரீஸ்வரனாகி விடுகிறான்.

தவணைக்கு பாக்கி சொல்லவந்த லோடுமேனின் குழந்தை மடங்கிய தவணை நோட்டைக் கையில் வைத்துக்கொண்டு அவனிடம் மன்னிப்புக் கேட்கத் தெரியாமல் கேட்கிறது. எரிச்சலும், கூர்மையுமிக்க பார்வையால் அதனை புறந்தள்ளியபடி, "ங்கொப்பன் கால ஒடிக்கிறேன் இரு.." என்றபடி தன்முன்னே நீட்டப்பட்ட பாதி தின்ற இட்லித்தட்டில் சாம்பார் ஊற்றுகிறான். குழந்தை இப்போதும் சிரிக்கிறது, கொஞ்சம் அழுவதைப்போல. கருகிய தோசைச்சட்டியின் விளிம்புகளை கரண்டியால் செதுக்கியபடி, 'ப்போ' என்கிறான்.

சிறுமிக்கு எந்த பக்கம் செல்வதெனத் தெரியாமல் அங்குமிங்குமென திகைத்தழுகிறது. அதற்கு இப்போது உடனடி தேவை அந்த மீசையிலிருந்து, நெளிகின்ற மீன் டாலரின் பிரகாசத்திலிருந்து தப்புவது ஒன்று மட்டுமே.

சாலையைக் கடக்க நின்றிருக்கும் சிறுமியின் முதுகைப் பார்த்தவாறே, சற்றுதள்ளி காய்கறி உரிக்கும் மனைவியிடம், 'கலா, அந்த பிள்ளைக்கு ஒரு ஊக்கு குத்தி விடு' என்கிறான். அவனது கை அனாயசமாக ஒரு தோசையை வரைகிறது இப்போது.

●

குனிந்த கழுத்தோடு, வெளிச்சம் உமிழும் கண்களோடு
பேப்பரில் சரசரத்துச் செல்கின்ற பேனாவைப் பார்க்கிறது
சிறிய டேபிள்விளக்கு.
நான் இருளில் அமர்ந்தபடி
இந்த கடற்கரை விளையாட்டைப் பார்க்கிறேன்.
ஏதோ ஒருவரிக்குப் பிறகு,
மேலே நகராமல் நின்றுவிட்டது பேனா.
காதலனின் தோள்பற்றி எக்கிப்பார்ப்பதுபோல பேனாவைப்
பார்க்கிறது டேபிள்விளக்கு.
எனது மணிக்கட்டை பாறையென நினைந்து சாய்ந்துநிற்கிறது
பேனா.
பாதி எழுதிய வரிகளின்வழியே
யாரோ வந்துசேராமல் கிளம்பிவிட்ட கப்பலைப்போல பதறித்
திகைக்கின்றன வரிகளுக்குள் அமர்ந்திருக்கும் முகங்கள்.
யாரையோ வரவிடாமல் செய்துவிட்ட அமைதியோடு
பேனா, மீந்த வெள்ளைப்பேப்பர் முழுக்க
அசைகிறது கடல்.
டேபிள்விளக்கு,
பேனா,
மீந்த வெள்ளைப்பக்கங்கள்..
இவைகளை இருளுக்குள் நின்று பார்த்தபடியிருந்த கணமொன்றில்,
ஒரே ஒருமுறை மிகமென்மையான ஒரு நெற்றிமுத்தத்தைப்போல
அணைந்து எரிந்தது டேபிள்விளக்கு.
எனது மணிக்கட்டு பாறையிலிருந்து எழுந்துகொண்ட பேனா
தளர்வாக எங்கோ சென்றுகொண்டிருக்கிறது.
●

உன்னை மகிழச் செய்தேன்
உன் மலர்தலின்வழியே
என்னுள் நீ வழியச்செய்கின்ற உணர்விற்குள்
மகிழ்ச்சியைவிடவும் கூடுதலான ஒன்று சேர்ந்திருக்கிறது.
நீருக்கும், ஆம்பலுக்கும் நடுவே
மறைந்து வெளிப்படும்
நடனமென.

●

இன்னமும் விழித்திடாத ஒரு குக்கிராமத்தைக் கடந்து கொண்டிருக்கிறேன். சாம்பல் வெதுவெதுப்பில் சுருண்டு கிடக்கும் மெலிந்த நாய்களைப் போல அகங்காரங்களற்ற எளிய வீடுகள். தவறுகளை உணர்ந்து கொண்டிருக்கும் ஆணின் தனிமையென அழுக்கு வெளிச்சத்துடன் மௌன தெருவிளக்குகள். இடையிலேயே ஒரு வாழைத்தோப்பு. நீர்வாட்களாய் ஈரமுகம் கொண்ட வாழையிலைகள் மினுங்கும் இந்த கருக்கலில் அச்சமூட்டம் ஒரு ஒற்றையடித் தடத்தின் இறுதியில் ஒரு மித உடல் பிராணி ஸ்தம்பித்திருக்கிறது. முகந்தெரியா எதிரெதிர் புள்ளியில் உயிரிகளென்பதே எங்களுக்குப் போதுமானதாயிருந்தது. இனி இந்த கணத்தில் இங்கு வர ஏலாமலே போய் விடும் ஒரு இரண்டு வரி வாழ்வுடையவனிடம் ஒளித்தீட்டு படராத இந்த புலரில் அது சொல்லற்ற ஒரு தேம்பலை உணர்ந்து நகர்கிறது.

●

யானைக்கல்லில் இரவு வருவதே இல்லை. ஸோடியம் வெளிச்சங்களுக்கு மத்தியில் வைக்கோல் கூளங்களுக்கும், கூடைக்கார பெண்களுக்கும் நடுவே விடிய, விடிய பழவண்டிகளை இறக்கியபடியே இருக்கின்ற யானைக்கல்லுக்கு மதுரைக்கேயுரிய தூங்காநகர போதை எப்போதும் உண்டு.
அந்த இரவில் நாங்கள் நார்ச்சாக்கில் பொதியப்பட்ட சாத்துக்குடிகளை இறக்கிக்கொண்டிருந்தோம்.
பழைய பேட்ரோல்வேனும், ஒரு ஜீப்பும் கடந்துசென்றன. சற்றுதூரத்தில் நின்றன. பணியில் புதிதாக சேர்ந்த இளங்காவலன் மெல்ல தகரமாகிக்கொண்டிருக்கும் தனது சதுரமுகத்தோடு எங்களிடம் வந்தான்.
"இங்கே பன்னீர்திராட்சைகள் கிடைக்குமா?"
அந்த குளிர்இரவில் அவனது முகம் வியர்த்துக்கொண்டிருந்தது.
நாங்கள் முணுமுணுத்தபடி,
பழங்களை சிறிய பையில் வைத்து நீட்டினோம்.
"வைத்துக்கொள்" என ரூபாய்களை நீட்டினான்.
அவ்வளவு நடுங்கும் கரங்களை அதற்குமுன் நான் பார்த்ததேயில்லை.
வேண்டாம் என்கிற எங்களின் மறுதலிப்பைப் பொருட்படுத்தாமல் சாத்துக்குடி மூடைகளின்மீது அதனை வைத்துச் சென்றான்.
பேட்ரோல் வேனின் சிறிய சதுரத்திற்குள் அதனை அவன் குடுப்பது தெரிந்தது. கூடவே ஜீப்பிலிருக்கும் அதிகாரியின் "வாங்குடா... இப்ப வாங்கு மொதல்ல.." அந்த இரவிலும் ஒருவரின் குரலில் இவ்வளவு கடுமை இருக்குமா?
எனக்கு அதைக்கேட்டதும் மகாசோர்வுடன் கால் வலித்தது.
பிறகு, சிறிய கரமொன்று அதனை வாங்கி உள்ளிழுத்துக் கொண்டது.
இளங்காவலன் சுற்றும்முற்றும் பார்த்துவிட்டு ஜீப்பின் பின்பகுதியில் தொற்றிக்கொண்டான்.

மாமை தனது உலர்ந்த கரங்களால் நாங்கள் வாங்கிவந்த பொருட்களை ஒதுக்கி வைத்தாள்.
அவளுக்கு நினைவு வேறு பிறழ்ந்துவிட்டது.
அகிலனைக் கும்பிட்டாள்.
அவன் சிரித்துக்கொண்டே இருந்தான்.

பிறகு, சுவாரஸ்யமாக மாமைக்கு வாங்கிவந்த பழங்களில் இருந்து பன்னீர்திராட்சைகளை கோலிக்குண்டுகளைப் போல உதிர்த்து வாயில் போட்டுக்கொண்டான்.

மனைவி கடிந்தாள். நான் "விடு" என்றதும்
முகம்சுளித்துக்கொண்டாள்.
மாமையைச் சுற்றி, அவள் உபயோகிக்கும் பொருட்களைச்
சுற்றி அப்போது மிகமோசமான, புனிதவெளிச்சத்தைப்
பார்ப்பவர்களைப் போல எல்லோரும் நடந்துகொண்டனர்.
அகிலன் இன்னமும் தின்றுக்கொண்டிருந்தான்.
காம்பில் ஒரு துளி தேன் எஞ்ச திராட்சைக்காம்புகள்
சடலமாகியபடி இருந்தன.
ஏதோ தோன்ற, நான் அந்த இரவுக்குப் பிறகு வந்த
செய்தித்தாள்களின் முகப்புகளையே யோசித்துக்கொண்டிருந்தேன்.

பழைய கருப்புவெள்ளைப் புகைப்படங்களில் சிரித்தபடி
இருக்கின்ற சிலருக்குக் கீழே,
அதிகாலையில் போலீஸ் அதிரடி எனத் தொடரும் அந்த
செய்தியை நீங்களும் வாசித்திருப்பீர்கள்.

●

தங்கியிருந்த விடுதியை காலிசெய்துவிட்டு, முதுகில் மாட்டிய பயணப்பையோடு வீதியில் இறங்குகிறேன்.
சட்டெனெ எல்லாமே கைவிட்டதான உணர்வு.
திசையழிந்த சுதந்திரமும் கூட.
விடுதியில் கடக்கின்ற மதியங்கள் ஏன் இறுகியவையாக மனதில் நிற்கின்றன?
உன் வரவு, அதிலிருந்த பதட்டம், சிறிய கூண்டுக்குள் இருக்கும் மிகச்சிறிய வெற்றிடம் போன்ற அந்த விடுதலையுணர்வு,
வாழ்வின் இவ்வளவு அநீதிகளுக்குப் பதிலீடாய் அந்த தனிமையில் நாம் கைகொண்ட எந்த செயலும் நியாயமானதே.
வெளிச்சம் உமிழ்ந்தபடி, வீடு திரும்புகிற வாகனமுகப்புகள் இந்த புதியசாலையில் நடக்கின்ற என்னை, ‘நீ அனாதை நீ அனாதை ‘எனக் கூசி நடக்கவைக்கின்றன.
இறுகிய பனிப்பாறை போன்ற இந்த மதியத்தின் ஒருமுனையில் கசிகின்ற நீரொழுக்கை அருந்தியபடி உன் வழக்கமான சமையலறைக்குள் நீ கசங்கியபடி சிரித்துக்கொள்வதை நினைத்துப்பார்த்தபடி வெகுதூரம் நடந்துவிட்டிருக்கிறேன்.
வழக்கமான வெளிச்சக்குப்பைபோல தூரக்காட்சியாய் நகர்கிறது உனது நகரம்.
ஒரு சொட்டு தேன் கலந்துவிட்ட டீஸ்பூன் மருந்தைப்போலவும்.
●

முற்றிலும் வேறான மனிதனின் கதையொன்றை
எழுதிக்கொண்டிருக்கும்போது, அவனது சீற்றமிகு மனதை
மானுடத்துடன் இணைக்கும்விதம் பல்வேறு அரங்க பொருட்களை
அவன்முன் பரப்பிவைக்கிறேன்.
மெல்லிய காதல்கொண்ட இளம்பெண்ணின் முகத்தை,
இளவெயில் வேண்டி அருகே அமர்கின்ற ஆட்டிஸ குழந்தையை,
விட்டுவிடு என மானசீகமாக தனது தோல்வியை ஒப்புக்கொண்ட
வயதான மனிதனை...
இல்லை, இவை எதற்குமே அவனை, அவனது கொந்தளிப்பை
அடக்கும் திராணியில்லை.
மிகச்சோர்வாக, இன்னும் என்ன செய்யச்சொல்கிறாய் என
குமைந்தபடி வந்துவிட்டேன்.
உதிரம் உறைந்துகிடக்கும் பலி அருவாளும்,
வெயிலில் சிதறிக்கிடக்கும் சுருட்டுகளுமாக வனாந்தரத்தில்
கிடக்கிறது சந்திவீரப்பனின் கற்சிலை. கொளுத்தும்வெயிலில்
அதற்கொரு நிழலில்லை.
உற்றுப்பார்த்தால் மீசைக்குக்கீழே விகார இளிப்புடன் அவன்
வெயிலையே குடித்துக்கொண்டிருக்கிறான்.
வெயிலெரிக்கும் நிலங்களில் வசந்தம் என்பது
கொடூரவலி தரும் துர்கனவு.
நான் அரங்கப்பொருட்களை அகற்றத்துவங்கினேன்.
●

பைத்தியக்காரன் மரணித்துவிட்டிருக்கிறான்.
தெருவோர சடலத்தின்மீது
பெய்துகொண்டிருக்கிறது வெயில்.
தேடித்தேடி அவன் சேகரித்த உதிரிகள் தனியே கிடக்கின்றன.
எதிர்பாராத நேரங்களில் காற்றில் அவன் வரைகின்ற சித்திரங்கள்
திசையழிந்துவிட்டிருக்க, அவ்வபோது அவன் ஆடுகிற
களிநடனங்கள் இப்போது எங்கோ சென்றுவிட்டிருக்கின்றன.
இருக்கிறாளோ இல்லையோ தெரியாது, எங்கோ இருக்கின்ற
அவனது தாய்க்கு இன்றைய கைவேலைகளுக்கு நடுவே ஒரு
ஆழமான விக்கலை கட்டாயம் நிகழ்த்திச் செல்லும்,
யாரும் இடம்தராத மழைநாட்களில் நனைந்தபடி தனித்திருந்த
அவனது மௌனத்தின் சொல்.
●

அர்த்தங்களை உமிழ்ந்தவுடன் மொழி,
பாம்பின் சட்டையென புத்தகத்தில் கிடக்கிறது.
வாசித்தபடி தாண்டிச்செல்லும்
பக்கங்கள் உடனடியாக
இறந்தகாலத்திற்குள்
அவ்வளவு வயதாகி வீழ்கின்றன.
எல்லாவற்றையும் கூறியபிறகு,
டேபிளில் வீழ்கின்ற, முடித்த புத்தகமென்பது,
ஒரு முதியவளின் தலை
அல்லது
கனவின் சாம்பல்.
●

யானைமலை ஒரே ஒரு பாறைத்துண்டைப் போன்றது.
எப்போதும் துதிக்கை நீட்டி உறங்குகின்ற சாயலும் உடையது.
இன்று முழுவதும் மழைக்கான மேகமூட்டம் நிறைந்த நாளாக
இருந்தது.
வீட்டு மாடியிலிருந்து, உடலெங்கும் ஈரம் வழிய யாரையோ
எதிர்நோக்கி காத்துநிற்கின்ற விலங்கின் அமைதி அல்லது தனிமை
அதன் பாறைமுகம் முழுவதும் நிரம்பியிருந்தது.
இயல்பாகவே மலைகளில் இருக்கின்ற வெறுமையை இந்த மழை
மேலும் துக்கமாக்கி விட்டிருந்தது.
எதையோ எண்ணியபடி அதனைப் பார்த்தபடியே இருந்தபோது,
அதனிலிருந்து வெகுதூரங்களுக்கு அப்பால்,
வானம் சரிகின்ற திசைவிளிம்பில், திட்டுத்திட்டாய் பேருடல்
கொண்ட வெகு பிரம்மாண்டமான மலைத்தொடர்கள் (மேற்கு
தொடர்ச்சி மலையின் துவக்கம்?) சாம்பல்நிற வெளிச்சத்தை மீறி
மெல்லத் துலங்கி எழுந்தன.
அவை வேறொரு உலகத்தில் நிற்பதைப் போன்ற தூரத்தில்
இருந்தன.
அவைகளின் பின்னணியில் வெகு அண்மையில் யானைமலை
ஏங்கி நின்றிருந்தது.
ஏறத்தாழ கூட்டத்தைப் பிரிந்த யானைக்குட்டியின் முதல்நாளின்
துக்கத்தைப் போல.
புரிந்ததாவெனத் தெரியவில்லை,
நான் மானசீகமாக அதனிடம், அங்கே திரும்பிப்பார்..
திரும்பிப்பார்.. என உள்ளூர சொல்லியபடியே நின்று
கொண்டிருந்தேன்.
●

இந்த பருவத்தை புரிந்து கொள்ள முடியவில்லை. ஆழ்துளைகள் உலர்ந்து, உப்பு படியும் சுவர் கொண்ட சீக்காளி வீடுகள் இருக்கும் தெருவில் தான் குட்டியானையின் துள்ளலுடன் எட்டும் உயரமே கொண்ட ஒரு மரம் நனைந்து விட்ட காகிதங்களைப் போல தளிர்ந்து விட்டிருக்கும் பச்சை சிற்றிலைகளுடன் கோடைக்கு எதிரான எளிய புரட்சியாளனாய் சிலுப்பிக் கொண்டிருக்கிறது. நீண்ட காலத்திற்குப் பிறகு அம்மரத்தின் தண்ணீர் தெளித்து விட்டதைப் போன்ற சிறு நிழலில் அவர்கள் சந்தித்து கொண்டனர். நடுத்தரம் தாண்டிய வயதிலும் மீசையின் ஓரங்களை துல்லியமாக கத்தரிக்கத் தெரியாத அந்த சாப்ளின் முக மனிதனும், மூக்குகண்ணாடியுடன் வாழ்பவர்கள் அதனை கழட்டுகையில் பரவுகின்ற தூக்க களையை அவர் முன் மறைக்க விரும்பாமல் இயல்பாய் கண்ணாடியை துடைத்த படி ஆர்வமாய் அவர் முகம் பார்க்கின்ற ரவிக்கை வெளிறிய அந்த திருமதியும் ஒரு இனிய சொல்லைப் போன்ற அந்த மரத்தின் கீழே அடியாழங்களுக்கு சென்று கொண்டிருக்கின்றனர். கொஞ்சம் வர்ணப் பேனாக்கள் வாங்க அப்பாவுடன் வந்திருந்த அந்த கல்லூரி வயதுப் பெண், மரியாதைக்குரிய இடைவெளியுடன் நிழலுக்கு வெளியே வந்து அலைபேசியை நோண்டுவது போல அவர்களின் தத்தளிப்பை ஓரமாக ரசித்தபடி இருக்கிறாள். இந்த நூற்றாண்டின் ஆகச்சிறந்த பெரிய மனுஷி அவள்...

●

விடுமுறை

இந்த சுற்றுலா நகரத்தின் மதியவீதிகளில்
தனியாய் அலைபவன், தனது உடைகளில் ஒழுங்கின்றி இருப்பதை,
ஓலைத்தொப்பியின் விளிம்புகள் கிழிந்துவிட்டதை, தான்
இலக்கின்றி திரும்பத்திரும்ப ஒரே இடத்திற்கு வந்துசேர்வதை என
அனைத்தையும் மறக்கிறான்.
அவனிடமிருப்பது ஒரு பழைய கதையொன்று,
மற்றும் சில ரூபாய்த்தாள்கள். எதன்பொருட்டும் விலைக்கு
போகாத அவைகள் அவனது சுதந்திரத்தை குறுக்கவில்லை.
அவனது அளவுமீறிய வியர்க்கும் உடல் மேலும் நைந்தவனாக
அவனை உருமாற்றுகிற இவ்வேளையில் சுற்றுலாநகருக்கு மேலும்
புதிய பயணிகளுடன் வருகின்ற நெடுந்தொலைவு புகைவண்டி
அலுப்புடன் வந்துசேர்கிறது.
மாலைவேளைக்கு முன்பு அங்கிருந்து கிளம்புகின்ற
பூக்கள் கொண்டுசெல்லும் குட்டியானையின் பின்புறம்
யாத்ரீகனாய் தொற்றிச்செல்லும் அவன் சுற்றுலா நகரை,
தனது இரண்டுவிரல்களுக்கிடையே ஒரு புகைப்படம் போல
க்ளிக்குகிறான்.

வெகுதூர லைட்ஹவுஸின் ஒற்றைக்கண் ஒருமுறை அவனை
நோக்கி கண்சிமிட்டுகிறது.
●

இரவில் வேலைமுடிந்து வீடு திரும்புகையில் புத்தகம் படித்தவாறு
நடந்து செல்பவனை எனக்குத் தெரியும். இன்றும் அவனது
மெய் மறந்த வாசிப்பு நடையை ரசித்தபடி பின் சென்றேன்.
ஒரு தெருவிளக்கை அவன் கடந்த பொழுது ஏழு நிழல்கள்
அவனிலிருந்து உரிந்து விழுந்ததைப் பார்த்து உறைந்தேன்.
●

வடக்குக் கோபுரத்திற்கு இன்று பெண்காவலர்கள் பாரா போல.
விறைத்தநெஞ்சாய் இருளோடு நிற்கின்ற கோபுரத்தின் கீழே பூட்ஸ் சப்தங்களுக்கும் மீறி கொலுசுகள் சிணுங்குகின்றன. தனிமையில் அச்சம் பெருக்கும் நீர்நிலைகளின் அமைதியைப் போல ஏகமான வெற்றுவெளியின் மீது வெகுதூரத்தில் சில பெண்களின் சிரிப்புச்சிதறல்கள் இரவுமேகத்தின் பீதியுடன் வந்தடைகின்றன.
முகுந்தின் கவிதைவரியில் வருவதுபோல,
யாருமற்ற மீனாட்சிஅம்மன் கோவில் வாசலில் தனிமையில் நின்றேன். உள்ளேயிருந்து நடுங்கியபடி மூதாட்டியின் குரலொன்று வந்தது.
எனக்கும் அப்பெண்களுக்குமிடையே நீண்டு கிடந்த கற்தளத்தில் நிலவொளி படர்ந்திருக்க, கோபுரத்தின்மிதமான நிழல் ராட்சத விலங்கைப்போல நடுவே கிடந்தது.
முகம்தெரியாத அந்த எதிர்கரையிலிருந்து பல கண்கள் மினுங்கிக் கொண்டிருந்தன. அருகிலிருந்த சுவர்விரிசலில் கிளைத்துக்கிடந்த செடிகளில் எதுவோ சமீபத்தைய கணங்களில் மலர்ந்திருக்கிறது. காற்றில் கடுமையான பச்சையநெடி. நான் அதன் மலரைப் பார்க்க அஞ்சினேன்.
மலர் என்பது தாவரத்தின் கண்.

மிதமான குளிர்காலத்தில் இந்த அச்சமிகு தருணங்கள் வெதுவெதுப்பாக இருக்கின்றன என எண்ணியபடி, ஆடிவீதியின் மூலையில் சிகரட்டைச் சுண்டிவிட்டு வெளிச்சமிகு தெருவினை நோக்கி விரைகின்றேன்.
முதுகுக்குப் பின்னே தன்னை மறந்த சிரிப்பொலிகள் இன்னும் வந்துகொண்டிருக்கினறன. நிலவொளியின் ஒரு கீற்று அந்த பற்களின் கூர்மையில் சுடர்விட்டுப் போகிறது.
மனநலக்காப்பகத்தில் முதன்முறையாக மொட்டையடிக்கப்படும் பைத்தியமான சீமாட்டிக்கிழவியைப்போல, இந்த நள்ளிரவில் தூர்ந்துவிட்ட வைகையின் இருகரையையும் சாலையாக மாற்றுவதற்காக பொக்லைன்கள் கொறித்துக் கொண்டிருக்கின்றன. முற்றிலும் ஆட்களேயற்ற இருளில், தனிமனிதனாக இயங்கிக் கொண்டிருக்கும் பொக்லைனின் ஓட்டுனனுக்குத் தெரியாது, காலத்தின் எவ்வளவு ஆழத்திலிருந்து இந்த மண்படிவுகளை அள்ளி எடுக்கிறோம் என.
தான் புணர்ந்துகொண்டிருப்பது ஆவேசம் உலர்ந்த ஒரு பழைய யட்சியையென.
வரலாற்றின் வரி வடிவங்களைப் போல, ஈரங்கசிகின்ற மணற்துகளிலிருந்து அவன் உணர ஏதுமில்லை.
நிசியைத் தாண்டிவிட்ட இவ்விரவில் மலைத்தொடர்களிலிருந்து ஓலமிட்டு இறங்கும் பெருங்காற்று ஆற்றை அள்ளி அணைத்தபடி வருகிறது, குருவிக்காரன் சாலை பாலத்தில் உறங்கும் நடைபாதைவாசி ஓடு ஓடு என தூக்கத்தில் உளருகிறான்.
மிக தூரத்தில் பீடி பற்றவைக்க முடியாமல் எரிச்சலடையும் பொக்லைன் சாரதி, உறைந்து கிடந்த இருளை அள்ளிச்சுழற்றி ஒரு மாபெரும் மிருகம்போல வருகின்ற எதனையோ பார்க்கிறான்.
●

பிரபலமாகாத கடற்கரையோரம் இறங்குவானம் பார்த்தபடி பிதற்றிக் கொண்டிருக்கும் ஒரு ஜோடியை அசுவாரஸ்யமாய் அலைகளை வீசிப் பார்த்துக் கொண்டிருக்கின்றது கடல். உடலுக்கு வெளியில் கிளைத்திருக்கும் எல்லா சம்பிரதாயங்களையும் சொற்களால் வெட்டி, வெட்டி முன்னேறும் அவர்களைப் பார்த்தபடி சிதிலங்களை உண்கின்றன கடற்பறவைகள். உப்புக்காற்று மிகுந்த நிலத்தில் காமம் பாசாங்குகளை உடனே உதிர்க்கிறது. மேலும் இது சோம்பலான ஒரு வேலை நாளின் மதியம். தினச் சம்பள வேலைக்குச் செல்பவர்களின் பொது இட முத்தங்களை தூரத்திலிருக்கும் கீற்று கொட்டகையில் தனித்திருக்கும் காவலரும் பெருந்தன்மையாக பார்க்கிறார். அந்த ஜோடி படகுமறைவைத் தேடுகிறது. பிரபலமாகாத கடலிற்கு படகுகளும் வருவதில்லை. பொறுமையிழந்த அந்தப் பெண் நீண்ட சுடுமணலில் தன்னுடலை கடலைப்போல விரிக்கிறாள். வியர்வை ததும்பும் கரு நிற முதுகுடன் ஒரு பேரலையைப் போல அவன் மேலேறுகிறான். தூரத்து காவலருக்கு ஏறி இறங்கும் அவன் முதுகுத் திமில்கள் இரு படகுகளைப் போலத் தெரியத் துவங்குகின்றது.
•

பங்களாக்கள் நிறைந்த பகுதிகளின் மருத்துவ அமைதி எனக்கு அச்சம் தருவது. நான் ஒரு பங்களாவின் மூடிய பெரிய கதவின் முன் நிற்கிறேன். என் அழைப்பை ஏற்று யார் அந்த கதவின் சிறுதுளையை திறந்து பார்ப்பார்களெனத் தெரியவில்லை. திடீரென வெளிப்படும் ஒரு எரிச்சலான முகம் பீதி தரக்கூடியது. மேலும் ஒரு முன் மதியத்தில் எல்லாமே மேலும் வெறுமை அடைகின்றன. மனிதக் குரலே எங்குமில்லை. அச்சமூட்டும் விதம் நிறம் சிதறிய பூக்கள் அதிரும் சுத்தம். எனது நடுக்கம் அதிகரிக்கிறது. வெகுதூரத்தில் ஒரு சிறுமி கையில சிவப்பு நிறக் குடையுடன் வந்து கொண்டிருக்கிறாள். அவளது முகம் தெரியவில்லை. தீமையின் அறிகுறிகள் எனக்குத் தோன்றுகிறது. அவள் குடையை மடக்கி மடக்கி விரிக்கிறாள். ரத்த நிற செம்பருத்திப் பூ மலர்ந்து, மலர்ந்து சுருள்கிறது. நான் காதைப் பொத்தி அலறியபடி அமர்ந்து விட்டேன்

●

கூட்டத்தைக் கண்டாலே விலகிச் செல்லும் மனநிலை
கொண்டோருக்கு இந்த சித்திரைமாத மதுரை என்பது திகில் கனவு.
திருவிழா களைகட்டும் என்பதை நாட்களுக்கு முன்பிருந்து அல்ல,
மாதங்களுக்கு முன்பிருந்தே தன்னில் நிகழ்த்தும் ஆலவாய் நகரின்
நிலத்திற்கு, இந்தத் திருவிழா நாட்களை கொண்டாடுவதென்பது
தனது ஆயிரமாண்டு பாசிபடிந்த ஆன்மாவை, ஒருமுறை உரசி
ஒளிக்கொள்வது போல.

ஒரு பழஞ்சீமாட்டி தனது ஒவ்வொரு அணிகலனாய்
பொருத்தியபடி ஜ்வலிக்கத் துவங்கும் நாட்கள் அவை.
ஊருக்கு நடுவே படமெடுத்த வயதான நாகம்போல நான்கு
கோபுரங்களையும் திசைக்கொன்றாகக் காட்டியவாறே,
சுருண்டிருக்கும் இந்த உடலை நோக்கி, சுற்றியுள்ள
நூற்றுக்கணக்கான கிராமங்களிலிருந்து திரெண்டெழும்
மக்கள்கூட்டம் கனத்த ஆர்ப்பரிப்பும்,
தொல்குடிக்கேயுரிய உரிமையுமாய் மதுரையைக் கைப்பற்றி
கொண்டாடித்தள்ளும் இந்த நாட்களில், இத்தனை லட்ச
மனங்களிலும் ஒட்டுமொத்தமாக தன்னை ஊன்றியிருக்கும்
ஒரு திருவிழாவிற்கான நூற்றாண்டு கடந்த கவர்ச்சியின் மீதான
ஆச்சர்யமும், சாதாரணமாக நான் கடந்து கொண்டிருக்கும்
இந்நிலத்தில் இன்னமும் துடிக்கின்ற அந்த பழைய பொன்னாலான
தொன்மவிசையின் மீதான வசீகரமும் குன்றுவதேயில்லை.

இன்றைய தேதிப்படி, திருவிழா கனிந்து வருகின்ற நாட்கள் இவை.
ஆனால், ஏமாற்றி உறங்க வைத்திருக்கும் சிறுமியின்
முகத்தைப்போல சொப்பணத்தில் இருக்கின்றது இப்பெரு நிலம்.
மாடியின் ஜன்னல்வழியே பார்க்கும்போது முதுகு காட்டி
அழுகின்றப் பெண்ணைப் போலவும்.

ஒரு பருவத்தை முடித்து வைக்கும் அழகிய மாலைமழை இது. நனைந்து சிலிர்த்தபடி நான் ஒதுங்கிய பஸ்ஸ்டாப்பில் புகையிலை நாறும் உடலும், மஞ்சள்கறை படிந்த பற்களுமாய் குடியானவன் ஒருவன் தனது கோணிச்சாக்குக் கட்டை, இடுப்பில் ஏந்திக் கொண்டு நனைந்தபடி கெட்டவார்த்தைகளால் மழையைத் திட்டிக்கொண்டிருந்தான்.

'மேல் மழை எள்ளுக்கு கேடு... த்தூ.. கேடு' பாறையைப் போன்ற அவனது முகத்தில் நீர் நடுங்கி வழிந்தது. நனைந்த பீடியை நனைந்த தீக்குச்சியால் அவனது கை அனிச்சையாய் பற்றவைக்க முயன்று கொண்டிருக்க அவன் தன்னிலை மறந்தவனாய் நிலத்திலமர்ந்து வான் நோக்கி தனது சாபத்தை எறிந்து கொண்டிருந்தான். கொஞ்சம் பீதியேறி நடுங்கிப் போயிருந்த எங்களை, பசுமாட்டைப் பார்ப்பதுபோல அவனது கண்கள் தீண்டிவிலகின. அவன்பேரில் அசூயையுற்ற நகர மாக்கள் தத்தம் பொருட்களை நகர்த்திவிலக, நான் மிக நாசூக்காக பதுக்கி நகர்ந்தபோதும் அடைகாத்துக் கொண்டிருந்த மழைக்கவிதை முட்டைகள் இரண்டு மடிதவறி அவன் பக்கம் உருண்டோடின. மிகமிக மோசமான வசவுடன் அவன் அதை ஓங்கி மிதித்து நாற செய்தான்.

●

இரவு உணவு நிரம்பிய தட்டென்பது, ஒரு தினத்தின் வாழ்வுச்செலவிற்கான கடவுளின் முத்தத்தால் ஆனது. இரவு உணவின் முன் அமர்ந்திருக்கும்போது மட்டுமே ஒரு சிறு தியானம் நிகழ்கிறது. பொருள் சார் வாழ்வில் நகரங்களின் தீப்பெட்டி விடுதி அறைகளுக்கு அசங்கித் திரும்பும் தூர நிலங்களில் குடும்பம் கொண்டோர், ஒரு இரவு உணவை துவங்கும்போது தன்னிலை மறந்து ஒரு கோணிச்சாக்கைக் கிழித்து உண்பது போல உறைகின்றனர். மின்சாரமற்ற மழையிரவு நாளில், ஒரு மெழுகுவர்த்தியின் சிறு வெளிச்சப்பூவின் நடுவே இன்னமும் பிரிக்கப்படாத இரவு உணவுப் பொட்டலத்தை மௌனமாக வெறித்துப் பார்த்துக் கொண்டிருக்கும் தனியன்களை நான் தாஸ்தாயெவ்ஸ்கி என நம்புகிறேன்.

●

நாம் கடந்து கொண்டிருக்கும் இந்த முன் குளிர் பருவத்தில் எளிய மலர்கள் பிறக்கின்றன.. மெல்லிய பனி இறங்கும் மலைவீடுகளில் கொஞ்சம் துவர்ப்பான தேநீர் சூடேறிக் கொண்டிருக்கிறது. குளிருற்ற பாறைகள் பகலில் பறவைகளைப் போல வெயில் காய்கின்றன. சதா ரொட்டிகளை மட்டுமே சுட்டுக் கொண்டிருக்கும் மஞ்சள் நிறப் பெண்ணை, வீடு தன்னுள்ளே சமையலறை கிண்ணம் போல பதுக்குகிறது. உறக்கம் பீடிக்காத பின்னிரவில் அவள் தனது சிறிய தோட்டத்தில் பனியில் நிறமழிந்த சிறு பூக்களுக்கு வர்ணம் தீட்டுவதை காதலுடன் தனிமையாகச் செய்கிறாள். மரித்துவிட்ட பூக்களை சருகுச் சிற்பமென தன் நிலவறையில் பதிக்கிறாள். அவ்வளவு எளிய அவளது ஆசைகள் அவ்வளவு ரகசியமானவை. வீடுகள், பூக்களுக்கு வர்ணமிடுவதை விரும்புவதில்லை. சமீபமாகத் தேடிவரும் சிவந்த அலகுடைய பறவையோ, பறக்கும் போது தன் அலகுகளால் கிழிந்து விட்ட வானத்தை இருவேறு நிறம் தீட்டச் சொல்கிறது. அவளது விரல்கள் தவிக்கின்றன, வர்ணக்குழவையோ இறுகிக் கொண்டிருக்கிறது. அவளது பாதங்கள் இறுக்கப்பட்டிருக்கும் வீட்டிலிருந்து இந்த நள்ளிரவில் அவள் வானம் நோக்கிச் சென்றுகொண்டிருக்கிறாள். அவளுக்குப் பிரியமான மஞ்சள் நிறப் பூனையொன்று தனது மியாவ்வை அவளது அன்பை நோக்கிச் சொல்லும் போது இழுத்துத் தைக்கப்பட்ட வானத்தின் தடம் வானவில்லென மாறுகிறது. அவளால் முத்தமிடப்பட்ட பூனை பிறகு மியாவ் எனும் போதெல்லாம் ஒரு சிறுமலர் அவிழ்கிறது.

வைகை ஆற்றில் திரியும் வறட்டு குதிரையில் ஒன்று புது மண்டபம் அருகே மதிய வெயிலில் மோன தவம் புரிவது போல நாசியில் நீரொழுக நின்றிருந்தது. அதன் அழுக்கு வால், காற்றில் குறுவாளைப் போல வீசியபடியிருக்க, அதன் உடலில் ஆங்காங்கே தோல்சுளிப்புகள் மின்னலைப் போல தோன்றி மறைந்தன. உண்மையில் அது ஒரு புராதன காத்திருப்பை போலிருந்தது. அதன் இணையைத் தேடி வழி தவறி வந்து விட்டதென, கரும்புச்சாறு பிழிபவர் சொன்னார். நாங்கள் பேசிக் கொண்டிருக்கும் போதே அதன் குறியில் ரத்தம் ஒழுக ஆரம்பித்தது. சிறிது நேரத்திலேயே சிறு குளம்போல் ஆகிவிட்ட குருதியை தெரு நாய்கள் விருப்பமாய் நக்கத் துவங்கின. குதிரையின் முகத்தில் வினோத ஆசுவாசம். சுற்றியிருந்த கொஞ்ச மனிதர்கள் எவ்வித உணர்ச்சியுமின்றி ஒரு சாட்சியைப்போல நின்றிருக்க, வெயில், குதிரை, ரத்தம், நாய்கள், நூற்றாண்டு கால கல் மண்டபம், ஒரு குமிழியென மிதந்த மௌனம், நான் ஏன் ஒரு ஓவியனாய் இல்லாமல் போனேன்?!

●

ஒரு மிகமிகச் சிறிய வீட்டை தியான மண்டபமாகவும், எளிய மைதானமாகவும், சிறு பூங்காவாகவும் ஒரு அடைமழை தினத்தின் மாலையில் அவ்வளவு நிறமுள்ள தேநீர்குவளைகள் ஆவி எழும்பும் இடமாகவும் எப்படி இவர்களால் மாற்ற முடிகிறது என நினைக்கவைத்த இருவரும், எந்த சந்தர்ப்பத்தில் எதிரெதிராய் நடக்கத் துவங்கினர் எனத் தெரியவில்லை.

புது மண்டப மதியத்தில் ஒரு வியர்வை கசியும் சட்டைக்காரனாக, மகால் பழச்சாறுக்கடை அருகே தேய்ந்துவிட்ட பிங்க் நிற செருப்புக்காரியாக அவர்களின் உப்புத்தாள் புன்னகையை கேள்விகளின்றி கடக்கிறேன்.

ரயில்வே பீடர் ரோட்டின் தனித்த தடத்தில், புதிய கருவேலங்கள் தழைக்கத் துவங்கிய அந்த மீச்சிறு ஓட்டு வீடு, ஒரு கனவு என யாருக்காவது தெரியத்தான் செய்யும்.

●

நந்தி சிலைக்குப் பின்புறம் உள்ள தெருவில் இருப்பதெல்லாம்
எளியவர்களின் ஆடையகங்கள்.
பெரும்பாலும் இஸ்லாமியர்களால் நடத்தப்படுகின்ற அந்த
தீப்பெட்டி அளவு கடைக்குள்ளிருக்கும் ஆடைகளை நம்பித்தான்
செங்கல்சூளையில் வேகின்ற பாதங்களும், கருவேலம்புதர்
வெட்டிப் பிழைக்கின்ற முகங்களும் வருவது வழக்கம்.
கையிலிருக்கும் சொற்பத் தொகைக்கு,
பட்டுத்துணியா எடுக்கமுடியும்?
காக்கைப்பொன் பார்டர் வைத்த, வெங்காயச்சருகு
துணிகளை அவர்களது கண்கள் லயித்துப்பார்த்துக்
கொண்டிருப்பதையும், மனதிற்குள் அவர்கள் கணக்குப்போட்டுப்
பார்த்துக்கொண்டிருப்பதையும் அறிந்து,
"எடு தங்கச்சி, பார்த்து போட்டுக்கலாம்"
என்கிறார் வெள்ளிக்கிழமை மதிய தொழுகை அவசரத்தில்
இருக்கின்ற வியாபாரி.
புழுதிக்கு நடுவே ஹேங்கரில் தொங்குகின்ற சுடிதாரைப் பார்த்து
பார்த்துச் செல்கிறாள் சிறுமியொருத்தி. அவளுக்கு முன்னே
புகையிலை மடிப்பை அவிழ்த்தபடி செல்கின்ற தந்தையின்
செருமல் அவளது கண்களை அதட்டுகிறது. அவளது அண்ணனோ
அருவாள்மனை, காண்டாவிளக்கு வாங்கி நிரம்பிய பொதியை
தலையில் சுமந்தபடி தங்கையின் முகத்தைத் திரும்பி திரும்பிப்
பார்க்கிறான். பேரம்படியாமல் நகர்ந்துசெல்கின்ற அந்த
கிராமகுடும்பத்தை அதட்டி அழைக்கிறான் வியாபாரி.
ஏழ்மையும், ரோட்டோர வணிகமும் சந்தித்துக்கொள்கின்றபோது
உருவாகிவருகின்ற லாபத்திற்கு
லாபம் என்று பெயரில்லை.
கேரிபேக்கில் பொதிந்து தரப்பட்ட சுடிதாரை புதுமண்டப
நிழலில் நின்று கண்கள் சிரிக்க எடுத்துப் பார்க்கிறாள் சிறுமி.
இன்னமும் தலைச்சுமையை இறக்காமல் வெயிலுக்குள் நின்று
சிரிக்கிறான் அண்ணன். நின்ற இடத்திலிருந்து கிழக்குகோபுரத்தைக்
கும்பிடுகின்ற அவர்களது அம்மாவை 'வெரசா வெரசா' எனக்
கூறிக்கொண்டிருக்கிறார் கிராமத்துத் தகப்பன்.
பாங்கொலி எழுகின்ற பள்ளிவாசல் தெரு நோக்கி அவதியாய்
விரையும் வியாபாரி சற்றுமுன் பார்த்த இந்த குடும்பத்திற்கு
புன்னகையுடன் ஒரு முகமன் கூறியபடி செல்கிறார்.
மீச்சிறு ரூபாய்தாள்களால் வரையப்பட்ட ஒரு ஓவியம் சட்டென
காற்றில் மிதக்கிறது.
●

கடையை ஒதுங்க வைக்கின்ற சமயத்தில் ஏதோ ஒரு இடுக்கின் நடுவே சமீபத்தில் இறந்து அழுகத்துவங்கிவிட்ட எலியின் உடல் வெளிவரத்துவங்கியது.
சட்டென கடைமுழுக்க பரவத்துவங்கிய அதன் சகிக்கமுடியாத வாடையைப் பொறுக்கவியலாமல் எல்லோரும் முகஞ்சுளித்து மூக்கைப்பொத்தி பின்வாங்கிக்கொண்டனர்.
யார் அந்த சிதைந்த உடலை, அதன்மீது ஊர்ந்துகொண்டிருக்கும் புழுக்கூட்டங்களை, அதிலிருந்து புளிக்கப் புளிக்க வெளிவருகின்ற அழுகல்வாடையை கண்பார்த்து அள்ளி வெளியே சென்றுபோடுவது?!
ஒருவரும் தங்களது கரம் நீட்டி தொடமறுக்கும் அந்த காட்சியின்மீது,
முதலில் இளைய கடைச்சிப்பந்தி ஒருவன் வேறுவழியற்று எடுத்துப்போட முன்வந்தான்.
அவனது கையறு நிலையின்மேல் மெல்லிய பரிதாபங்கொண்ட, கணக்கெழுதும் இளம்பெண்ணொருத்தியும் வளையல்கையோடு குப்பைக்கூடையைத் தூக்கிக்கொண்டு பின் நின்றாள்.
அருவருப்பின் நுழைவாயிலில் நின்றபடி பரஸ்பரம் அவர்கள் புன்னகைத்துக்கொண்டார்கள்.
கர்ச்சீப்பால் மூக்கைப்பொத்தியபடி தள்ளி நின்ற எங்களுக்கு அந்த புன்னகையின் ஒளி தீண்டவில்லை.
அவளது கையிலிருந்த கூடையை வாங்கிக்கொண்டு, அவனுக்காக முன்வந்த அந்த மிஞ்சி அணிந்த இளம்பாதங்களை தள்ளி நிற்கச்சொல்லியபடி அவன் நாற்றத்தின் கடலுக்குள் அமிழ்கிறான்.
கூடவே அவளது கையும் சிறிய உதவிகள் புரிகின்றன.
நாங்கள் பார்க்கப் பார்க்க அவர்கள் நாற்றம் பழகிய, அருவருப்பு தாண்டிய ஒரு பிரபஞ்சத்திற்குள் சிரித்தபடி தனிமையில் மகிழ்ந்திருக்கின்றனர்.
எங்களது கைக்குட்டையின்வழியே வருகின்ற மெல்லிய அழுகல்வாசனை வீசுகின்ற காற்றில் நாங்கள் ஒரு பூவை உணர்ந்தோம்.

நல்ல ஆளுமையான பெண்குரல் பின்னிருக்கையிலிருந்து.
காரில்தான் செல்லவேண்டுமென முரண்டபடி பஸ்ஸுக்கு வெளியே நிற்கின்ற தோழனை,
‘ஏண்டா, ஒருமணி நேரம் லேட்டானா வீட்ல சேத்துக்க மாட்டாங்களா? காலியாத்தான இருக்கு, வந்து உக்காரு..’ என விரட்டிக்கொண்டே தனது மொபைலில் கிளம்பிவிட்டதாக வீட்டிற்கு தகவலும் கூறுகிறாள்.
இதற்கிடையே ஜன்னலுக்கு வெளியே வயதான தம்பதிகள் இலக்கின்றி யாசகம் கேட்கிறார்கள். அந்த முதியவருக்குப் பார்வையும் இல்லை. இப்போதுதான் யாசகம் பயில்கிறார்கள் போல, ஆட்களற்ற பேருந்தின் வெற்று ஜன்னல்களை நோக்கி, பசி.. பசி.. என முதியவன் இறைஞ்சுகிறான். ஒரு முட்டாள்குழந்தையை அணைத்துக் கொள்பவள்போல அவரது மனைவி அவனின் கையைத் தாழ்த்தி விடுகிறாள். எரிச்சலும், ஆங்காரமுமாய் அவளின் கன்னத்தில் அறைகின்ற முதியவன், அழுகைகுரலில் வெட்டவெளி நோக்கி கத்துகிறான்.
“கேசவா, இப்பிடி நிக்க வெச்சுட்டு போயிட்டியேடா...”
அந்த பழையபேருந்து அவர்களை சலனமின்றி பார்க்கிறது.
ஒருகணம் மொபைலில் பேசியபடியிருந்த பின்னிருக்கைக்குரல் நிற்கிறது. ஏறுவதா வேண்டாமாவென யோசித்தபடி நிற்கின்ற தோழனை அழைத்தவள் ‘ஒரு ஐநூறு குடுறா அவங்களுக்கு..’ என்கிறாள்.
லேசான திகைப்புடன் எல்லோரும் திரும்புவதற்குள் அவன் குடுத்துவிட்டு பஸ்ஸிலேறினான்.
ஐநூறு... ரொம்ப அதிகம். சப்தமின்றி முனகுபவனைப் பார்த்து, ஒரு மிட்டாய்ச்சிரிப்பை உதிர்த்துவிட்டு, பக்கத்தில் அமரும்படி சைகை காட்டிவிட்டு மொபைலில் தொடர்ந்தாள்.
மிக நீண்டநேரம் எனது பக்கவாட்டு ஜன்னல் கண்ணாடியில் விழுந்த அந்த முகத்தைப் பார்த்தபடி வருகின்றேன்.
●

விடுமுறையின் இரண்டாவது நாளன்று,
மாதச்சம்பளக்காரனுக்கு வீட்டின் சுவர்களிலெல்லாம் இருளேறிக்
கிடக்கிறது.
குழந்தைகள் எப்போது இவ்வளவு வளர்ந்தார்கள் என மெல்லிய
திகில் பரவ, இன்னமும் எவ்வளவு தேயவேண்டுமென்கிற
பெருமூச்சு ஒரு விடுமுறைக்கு சம்பந்தமில்லாமல் வருகிறது.
தான் பார்த்தேயிராத வேலைநாட்களில் தனது வீடு,
சிறிய வேலிச்செடியைப்போல தனித்து மலர்ந்திருப்பதை
இப்போது அவன் யூகிக்க முடியும்.
விளைந்து நிற்கின்ற வயலுக்கு கேட்காத தூரத்தில்
கழலைமாடுகளின் கழுத்துப்புண்களை உண்ணிகள் அரிக்கின்றன.
கணப்பு அடுப்பில்
ஒரு துண்டு நிலக்கரிக்கு வழியில்லாத
பனிக்கால ஏழையொருவன் கடைசியாக உறைந்துகொண்டிருக்கும்
தன் நுரையீரல்களுடன் தூரத்து பனிமலைகளிலேயே போய்
அடைக்கலமாக ஓடுவதைப் போல*
அழுக்கான என் ஆலைச்சீருடையில் ஒளிந்திருக்கும் துயரங்களின்
முன், என்னை உறங்கச்செய்கிறேன்,
எப்போதும் போல.

●

* ஃப்ரான்ஸ் காப்காவின் வாளியில் செல்லும் மனிதன் சிறுகதையின் நினைவில்.

சதா புகையெழும்பும் இரண்டு கரிப்பிடித்த புகைப்போக்கிகள்

மதுரையின் ஓரளவு உயரமான எந்த இடத்திலிருந்து பார்த்தாலும் தெரிகின்ற விசயங்கள் இரண்டு.
ஒன்று, கோவிலின் நான்கு கோபுரங்களில் ஏதேனும் ஒன்று.
இரண்டு, தத்தனேரி மின்மயானத்தின் இரண்டு கரிப்பிடித்த புகைப்போக்கிகள்.
இவ்விரண்டும் வைகையின் எதிரெதிர் முனையில் இரு தத்துவங்களைப் போல அமைந்தவை.

ஆற்றின் மேலே குறுக்கும் நெடுக்குமான ஏகப்பட்ட பாலங்களின் வழியே பயணிப்பவர்களுக்கு, ரோஜா இதழ்கள் சாலையில் நசுங்கிய வாசனை எப்போதும் உண்டு.

சுற்றிலும், படு இயல்பான சராசரி நாட்களின், சராசரி செயல்கள் நிகழ்ந்துகொண்டிருக்க, தத்தனேரியில் வேகின்ற உடல்களுக்கு தாங்கள் சாம்பலாவதுகூடத் தெரியாத இனிய முடிவும் உண்டு.

ஒரு சாயங்காலத்தில் ஏ.வி.எம். பாலத்தில் நின்றபடி, கோபுரத்தையும், புகைக்குழாய்களையும் அவற்றிற்கு நடுவே கொடுங்கீற்று வேடிக்கைமனிதர்களைப் பார்த்தபடி இருக்கும்போது, “ரொம்ப சின்ன கதை” என பின்னால் யாரோ பேசிச்செல்கிறார்கள்.

●

சித்தன்ன வாசலிலிருந்து திரும்பி வந்து கொண்டிருந்த இரவுப் பேருந்தின் பின்வாசலில் அமர்ந்தபடி தனது இடது உள்ளங்கையில் வரையப்பட்டிருந்த மருதாணிக் கோலத்தை காற்றும், இருளும் புரண்டோடும் பேருந்தின் வெளியே நீட்டி தன்னை மறந்து சிரித்தபடி வந்து கொண்டிருந்த சோளப்பொரி விற்கும் வடமாநில இளைஞனின் முகத்தில் பரவிய வெட்கக்கருமை. நகரத்தின் வெளியே மாபெரும் குப்பைமேட்டின் விளிம்பில் காடாத்துணிக் கூடாரங்களில் தன் அழுக்குக் குழந்தைகளின் நச்சரிப்புகளுக்கிடையே தன் பான் கறை விரல்களால் சுதை மண் சிற்ப மனிதர்களை, விலங்குகளை, பூச்சாடிகளை நகரங்களுக்கு அனுப்புகின்ற நெடிசலான பெண்ணின் உடலெங்கும் எப்போதுமிருக்கிற வர்ணத் தீட்டல்களின் மிச்சங்கள், எளியவர்களின் பண்டிகைகளை நாட்காட்டிகள் கூறுவதில்லை.

●

அம்மா கொலு வைத்திருந்தார். மாட்டுத்தொழுவத்தில் வைக்கோல்மெத்தையில் கிடத்தப்பட்டிருக்கும் குழந்தை ஏசுவின் சொரூபமும் அதிலிருந்தது.

“அம்மா.. அது கிறிஸ்துமஸ் அப்பதான் வைக்கணும்.. இதுல இல்ல” சிரித்தபடி கூறினேன்.

அம்மா அப்போது கற்பூரம் காட்டிக்கொண்டிருந்தார். ஒவ்வொரு பொம்மையின் நெற்றிக்கும் கற்பூரவாசனையை உள்ளங்கையில் ஒற்றிக்கொடுத்தவாறே,

“இது குழந்தைடா...சூடம் தீருது பாரு...ஒன்னு எடுத்து வை”

வைக்கோல்மெத்தையில், வெற்றுடம்போடு இருகரமும் விரித்தபடி அம்மாவை நோக்கி சிரித்துக்கொண்டிருந்தது தச்சனின் குழந்தை.

●

மாடியில் ஏறும்போதே “க்கீக்கீக்கீ” என டைம்பீஸின் பரிதாபக்குரல் ஒலித்தது. மொட்டை மாடியின் சிறிய அறையில் எரிச்சலான விழிப்புடன் கைலியை சரி செய்து கொண்டிருந்தான். என்னைப் பார்த்ததும் ஒரு கொடுவாய் புன்னகை.மொட்டைத்தலையில் கொஞ்சமே கொஞ்சமாய் துக்க வீட்டின் இருபதாம் நாள் சுருள்முடிகள். “அண்ணன் கூட இப்ப லீவுனா வீட்டுக்கு கூப்டறதில்லண்ணா” எனும் போது பார்வையை பால்கனிக்கு கீழ் மிதக்க விட்டான். இருபதுகளில் அம்மாவை இழப்பவர்கள் பாவிகள். வளர்ந்த உடலும் குழந்தைமை கண்களுமாக உலகின் மிகப் பெரும் துக்கத்தை வைக்க இடம் தெரியாமல் தூக்கித் தடுமாறுபவர்கள். நான் சிகரட் ஒன்றை நீட்டினேன். உதைத்து விடப்பட்ட வெளிர் சிவப்பு டைம்பீஸ் மறுபடி க்கீக்கீக்கீ என்றது. சிகரட் தொங்கும் உதடுடன் ஒரு கோணலாய் தலைசாய்த்து மணி பார்த்தவன் “பதினொன்னா...அதாந் பசிக்குது..” வாழ்வியலை இன்னமும் சாகசக்கதையின் கனவுகளிலேயே பார்க்கின்ற அந்த இளம் ஓவியனிடம் நான் சொல்லுவதற்கு ஆறுதல்களில்லை. “இப்பல்லாம் இந்த டைம்பீஸ்தாண்ணா எனக்கு எல்லாத்தையும் ஞாபகப்படுத்துது எந்திரி, குளி, சாப்டு.... அம்மாவோட மினியேச்சர் முகம் மாதிரி..!” சொல்லியபடி மென்மையாக அவன் சிரிக்கையில் ஒரு கணம் மெல்லிய வினாடி முள் திடுக்கென்று நின்று நகர்ந்தைப் போல உணர்வு.

மேலும் கொஞ்ச நேரம் புத்தகங்கள், பைக், சிகரட் குறித்து பேசிவிட்டு வெளியில் சென்று வரலாம் என நாங்கள் மாடி இறங்குகையில் அழுக்கு பொதியின் உள்ளிருந்து மிக பலவீனமாந குரலில் க்கீக்கீக்கீ...

ஒரு கணம் நின்று படியிலிருந்தபடி அறையைப் பார்த்து “அம்மே, ராசாமணி சாப்ட்டுட்டு பொழுது சாயறதுக்குள்ள வந்திர்றேன். ஊரைக் கூட்டாத..” கும்பிட்ட கைகளுடன் சொல்லி ஷவிட்டு என்னைப் பார்த்து சிரித்தவனை மென்மையாக அணைத்துக் கொண்டேன்.

●

ஒரு விடுமுறையை துவக்குவதென்பது அவ்வளவு இசைமிக்கது. பெரு நகரங்களிலிருந்து சொந்த ஊருக்குச் இந்த உடல்களை எடுத்துச் செல்லும் புகைவண்டிகளோ தாவரங்களை நோக்கி நகரும் மென் புழுக்களைப் போல அவ்வளவு அழகு. ஒரு கணம் கூட தூங்காமல் உயர்ந்த கட்டிடங்கள், புகைப் போக்கிகள் உயர்ந்த ஆலைகளைத் தாண்டி பசுமை நிலங்கள் விரிய விரிய தங்கள் எளிய நகரங்களை, கிராமங்களை ஒரு பண்டிகை தினத்தின் முன் இரவைப் போல அணு அணுவாக ருசிக்கும் பெரு நகர இதயங்கள் இந்த சிறு விடுமுறைத் தினத்தில் தன் நில மண்ணில் தங்களைப் பரிசுத்தப்படுத்திக் கொள்கின்றன. கனவுகளும், சிரிப்புகளும் கொஞ்சம் பச்சையம் பூக்கின்றன. விடுமுறை தீர்ந்து பெரு நகர் நோக்கி தங்களை ஒப்படைக்கத் திரும்பும் சுமைகளுடன் ஆண்கள், பெண்கள், குழந்தைகள் நிறைந்த பேருந்து நிலையம் பெருந்துயர் ஓவியம். அவர்கள் தங்களின் கண்பட்டைகளை மாட்டிக் கொண்டபடி வீம்பாய் உறங்க கண்களைக் கோருகின்றனர். நரகத்தின் பாதைகளை காண விரும்பாமல், இந்த சிறு நகர வாசியான என் வீட்டிற்கு சற்று தள்ளி பெரு நகர் நோக்கிய புறவழிச் சாலையில் இந்த பேருந்துகள் பெரும் பூராணைப் போல கொஞ்சம் பச்சையமுற்ற உடல்களை தீக்கனவுள் விழிக்கும் படி அலறி விரைகின்றன. நாளை விடிகாலையின் எரிச்சலும், அலுப்பும் மிகுந்த உடல்களோடு டிஜிட்டல் பிரதேசத்தில் இறங்கப் போகும் தேவ ஆட்டுக்குட்டிகளே.. *I miss u... & I love u.*
●

அவனது பூட்ஸ்கள் இப்பொழுதுதான் மண்ணை நுகர்கின்றன. காக்கிச்சீருடையின் நிறம் இன்னமும் புதியதன் மினுமினுப்பை பொழிந்து சீனியர்கள் முன் வெட்கம் கொள்ளச்செய்கிறது. வாகன ஓட்டிகளிடம் மிகவும் தவங்கிய குரலில் வசூல் செய்வதை வயதான தொப்பைகள் கேலி செய்கின்றன. சுருக்கமாய் அதிகாரத்தின் துவக்க புளிப்பை அவனது நுனி நாக்கு கூசி ருசிக்கப் பழகுகிற தினசரியின் ஒரு காலை வேளை இது. விபத்து, இறந்தவனின் முகவரியை இவனிடம் கொடுத்து தகவல் சொல்லிவர பணிக்கப்பட்டிருந்தான். அவனது கைகள் நடுங்கியபடி இருக்க, பதட்டம் தணிக்க புகைக்கின்ற சிகரட்டுடன் உதடுகள் உளறின. அதனை ஒரு செய்தியாக மட்டுமே மாற்ற முயன்று அவன் உருவாக்கிய சொற்றொடர்களில் எதிர்பாராமையின் பீதியும், எதிர் கொள்ளவே முடியாத முகமாற்றங்களும் மேலெழும்பிவந்து அச்சம் கொள்ளச்செய்தன. காலை பதினோரு மணியின் அசமந்தத்தோடு அவ்வீடிருந்தது. வாசலில் சிறிய மூன்று சக்கர சைக்கிள் கவிழ்ந்து கிடக்க, சுவர்களின் இரண்டடி உயரத்தில் வினோத கிறுக்கல்களும், பெயரற்ற பறவைகளும் சிறு விரல்களால் உயிர்த்திருந்தன. மூலையிலிருந்த சிறிய மீன் தொட்டியில் தனித்து நீந்திக் கொண்டிருந்த சாம்பல் நிற மீன் பாவ்...பாவ்... என வாயசைத்தபடி உர்ரென பார்க்க, பிங்க் மற்றும் மஞ்சள் நிறத்தில் மெலிந்த பாதத்தடம் பதிந்த இளம்பெண்ணின் செருப்புகள் நேர்த்தியாய் காதலுடன் காத்திருந்தன. இவனுக்கு தொண்டைவறண்டு மொழி மறந்ததுபோல பதட்டமேறி கால்கள் வேர்க்க, விதியின் ஸ்தூல வடிவமென தன்னை நினைத்தபடி அழைப்புமணியை அழுத்தினான். அது கிணற்றுக்குள் ஒலிக்க, வீட்டினுள் இயல்பான அசைவுகள் சட்டென நிதானித்து, ஒரு ஜோடி பாதங்களின் ஓசை உள்ளிருந்து கதவை நோக்கி வரத்துவங்கியது. இவன் வியர்க்க வியர்க்க மானசீகமாக ‘வராதே.. வராதே.. இந்த கணத்துடன் உறைந்து கொள்... இந்த நிகழ்காலத்தின் கடைசித்துளியை பதிந்து கொள்... யாரென்றே தெரியாத உன் மெல்லிய புன்னகை முகத்தில் சொற்களால் வெட்டப் போகிறவன் நான்...’ என அலறிக் கொண்டிருந்தான்.

அன்று அவனது உயரதிகாரி அவனது பணித்தேக்கத்தை கண்டித்தார், ஒரு வங்கி வேலையை முடிக்க இன்னும் சில மணித்துளிகளே இருந்தது, அவனது ரகஸ்ய காதலி அவனுக்கொரு கட்டளையை உடனே நிறைவேற்றி அன்பை நிரூபிக்க சொன்னாள், இன்று அதிக வெயில், அவனது சருமக் கோளாறு இன்னும் தீவிரமாகியது, அவன் வங்கி நோக்கி விரைந்து கொண்டிருந்தான். ஹெல்மெட், தலைவலியை தீவிரப்படுத்தியது. அவனது குழந்தைக்குப் பிடித்தமான சிறு விளையாட்டுப்பொருளை கடந்து விரைந்தான், நீண்ட நேரமாய் போன் கதறிக் கொண்டேயிருந்தது, அவனுக்கு அவகாசமில்லை, அவன் இன்று நிறைய நிரூபிக்க வேண்டும். ஒரு சாலை நெரிசலில் கதறிய போனை எடுத்து கத்தினான், எதிர்முனையில் அவன் மனைவி 'ஏன் நாய் மாதிரி கத்துறீங்க..' என்றாள். அவனுக்கு எங்கோ அடிபட்டது, பின் தவங்கிய குரலில் 'ஆமாம் நான் நாய்தான், நான் நாய்தான்……' என குன்னிய பொழுது உண்மையில் அவனது கண்கள் கலங்கியிருந்தன.

•

மீண்டும் மீண்டும் தற்கொலைக்கு முயல்கிறாரென மறுவாழ்வு முகாமிலிருந்து தாஸ் அண்ணனை வீட்டிற்கு அழைத்துச்செல்ல சொல்லி விட்டார்கள். என் ஒருவனைத் தவிர வேறு யாரையும் அவருக்கு நினைவில்லை. தாஸ் அண்ணன், (முன் கதை உங்கள் விருப்பத்திற்கு விடப்படுகிறது) பிறகு டாக்கீஸ்களின் குதிரை வண்டி ஸ்டாண்டிலிருக்கும் கஞ்சா நண்பர்கள், நள்ளிரவில் யாரிடமாவது குடித்து வம்பிழுத்து தாவு தீர சண்டையிட்டு ரத்தம் ஒழுக வீதியோரம் உறங்கவென வாழ்வை சிறுசிறு துண்டுகளாக அரிந்து கொண்டார். தாடியும், எச்சில் ஒழுகும் உதடுகளுமாக என் தோளில் சாய்ந்து உறங்கியபடி வந்து கொண்டிருந்தார். மதிய வெயிலில் மோட்டலில் ஓய்ந்த பேருந்திலிருந்து நான் கசங்கி வெளியிறங்கினேன். அண்ணன் இன்னும் உறங்கிக் கொண்டிருந்தார். அவர் இந்த சம்பந்தமற்ற நிகழ்காலத்தில் தனது குடும்பத்தில் என்ன செய்யப்போகிறாரெனப் புரியவில்லை. வெயில் இளக்கிய தார் ரோட்டில்... தள்ளாத பெரும்பாரத்துடன்.. அழுக்கு க்ரீஸ் உடலும் தேய்ந்த ரப்பர் டயர்களுடனும் டாரஸ் லாரிகள் தொலைதிசை வறண்ட நிலங்களை நோக்கி எதிர்பார்ப்பின்றி திணறி கதறி ஊர்ந்து கொண்டிருந்தன. ஊருக்குள் நுழையும் பாதைகளை அவைகள் கடக்கும் போது மட்டும் உறுமல் ஊளையாகி, ஒரு துளிப்புகை கூடுதல் கருமையுடனும் காற்றில் கலக்கிறது.

●

சித்தப்பாவை மூலக்கரை சுடுகாட்டில் பொசுக்கியாயிற்று.
எல்லோரும் வாழ்வின் நிலையாமை குறித்த சிறிய தத்துவங்களை
உதிர்த்தபடி கலைந்தனர். நெருங்கிய உறவினர்கள் மட்டும்
கனத்துபோன மனதுடனும், சித்தியை எப்படி தேற்றுவதெனும்
குழப்பத்துடனும் அவளின் வீட்டுக்கு திரும்பினோம். சந்து முக்கில்
ஒரு ஐஸ்வண்டியும், கேத வீட்டிற்கு வந்த குழந்தைகளும் ஒரு
ஓவியம் போல நின்றிருந்தன. மரண வீடுகளில் குழந்தைகள்தான்
உறைந்துவிட்ட நிகழ்காலத்தை மீண்டும் துவக்கி வைக்கிறார்கள்.
தலைக்கு எண்ணை வைத்து, வேப்பிலைச் சாறு தொட்டு
நக்கி விட்டு, குறுக்காய் கிடந்த உலக்கையைத் தாண்டியபடி,
வீட்டிற்குள் நுழைந்த எங்களை உதட்டு விளிம்பில் ஒட்டியிருந்த
மெல்லிய ஐஸ்க்ரீம் வழிசலும் ஒரு கையில் உருகிக் கொண்டிருந்த
சாக்கோபார் ஐஸ்ஸுடன் சித்தி பார்த்தாள். அவளருகே சிறுதீபம்
ஏற்றப்பட்டிருந்த சித்தப்பாவின் புகைப்படம் கார்ட்டூன் சித்திரம்
போல சோகம் கசிந்தது.

●

பிறந்து வாரமேயான நாய்க்குட்டிகள் ஐந்தும், பனிமூடிய
காட்சிகளுக்கு நடுவே இப்போது தாயை விட்டுத் தள்ளிச்சென்று
தவறி வந்துவிட்டு, மயில் ஒன்றைப் பார்த்து புல்மேட்டில் நின்றபடி
குரைத்துப் பழகுகின்றன.
வயதான மார்காம்புகளில் கடைசி குட்டி சப்பி
மீதம்விட்டுச்சென்ற பால்த்துளிகள் திரண்டு நிற்க, தாய் நாயின்
முகத்தில் இனியசோர்வு.
இன்னும் ஓரிரு நாளில் அவை திசைக்கு ஒன்றாக சூரியனுக்குக்
கீழே வாழ்வின்பொருட்டு பிரிகின்ற காட்சிகளும் உண்டு.
அதற்கு நடுவே, ஒரு மலர் விரிந்து ஆறு இதழ்களாவதுபோல
ஒரு வயதான குரைப்பிலிருந்து, இந்த பிஞ்சுக் குரைப்புகள்
நடந்துசெல்லும் கால்களுக்கிடையே இன்னும் கழுவாத
பச்சைபிரியத்துடன் சுற்றிச் சுற்றி வரும்.

●

புதுமண்டபம்

கோரக்கிநாதரின் ருத்ரதாண்டவ சிலையின் தொடையிடுக்கில், துணிகளை வெட்டிவிட்டு தானாய் கத்திரிக்கோலை டெய்லரின் கைகள் நிமிராமலேயே வைத்துக்கொண்டிருந்தன.
கோரக்கிநாதர் ஒவ்வொருமுறையும் திகிலடைந்து கொண்டிருந்தார்.
'பாருங்க...18 ரூபாய்க்கு இன்னமும் இன்னர்லாக் அடிச்சே உலகம் என்னை விட்டு போய்டுச்சு..'
இன்னமும் என்னை அவர் நிமிர்ந்து பார்க்கவில்லை. அடுத்து பீடியை பற்ற வைப்பாரென நினைத்தேன்.
எதிரே என்னருகில் ரொம்ப அழுக்கான ஆசாமி ரொம்பவும் முந்தி குடித்த தேநீர்டம்ளரை இன்னமும் கைகளில் வைத்தபடி கல்தளத்தில் அமர்ந்திருந்தார்.
ஒரு சிறுகதைக்கான குறிப்புகளை நான் அங்கிருந்து திருடும்போது நான்காவது முறையாக கடைக்கு உடனே வரும்படி அலைபேசியில் விரட்டப்பட்டேன்.
இந்தா வந்திர்றேன் எனத் திரும்பி நடக்கும்போது அந்த அழுக்கான ஆசாமி, காலண்டர் அட்டையின் முதுகில் விதவிதமான
வரிகளை எழுதியபடி இருந்தார்.
எனது முதுகில் டெய்லர் 'தம்பி, இவர்தான் காலண்டருக்கெல்லாம் பொன்மொழி எழுதி தர்றவரு, அங்கின எதுனா வேலை இருந்தா போட்டுக் கொடுங்க... பாவம், பொன்மொழி சொல்லியே சல்லிசான கடவுளாய்ட்டான் 'என்றார்.
நான் வெகுநாட்களுக்குப் பிறகு நடையை நிறுத்தி ஒரு சிறுவனைப்போல,
கொலாஜ் சித்திரமாய் சமைந்து கிடக்கும் புதுமண்டபத்தை பார்த்தபடியிருந்தேன்.
●

பிரபஞ்சத்தின் இரக்கமற்ற நாளொன்றில் தவறி விழுந்த கார்ட்டூனைப் போல, கால்களில் சாக்கடை வடிய பேருந்து நிறுத்தத்தில் நின்றிருந்தான். கண்களில் மிகுபோதையின் கோமாளிப் படிமம். அருகிலிருந்த மனைவியோ துயரங்களில் மீண்டெழும் கனவைத் தவிர்த்து, மனம் விரும்பும் கடந்த கால தினமொன்றை அசைவிட்டபடி இருக்க, இருவருக்கும் தள்ளி சோக பாப்பா தன் கையிலிருந்த கலர் கலர் பூந்திகளை வியந்தபடி கொறித்து விழுங்கி மலர்ந்து கொண்டிருந்தாள். நீண்ட சச்சரவிற்குப் பின் நடத்துனர் முணங்க, பேருந்தின் பின் இருக்கையில் அந்த குடும்பத்தினரின் இந்த பயணம் துவங்கியது. ஜன்னல் விளிம்பில் சிகை பறக்க, உறங்குகின்ற மனைவியின் முகத்திற்கு தெய்வங்கள் அஞ்சுகின்றன. போதையில் குழந்தையாகி விட்ட கணவனின் கண்கள் எல்லோரையும் விளையாட்டுக்கு அழைக்கின்றது. சோக பாப்பாவின் உள்ளங்கையில் கலர் பூந்திகள் உருள்கையிலெல்லாம் அப்பா ஒன்றை வாயிலிட்டுக் கொண்டு கோமாளிக்கலை காட்டுகின்றான். முகந்திருப்பிக் கொள்ளும் பேருந்தை விடாமல் அவன் சீண்டும் போதெல்லாம் சோக பாப்பா தன்னையறியாமல் ஒரு வர்ண பிரபஞ்சத்தை அவனுக்கு கையளிக்கிறாள். ஒரு சிறிய வளைவில் மீன் மூக்கு தள்ளுவண்டியில் எங்கோ ஒரு வீட்டில் பெயர்த்தெடுத்த, வாழ்வாங்கு வாழ்ந்த முதிய நிலைவாசலை அறுத்தெடுத்து சிலர் ஞாயிறு சந்தை நோக்கி உருட்டிச் செல்கிறார்கள். வினாடியின் இடைவெளியில் அதனைக் கண்ணுற்ற கோமாளி அப்பாவின் விழிகள் உறைகின்றன. விதூசகன் மறைகின்றான். கையிலிருந்த இனிப்பு கனக்க, சோக பாப்பாவை இறுக்க பற்றியபடி தன் முகம் துடிக்கிறான். பேருந்தை நோக்கி திரண்டு வந்த அந்தியை எழுதுகையில், அது துயரம் என விழுகிறது.

(தக்கை - பாபுவின், கண்களுக்கு)

●

சித்தப்பாவிற்கு கைவாகு அப்படித்தான் அமைந்தது.
தொட்டதெல்லாம் சறுக்க சறுக்க ஒருவாழ்க்கை.
'நல்லவேளை கல்யாணம் பண்ணிக்கல' என நரைமுடிகள் ஒதுங்கும்படி பார்த்து பார்த்து சீவியபடி தனக்குத்தானே அல்லது எங்களிடம் சொல்லிக்கொள்வார்.
ஒருவயதுக்குமேல் திருமணம் ஆகாத ஆணோ பெண்ணோ அப்படியே ஒரு நடுவயது இளமையோடு நின்றுகொள்கின்றனர்.
பின்னர் அவருக்குப் பிடித்த வேலைகளாக செய்யத்துவங்கினார்.
கேசட்களில் பெயர் எழுதுவது, கல்யாண வீடியோக்களுக்கு லைட்மேனாக நிற்பது, கொஞ்சகாலம் மினிபஸ் செக்கராகவும் வேலை ஓடிக்கொண்டிருந்தது.
அவரோடு படித்து வளர்ந்தவர்களெல்லாம் கல்லூரிக்குப் போகும் பிள்ளைகளின் படங்களை ஸ்டேட்டஸாக வைத்திருக்கின்ற இந்த கட்டத்தில் இவர் புதுமண்டபத்தில் யாருடைய பிறந்தநாளுக்காகவோ மரப்பாச்சி பொம்மைகளை, 'அசல் கட்டைகள்தான' என மரத்தொலி உரசி நுகர்ந்து பார்த்துக்கொண்டிருக்கிறார்.
இருபது வருடங்களுக்கு முன்பு போட்ட கல்யாண ஆல்பம் செல்லரித்துவிட்டதாக வந்து நின்ற அவரது நண்பருக்காக ஜூபிடர் ஸ்டுடியோவின் புராதன பரண்களுக்குள் தலையில் நூலாம்படை கிரீடத்துடன் பழைய பெட்டிகளை ராவி ராவி ஒருவழியாக நெகட்டிவ்களை அள்ளிவந்து ஏகதேசமாக அந்த ஆல்பத்தை மறுஉருவாக்கம் செய்தபடி மாடியில் புகைபிடித்துக் கொண்டிருக்கிறார்.

கீழே சின்ன அத்தை வந்திருக்கிறாள். அவளுக்கு அண்ணன் இப்படிபோனதில் எப்போதும் எரிச்சலுண்டு.
மதியம் பொழுதுபோகாமல் எனது புத்தகங்களுக்குள்ளிருந்து சுந்தரராமசாமியின் "கோயில்காளையும், உழவுமாடும்" படித்துமுடித்து விட்டு நல்லகதை என்றாள்.
'நொந்து செத்தாலும் உழவுமாட்டு வாழ்க்கைதான் நிறைவான வாழ்க்கை, தோல்மினுங்க தெருத்தெருவா சுத்தற கோயில்காளை பொழப்பெல்லாம் ஒரு ஜீவிதமா?' என்றபடி மாடியைப் பார்த்து சத்தமாகச் சொல்லியபடி என்னைப் பார்த்து கண்சிமிட்டிக்கொண்டாள்.

சாயங்காலம் ஆல்பம் வாங்க வந்த சித்தப்பாவின் நண்பருக்கு அந்த புதிதாகத் தரப்பட்ட ஆல்பத்தின்வழியே எழுந்த மகிழ்ச்சி கொஞ்சநஞ்சமல்ல.

காரில் வந்ததையே மறந்து தூசிபெருக்காத வாசல்திண்ணையிலேயே அமர்ந்தபடி ஒவ்வொரு படமாக அவர் பார்க்கப் பார்க்க, மின்னி மறைகின்ற அவரது இறந்தகாலத்தின் யவ்வனத் தோற்றத்தை தன்னையறியாமல் வழிகின்ற சிரிப்போடு பார்த்துக்கொண்டேயிருந்தார்.

சித்தப்பா அவருக்குப் பின்புறமாக நின்றபடி,
'பாஸ்கரன் முகத்தைப் பாருடா அந்த பால்வாடி மூஞ்சி போகாதவனாட்டம் நிக்குறான்..'
'லதா இப்பம்தாம் அழகா இருக்கா,
பருவத்தில கழுதயா இருந்து, இப்பம்தாம் குதிரையாகிருக்கா..'
என்றபடி கமெண்ட் அடித்துக்கொண்டிருந்தார்.
நீண்டநேரம்வரைப் பேசிக்கொண்டிருந்த அந்த காரில் வந்த நபர் புகைப்படங்களின் வழியே பெற்றுக்கொண்ட இளமையின் ததும்பலுடன் காரை நோக்கி எழுந்துசென்றார்.

வீட்டினுள் திரும்பிய சித்தப்பா தனக்கு வைக்கப்பட்டிருந்த ஆறிப்போன டீயை திரும்பவும் அடுப்பில் வைத்தபடி,
"உழவுமாடு வாழ்க்க பெறுமதியானதுதான். ஆனா அத எப்பவும் இன்னொரு உழவுமாட்டால பார்த்துச் சொல்ல முடியாது. கோயில்காளைதான் அத வெளில நின்னு சொல்லமுடியும். கதையில மட்டுமில்ல..." என்றார்.

நான் அத்தையைத் தேடினேன். அவள் முகம் முழுக்க அப்பிய சோப்புநுரையோடு அதைக்கேட்டபடி புழக்கடையில் நின்றுகொண்டிருந்தாள்.

●

லோகு எப்போதும் குடிப்பவனல்ல.
முதல்முறையாக பதின்வயதில் கிட்டங்கிவேலைக்குச் சென்றுவந்த அழுக்கு உடலுடன் எங்களோடு குவாரிக்கு வந்த அன்று, கால்கள் வெடவெடக்க அவமானத்தால் உதடுகள் இழுபட அவனது அம்மா காதலிக்கின்ற விசயத்தை தொண்டையில் விழுங்கமுடியாத கசப்போடு எங்களிடம் கூறினான். ஒருபோதும் ரகசியம்காக்கத் தெரியாதவன் அவன். ரகசியம் சேரச்சேர எடைகூடி ஆழத்தில் புதைந்துகொள்ளப் பழகாத குழந்தைமை ஒளி அவனை எப்போதும் சுற்றியிருக்கும்.
எங்களது அதிர்ச்சியை மேலதிக அவமானமாக அவன் உணர்ந்திருக்கக்கூடும். அதனால் மேலும் விகாரமான இளிப்போடு அவன் தனது அம்மாவைத் திட்டியபடி அதனைக்கூறினான்.

அவனது அப்பா இறந்து சில ஆண்டுகளே ஆகியிருக்க, ஏதொவொரு வாரச்சம்பளத்திற்குச் சென்று இந்த குழந்தையொளியை அவள் அணைந்திடாமல் காக்க எதிலெதிலோ மோதிக்கொண்டிருந்தாள்.
அந்த விகாரமான இளிப்பு அவனது ஒளியை முதலில் சாப்பிட்டது. பிறகு, நிரந்தரமான கசப்பாய் அவன் முகத்திலேயே தேங்கிவிட்டது.

அந்த நிகழ்விற்குப் பிறகு அவளை வீட்டிலேயே இருத்திவிட்டு அவன் வேலைக்குச்செல்லத் துவங்கினான். குடிக்க வருகின்ற எப்போதாவது, அதை நினைவுகூர்ந்து அவனது அம்மாவைத் திட்டுவதுண்டு.
காலங்கள் ஒவ்வொரு உணர்விலும் வேறுவேறு நிறங்கொண்ட மலர்களை மலர்த்திக்கொண்டிருந்தன.
அந்த இளிப்பு இப்போது கடுமையும், சினமுமான குற்றவாளியின் களையை அவனுக்குள் தோற்றுவித்திருந்தது.
அவனது அம்மா தனது நரைகூந்தலை வெயிலில் உலர்த்திக்கொண்டிருந்த பருவம் இது.

லோகு இப்போது அரிதாக குடிக்க வருபவன். அவனைச் சுற்றிலும் கீரைச்செடியைப்போல அவனது குடும்பம் வளர்ந்திருந்தது. மனைவி, குழந்தையென்று ஆறுகால் ஓட்டத்தில் வாழ்க்கையில் சுழித்துப் போய்க்கொண்டிருந்தான்.
கம்பி அழி போட்ட வராண்டா திண்ணையில் அம்மா தனிமையில் படுத்திருக்க, ஒவ்வொரு இரவிலும் விளக்கை அணைத்துவிட்டு தனது படுக்கையறையின் கதவுகளை

மூடி உட்தாழ்ப்பாள் போட்டுக்கொள்ளும்போதெல்லாம் இருளுக்குள் உறங்குகின்ற தளர்ந்துவிட்ட அம்மாவின் உடல் கங்குகள் அணைந்துகொண்டிருக்கும், கொல்லம்பட்டறை துருத்தியைப்போல தனிமையாக தாழ்ந்தெழும்பியபடி இவனை எங்கோ குற்றவுணர்வு பொங்க உடையச் செய்துகொண்டிருந்தது.

லோகு இன்று எங்களோடு குடித்தான். சமீபத்தைய மழையால் குவாரியில் தோன்றியிருக்கும் குட்டையில் நீர்க்காகங்கள் தாழப்பறந்து மீனெடுத்துக் கொண்டிருந்தன.

அவன் ஒரு கனவு கண்டிருக்கிறான்.
அம்மா ஒரு இளம்வயதில் இருக்கின்ற கனவு.
அதில் பதின்பருவமாக லோகுவும் இருந்திருக்கிறான். கூடவே ஒரு ஆண். முகம் தெளிவாகத் தெரியாத பளிச்சிட்ட உடைகளுடன் ஒரு ஆண். அம்மா அவரை இனிந்து திட்டிக்கொண்டிருக்கிறாள். அவர் தேவைக்கு அதிகமாக வாங்கிவந்துவிட்ட ஏதொவொரு சாப்பாட்டுபொருளை கையில் வைத்துக்கொண்டு அவளை சமாளிக்க முயன்றுகொண்டிருக்கிறார். அம்மாவின் மடியில் படுத்தபடி லோகு தூங்கியும், தூங்காத முகத்தோடு அதனைப் பார்க்கிறான்.
அது இளவேனிற்கால மலைக்குன்று என மட்டும் தெரிந்தது.
அம்மாவின் முகத்திலும் அந்த வெளிச்சம்.
சொல்லிவிட்டு புன்னகையோடு குடித்தான்.

'அதெல்லாவற்றையும்விட,
நான் அதில் அழகாக இருந்தேன்.
இதே முகத்தில் அப்போது இன்று இல்லாமலாகிவிட்ட ஒன்று இருந்தது. அம்மாவிடம் இருந்து அதை நான் திருடி, இப்போது எங்கோ தொலைத்துவிட்டேன்'

அவன் வேறுபக்கம் திரும்பிக்கொண்டான்.
லோகு குடித்துவிட்டு அழுபவனல்ல. அது ஏதேனும் பறவையின் கீச்சொலியாய் இருக்கக்கூடும்.

●

ஞாயிறு அதிகாலையில் புத்தகம் வாசிக்கவென அதிகாலையிலேயே எழுந்து மொட்டைமாடிக்கு ஓடிவிடுவது வழக்கம்.
அம்மாவிற்கு வேலைதவிர வேறெதிலும் மூத்தமகனின் கவனம் சிதறுவது பிடிக்காது.
ஆகையால் சனிக்கிழமை இரவே மறுநாள் வாசிக்கவிரும்பும் புத்தகங்களை தலையணைக்கு அடியில் வைத்தபடி, எப்படா விடியுமென தூங்கியும் தூங்காமலும் கிடப்பதுண்டு.
அந்த அற்புதமான விடுமுறைதின அதிகாலை, யானைமலையின் மேலே இளஞ்சூரியனாக எழுந்துவரும்போது, போர்வையை உடல்முழுக்கச் சுற்றிக்கொண்டு சுவற்றில் சாய்ந்து படிக்கும்போது, இந்த உலகைவிட்டே வெளியேறி, விருப்பமான பள்ளத்தாக்குகளில் தனித்தலையும் ஒருவனாக மனம் மாறிப்போகின்ற அனுபவத்திற்கு ஈடிணையே இல்லை.

வீட்டிற்கு பின்புறம் டான்பாஸ்கோ பள்ளியின் கன்னியாஸ்திரிகளுக்கான ஹாஸ்டல் உண்டு.
வாரம்முழுக்க பள்ளிக்கூடத்தில் இரைந்துவிட்டு, இந்த விடுமுறைதினத்தன்று எல்லாரும் ஒன்றாக பேசிச்சிரித்தபடி, தங்களது இளஞ்செந்நிற உடைகளை அலசி கம்பிகளில் காயபோட்டபடி பேசிக்கொண்டிருப்பார்கள்.
இறைவனை தேர்வதற்குமுன் இயற்கையைத் தேர்ந்த பெண்களும் உண்டு.

“ஏம்டி நான்ஸி, இந்த கார்த்திகைக்கு எங்க தென்காசில வீட்டு வாசல்ல அருவித்தண்ணி போய்ட்டுருக்கும்ட்டி... பெரிசா வைகை ந்னுக்கிட்டிருக்கா.”

“ஹலோ, அப்பா... டிவிஎஸ் பிப்டிக்கு ட்யூ பணம் போட்டுவிட்டிருக்கேன் நாளைக்கு கட்டிவிடுங்க”

“ஊழிமீன் ரோஸ்ட்ல அந்த கருகி வர்ற சதை இருக்கே மிஸ்... அத தின்னாட்டி அது என்ன ஞாயித்துக்கிழமை..”

இவ்வளவுக்கு இடையில் மாடிமூலையில் யாரேனும் ஒரு இளங்கன்னியாஸ்திரி வெறுமனே மௌனமாய் தூரமலைமுகடுகளைப் பார்த்துக்கொண்டிருப்பாள்.
தோளில் உலரப்போடவேண்டிய ஈரச்சேலையை போட்டுக்கொண்டு அவளது பின்புறமாகச் சென்று, தோளைப்பிடித்தவாறு அவளது காதருகே சப்தமெழாமல் ஏதேனும் அறிவுரை கூறும்போது அவள் முகந்திருப்பாமல் அந்த

மெல்ல குலுங்கியழுதபடி அந்த தோள்பட்டை பற்றிய கரங்களை பற்றிக்கொள்வார்.

புத்தகம்படிக்கும் இடைவெளியில் இதனைப் பார்க்கும்போதெல்லாம் அங்கே வருகின்ற மூத்த கன்னியாஸ்திரி, "ஏந்தம்பி, எப்ப பாரு என்னத்தயாச்சும் கைல வாசிக்கிறீங்களே... ஒரு ஞாயிறு சர்ச்சுக்கு வந்து பைபிள் எடுத்துக்கலாம்ல..." என்பார். எனது கையில் வெண்ணிற இரவுகள் இருக்கும். நாஸ்தென்கா நிலவுஒளி கரைகின்ற பாலத்தின் நடுவே நின்றபடி எங்கே செல்வதெனக் குழம்பிக்கொண்டிருப்பாள்.

அழுத கன்னியாஸ்திரி கண்களில் வழிகின்ற கண்ணீரைத் துடைக்காமல் பெருமூச்செறிந்தவளாக தனது வாளியை எடுத்தபடி துவைக்கக் கிளம்புவார். ஈரம் வழிகின்ற கொடிக்கம்பத்து சீருடைச்சேலைகளுக்குள் அவள் முகம் மறைந்துகொண்டிருக்க, கண்ணாடியைத் துடைத்தவாறு எனது முகத்தைப்பார்க்கும் அந்த முதியபெண்ணிடம்,
"இதுவும் அதான்.." புத்தகத்தைத் தூக்கிக் காண்பிப்பேன். அதன் பின்னட்டையில்
பதட்டமான கண்களோடு, பரிதவிப்பின் நிழல்படிந்த பைத்தியகளையோடு ஒற்றை மெழுகுவர்த்தி முன்னிருக்க தாஸ்தாயெவ்ஸ்கி அவரைப் பார்ப்பார்.

எங்களுக்கிடையே இருந்த
ஈரம்வழிகின்ற சீருடைச்சேலைகளை காற்று துடிக்க துடிக்க உலர்த்திக்கொண்டிருந்தது.

●

சுந்தரம் பார்க்கில் ஒரு பெண் காலைவேளைகளில் விபாஷணா தியானமுறைகளை இலவசமாகச் சொல்லித்தருகிறார்.

'மூச்சைக் கவனிங்க...போதும்'.

இதுதான் பெரும்பாலும் அவர் சொல்லிக்கொண்டிருப்பது.

ஒருபுறம் வெங்காயத்தாமரைகளோடு நிறைந்து நிற்கும் வண்டியூர் ஏரியும், மறுபுறம் காய்கறிச்சந்தை கூவுகின்ற நெடுஞ்சாலையுமாக சுந்தரம்பார்க் இருப்பதே லௌகீகத்திற்கும், கலைக்குமான ஒரு தொங்குபாலத்தின்மீதுதான்.

இரண்டாவது சுற்று நடைமுடித்து வருபவர்கள் "கொஞ்ச நேரம் அப்டி கவனிக்க முடியுதுங்க.. அப்புறம் என்னென்னவோ வந்து குழப்பியடிச்சுதுடு"

அப்ப அந்த என்னென்னவோவைக் கவனிங்க போதும்...

கீழ்த்தாடையை ஏதோவொரு விபத்தில் இழந்துவிட்டு, கோபமான ஜென்மாஸ்டரைப்போல கன்னத்தை வழியவிட்டபடி இருக்கும் செம்மண்நிற நாய் மட்டும் அவரைக் கவனித்தபடி இருக்கும்.

'காலைல சிகரட் அடிச்சுட்டு வாக்கிங் வர்ற மாதிரி முட்டாள்தனம் ஏதும் கிடையாது'

யாருக்கோ அவர் சொல்லிக்கொண்டிருக்க ஜென்மாஸ்டர் என்னை முறைப்பார்.

இரண்டுநாள் அப்படி கவனிக்க முயற்சித்தேன். முறையான பயிற்சிவகுப்பில் சேராமல், வெறுமனே சாலையோர பாடமாக அதைக்கேட்டு.

வெறுமனே மூச்சை மட்டும்.

மூச்சைக்கவனிக்கும்போது,

கண்கள் உடலுக்குள் திரும்புகின்றன.

செக்கச்சிவந்த ரோஜாவொன்றின்மீது, சிறு புழுவைப்போல மூச்சு ஊர்ந்துகொண்டிருப்பதாக ஒரு சித்திரம் தோன்றியது.

அவரிடம் இதைச்சொல்லலாமா என யோசித்துக்கொண்டே, பராக்கு பார்த்தபோது,

வெறுமனே கவனிங்க.. வெறுமனேங்கிற அந்த ஒன்னும் மறைஞ்சுபோகும்வரை கவனிங்க என்றபடி யாருக்கோ சொல்லிக்கொண்டிருந்தார்.

நான் ஜென்மாஸ்டரைப் பார்த்தேன்.

தனது உர்ரென்ற விழிகளை தழைத்தபடி,

காமத்திலிருந்து யோகத்திற்கு செல்லும்வழியில் இறங்கிச்செல்வதே எழுதுபவனுக்கு அழகு என்றார்.

எனக்கு புரிந்தது.

யாருக்கு யாரோ குடுத்த நினைவுப்பொருளொன்று கைதவறியோ,
வீசி எறியப்பட்டோ
தெருவில் கிடக்கிறது
இந்த நள்ளிரவில்
அன்பின் வெளிச்சங்களை உமிழ்ந்துகொண்டு.
வழிப்போக்கன் ஒருவன் பத்திரப்படுத்திக்கொண்டு
நடந்துசெல்கிறான்.
நாளை யாரின் கைகளில் அது குழந்தையாக பிறக்கபோகிறதெனத்
தெரியாது
யாருடைய தூசிபடிந்துவிட்ட புன்னகையை கழுவி மின்னச்செய்ய
போகிறதெனவும்.
மெல்லிய விசிலுடன் அவன் நடந்துசெல்கிறான்.
ஒரு விண்மீன் எரிந்து வீழ்ந்த பள்ளத்தில்
குட்டிவெளிச்சம் ஒன்று ஊறிவருகிறது.
●

சாலையோரம் பாசி விற்கின்ற குறவர்களின்
பெண்குழந்தையொன்று அவரது காலடியருகே நின்றபடி
மண்ணில் எதையோ பொறுக்கிக்கொண்டிருக்கிறது.
மயில்தோகையும், மீனாட்சியும் வெளிச்சவெள்ளத்தில்
மிதந்துகொண்டிருக்கும் காட்சிக்கு நடுவே, காலருகே நின்ற
அந்த அகல்விளக்கைத் தோளில் தூக்கி அமரவைத்தபடி
போதையின் சிரிப்பு உமிழ்நீரோடு நெஞ்சில் வழிய இருளுக்குள்
ஆடிக்கொண்டிருக்கிறார்.
அவரது தலைமயிர் பற்றி அந்த ஆட்டத்தின் தாளத்திற்கு
குலுங்கியபடி சிரிக்கின்ற புழுதிபடிந்த சிறிய பெண்ணின்
அம்மாக்காரி பச்சை நரம்புகளால் கிளிகளைப் பின்னி பின்னி
அடுக்கிக்கொண்டிருக்கிறாள்.
●

ஜேசுதாஸிற்குப் பிறகு அந்த மென்மையும், தனிமையும் கொண்ட
குரல் யாருடையதாக இருக்குமென எண்ணிக்கொண்டே
இருந்ததுண்டு.
உன்னிக்கிருஷ்ணனில் தொடங்கி ஹரீஷ், கார்த்திக் வரை எதுவோ
ஒன்று கூடுதல் ஒளியுடனும், கூடாத தனிமையோடுமாகவே
அமைந்திருப்பதாகவும் தோன்றிக்கொண்டே இருக்கும்.

இந்தா கேள்.. என சித்ஸ்ரீராமின் தொகைப்பாடல் ஆல்பம்
ஒன்றைத் தந்தாள்.
இதற்கிடையே ப்ரதீப்பின் பூ அவிழும் பொழுதில்
என பனியின்மீது ஊர்கின்ற நத்தையின் குரலிலும்
வசீகரிக்கப்பட்டிருந்தேன்.
இப்போது ஸ்ரீராமா, ப்ரதீப்பா என்கின்ற மெல்லியகுழப்பம்
மேலோங்கியிருந்தது.

முன்பின் வராத இந்த மலையடிவார இருளிலிருந்து இரண்டு
குரல்களையும் மாறிமாறி கேட்கிறேன்.
ஆம். ஸ்ரீராமின் குரலில் அந்த புறக்கணிப்படுகின்ற சிறுவனின்
ஏக்கம் துல்லியமாகவே விம்முகிறது.
ஒரு குரல் நம்மை துயர்கொள்ள மட்டுமே செய்ய வேண்டுமா?
ஏன் எதுவோ ஒன்று இன்னமும் நம்மில் கரையாமல் எஞ்சி
நிற்கும்படி இவர் பாடுகிறார்.

அடுத்து ப்ரதீப்பும் பாடுகிறார். ஒரு காதல் பாடல்.
பாடப்பாட காதலின் மகிழ்வு இலையிலையாக விரிகிறது. பிறகு,
தனது காதலின் கதகதப்பிற்குள் அதுவே நுழைந்துகொள்கிறது.
ஒருபுள்ளியில் தன்னால் யாரையும் காதலிக்கவே இயலாது
என்கின்ற கூக்குரலோடு அது நிலவை அண்ணாந்திருக்கின்ற
நாயின் அருள்முகமாக மாறி பிதற்றி ஒருகட்டத்தில் ஒன்றுமே
எஞ்சாத சூன்யத்தில் தன்னைச்சுற்றி தானே சுழன்றபடி
பால்வீதிக்குள் எங்கோ திசையழிந்து மறைகிறது.

ஒருவேளை ஸ்ரீராம் நம்காலத்து அரண்மனைப் பாடகனாக
அங்கீகரிக்கப்பட்டிருக்கலாம்.
ஆனால், ப்ரதீப் பனியிரங்கும் இரவில் எஞ்சிய உணவை
நாய்க்கு அளித்துவிட்டு, தன்னைமறந்து சிரித்தபடி தனியே
நடந்துசெல்கின்ற சூபி.
●

கதையின்படி செத்துவிட்டதைக் குழந்தைக்குப் புரியும்விதம் செய்து காண்பிக்கிறாள்.
உதடுகள் லேசாகத் திறந்திருக்க, மூடிய கண்களோடு மூச்சை அடக்கிக்கொண்டு இறந்துவிட்டாள்.

விடுமுறைதினம். அருகிலிருந்த சொளவில் பாதி கை பார்க்கப்பட்ட பச்சரிசி குவியல். வராண்டாவில் குருணைமணிகளை கோழிகள் கொத்திக்கொண்டிருக்கின்றன.
குழந்தை அவளது உதடுகளைப் பிளந்து பார்க்கிறது. பிறகு கன்னத்தில் அறைகிறது. இறந்தவளுக்கு உள்ளுக்குள் பரிதாபமும், மகிழ்வும் ஒருங்காய்த் திரண்டெழ கட்டுப்படுத்தி மூச்சை அடக்கி நீடிக்கிறாள்.

கதைகேட்ட சிரிப்பு போய் குழந்தையின்முகத்தில் குழப்பமும், திடுக்கிடலுமாக அவளது மூடிய கண்மணிகளைத் திறந்து பார்க்கிறது. அதில் ஒளியற்றுப்போகும்படி மேலே செருகி வைத்திருந்தாள். குழந்தையின் முகப்பதட்டத்தை இப்போது பார்க்கவிரும்பினாள். ஆனால் கதை நீடிக்கிறது.
வெறுமனே உடலாகக் கிடக்கும் அம்மாவை குழந்தை ஒருமுறை பார்க்கிறது.

நீலவானத்தின் வெறுமைக்குக்கீழே அந்த சிறியவீட்டின் வராண்டா தனிமையில் கோழிகளுக்கு முன்பாக குழந்தை வெறுமனேவாக உட்கார்ந்திருக்கிறது.
அதற்கு என்ன செய்யவெனத் தெரியாது.
ஆனாலும் தனது தனிமையின் முதல் சொல்லாக கோழிகளை நோக்கி எதுவோ பேச ஆரம்பிக்கிறது. அதனைப் பொருட்படுத்தாமல் கோழிகள் உண்கின்றன. அந்த புறக்கணிப்பின் முன் குழந்தை, தான் உலகின் ஒரு துளி என எப்படியோ உணரமுயல்கிறது. சிரிப்பு நீங்கிய பார்வையோடு, சிறிய ப்ரக்ஞை முளைத்தெழ அது அமர்ந்திருக்கிறது.

இறந்துகிடந்தவள் சலனமற்ற குழந்தையின் முதுகைப் பார்க்கிறாள். அதன் தனிமையை.
தான் இல்லாதபொழுதிலும் அது வாழத்துவங்கும் அந்த கணத்தின் அழுத்தத்தை அவளால் தாங்கவே இயலவில்லை. பெருங்கடலொன்று ஈர்த்துவிட்ட தனது துளிகளை எண்ணி உறைந்துநிற்கும் மழைமேகம்போல அவள் உறைகிறாள். முலையை மறந்து ஒரு புட்டிப்பாலை அம்மா என ஏற்றுக்கொண்டு அதை சப்பியபடி அது உறங்கிய இரவு ஞாபகம் வருகிறது.

அதே அழுகை அதே வீச்சோடு திரும்பவும் திரள்கிறது.

விளையாட்டு மெல்ல மெல்ல முடிவுக்கு வருகிறது. கோழிகள் ஆம் ஆம் என தலையசைத்தபடி கொத்திக்கொண்டிருக்கின்றன.

●

அவன் நன்கு படிக்கக்கூடியவன்.
வசீகர சேட்டைகளை போகிறபோக்கில் செய்யக்கூடியவன்.
அவனது விளையாட்டு டீஷர்ட்டை வீட்டில் வேலைபார்க்கும், அவன் வயது வேலைக்காரப் பையனுக்கு விரும்பி அளிக்கக்கூடியவன்.
கல்லூரியில் வாழ்க்கை மாறுகிறது. முழுக்கவே தீமையின் பாதையில் விரைந்து செல்லத்துவங்கியிருந்தான்.
எல்லோரும் அவனைக் கைவிட்டார்கள். மெஜுராகோட்ஸ் பாலத்திற்கு கீழே காய்ந்தபுற்கள் நிரம்பிய பகுதியில் நெளிந்து செல்கின்ற தண்டவாளங்களுக்கருகே எல்லா பகல்வேளைகளிலும் அமர்ந்துகிடக்கும் குழுக்களுக்குள் ஒருவனாகிப்போனான்.
ஒரு தினசரி வாழ்க்கை பரபரக்கும் பாலத்தின்மீதிருந்து அந்த தண்டவாள பகலை நாம் புரிந்துகொள்ளவே இயலாது.
அதற்கு அந்த புற்தடம் வழியாக இறங்கி நடந்துசெல்லவேண்டும்.
முதுகுப்புறம் உலகமே கேலிபேசி சிரிக்கின்ற தோற்றமயக்கங்களை தாங்கிக்கொள்ள இயலாத மனங்கள், பாலத்திலேயே செல்கின்றன.
மேலும் மேலும் அவன் மோசமாகிக் கொண்டிருந்த நாட்களில், அவனது உறவுகள் அனைத்தும் அவனைக் கைவிட்ட நாட்களில் அவனது தாய்மாமன்களில் ஒருவர் மட்டும் அவனிடம் எப்போதும்போல பேசுவார். ஞாயிறு அதிகாலை திருப்பலி முடித்துவரும் அவரைப் பார்க்கமட்டுமே அவன் பாலத்தின்மீதேறி ஊருக்குள் வருவான். அழுக்கான உடைகள், அழுக்கான வார்த்தைகள், பூமியின் வேறுமுனையிலிருந்து நடந்து வந்ததைப்போல களைப்புற்ற செருப்புகளென அவனது தோற்றத்தை அவர் பொருட்படுத்தாமல் எப்போதும்போல பேசுவார்.
அவனிடம்பேசுவதற்கு எல்லோரும் அவரைத் திட்டிய நாளொன்றில் அவர் சொன்ன காரணங்களிலொன்று மிக முக்கியமானது.
“அவனுக்கு நீங்கள் யாரும் பொருட்டில்லை. உங்களுடைய இந்த மதிப்பீடுகளும்தான். எதன்பொருட்டும் அவன் வருந்துவதில்லை. என்னாலும் அவனை மீட்டுவிட முடியுமென்று தோன்றவில்லை. ஆனாலும்
அவன் என்னைத்தேடி வரும்போது கொஞ்சம் மகிழ்கிறான். எப்போதேனும் அரிதாக அழுகிறான். கண்ணாடி ஜன்னலுக்கு வெளியே வழிகின்ற மழைநீரை நாவால் நக்க முயல்கின்ற ஒருவனைப்போல” என்றார்.

அழுகையை வெளிப்படுத்த முடிகின்ற கதவுகள் எல்லா உறவுகளிலும் கிடைப்பதில்லை.
அவை லட்சத்தில் ஒன்று.

கமலாதாஸின் சிறுகதையொன்று வாசிக்கிறேன்.
அதில் தீயவனாகிப்போன தன் தம்பியை பத்தாண்டுகள் கழித்து அவன் உடல்சீர்கெட்டு மருத்துவமனையில் அனுமதித்திருப்பதைப் பார்க்கச்செல்கின்ற அக்காவின் பாத்திரமொன்று வருகிறது. தனது கணவனின் கண்டிப்பின்பொருட்டு அவள் தம்பியைவிட்டு விலகி விட்டிருக்கிறாள். அவன் இந்த பத்தாண்டுகளில் மேலும்மேலும் இருளுக்குள் நடந்து சென்றுவிட்டான்.

அக்காவை அவனுக்கு மிகப்பிடிக்கும். அவன் அழுவதற்கான கதவுகள் கொண்ட ஒரே உறவு அவளுடன்மட்டும்தான். ஆனால் சிறியவயதில் அவளையே அறியாமல் அவள் அந்த கதவுகளைத் திறக்கமுடியாத அளவிற்கு சொற்களால் பூட்டிவிட்டதை நினைவுகூர்கிறாள். அதனை
கமலாதாஸின் வரிகள் இப்படி சொல்கின்றன.
… சகதிபடிந்த கையால் தனது பாவாடையை பிடிக்க முற்பட்ட தம்பியிடம் அவள் முன்பொருமுறை சொன்னாள்.
"நீ அசுத்தமான கொழந்தை. என்னைத் தொடாதே"
அன்று அவன் அழுதான்.
அதன்பிறகு நிரந்தரமாக அந்த அழுகையை கைவிட்டான். அவனை இருள் முழுவதும் சூழ்ந்தது.

●

ஹாஸ்டல் முடிந்து வீட்டுக்கு மகளை அழைத்துச்செல்லும்
தகப்பன் டவுன்ஹால்ரோட்டு ப்ளாட்பார புத்தகக்கடையில்
கையில் மகளின் புத்தகப்பையை வினோதமாக தோளில்
தொங்கவிட்டபடி நிற்கிறார்.
மகள் புத்தகவரிசையில் ஆசையாசையாக கைகளை ஓடவிட்டபடி
இருக்கிறாள்.
இன்னும் நேரமாகும்போல.
பொறுமையாக ஒரு பீடியின் நுனியை கடித்தபடி, மகள்
தனிமனுசியாகத் திரிகின்ற அந்த காகித நந்தவனத்தைப்
பார்க்கிறார்.
'இத எடுத்துக்கிறேன்.. இதையும்...'
அவருக்கு முதுகுகாட்டி சொல்லியபடி அவள்
எடுத்துக்கொண்டிருக்கிறாள்.
அவருக்கு அதுபற்றி தெரியாது.
பற்ற வைக்காத பீடியோடு அவர் அவளது குரலின் மகிழ்ச்சியை
உணர முற்படுகிறார். அவருக்குப் புரிபடவில்லை.
சாலைகள் எப்போதோ பிரிந்துவிட்டிருக்கின்றன.
கை நிறைய அள்ளிய புத்தகங்களோடு அவள் விலையைக் குறைக்க
கடைக்காரரோடு மல்லுக்கட்டுகிறாள்.
தகப்பனுக்கு மகளின் குதூகலமும், கடைக்காரரின் அழுக்கடைந்த
சட்டையின் எடையும் தெரியும்.
தீப்பெட்டி எடுத்த கையோடு அவர் யாருக்கு பேசுவதெனத்
தெரியாமல் நிற்கிறார்.
கடைக்காரர் மசிவதாயில்லை.
சாலைகள் பிரியவேண்டிய முனையொன்றின் கறாரான
தெய்வம்போல கடைக்காரர் முரண்டுபிடிக்கிறார்.
கையில் அள்ளிய புத்தகங்களில் அவள் காசு பற்றாமல் திரும்ப
வைக்கவேண்டிய புத்தகங்களை கஷ்டமான புன்னகையோடு
பார்க்கிறாள்.
திடீரென அவள் கேட்டேயிராத குரலில் அப்பா கெஞ்ச
துவங்குகிறார்,
கடைக்காரனுக்குப் புரிந்தகுரலில்.
அவர் திரும்ப திரும்ப மன்றாடி கடைக்காரனை ஒவ்வொரு
படியாக இறக்கிக்கொண்டு வருகிறார்.
அவளுக்குப் புரியவில்லை, அப்பாவின் கெஞ்சுதலின் உள்ளிருக்கும்
தூரம்.
ஒருவழியாக வாங்கிய புத்தகங்களை அவள் மூட்டைக
கட்டிக்கொண்டிருப்பதைப் பார்த்தபடி பீடியைப் பற்றவைக்கிறார்.

இரண்டாக சாலை பிரியும் முனைகளில் ஒன்றிலிருந்து அவர் எப்போதோ இறக்கிவிடப்பட்ட புள்ளியிலிருந்து, அவள் அவர் பார்க்க பார்க்க சென்றுகொண்டிருக்கிறாள், மகிழ்ச்சியும் ததும்பலுமாக.

●

முதலிலேயே சொன்னதுதானே..
கொஞ்சமா பழகிக்க வேண்டியிருக்கும் உங்களுக்கும்.
டாக்டர் ஒரு பெண்ணிடம் கூறிக்கொண்டிருந்தார். அருகே அவளது வளர்ந்த மகன், அவளின் தோள்களை அழுத்தியபடி தேற்றிக்கொண்டிருக்கிறான்.
வயதான மனிதன் கட்டிலில் அமர்ந்திருக்கிறான்.
சுற்றிலும் நடப்பவைகளை எவ்வித ஞாபககோர்வைகளுமின்றி வெறுமனே பார்க்கின்ற அவரது நெற்றியில் நீண்டகால அலைகளாகத் தேங்கியிருந்த சுருக்கங்கள் இப்போது நீங்கிவிட்டிருக்கின்றன.
தன்முனைப்பு நீங்கிய கண்களில் கூழாங்கல்தன்மை நிறைந்திருந்தது.
அருகிலிருந்த ஜன்னலின்வழியே வெகுதொலைவில் புழுக்களைப்போல ஊர்ந்து மறைகின்ற ரயில்களை அவ்வபோது சிறிய லயிப்போடு அவன் பார்த்துக்கொண்டிருந்தான்.
ஞாபகங்கள் மறந்துவிட்ட மனிதனுக்கு கடிகாரம், நாட்காட்டி எதுவுமே தேவைப்படவில்லை.
அவனுக்குப் பிடித்த சொல்லென எதுவுமேயில்லை.
போலவே, பிடிக்காத ஒன்றெனவும்.
தாலிச்சரத்தில் தொங்குகின்ற ஊக்குகளின் வரிசையை உன்னித்தவாறு இருக்குமவனை மனைவி பார்க்கிறாள்.
அவளுக்கு எங்கிருந்து தொடங்கவேண்டுமென்கிற குழப்பத்தின் நடுவே, தன்னை புத்தம்புதிதாக பார்க்கின்ற அவனது கண்களைப் பார்த்து ஒரு புன்னகையும் வருகிறது. ஒருகணம் ஞாபகங்கள் அழிந்தவுடன் வருகின்ற அந்த இளமையான கண்களில் மீது ஆசையும்.
வெகுதூரத்தில் ரயில் கடக்கிறது.
அவன் மீண்டும் அதில் லயிக்கிறான்.
அந்தரத்தில் திக்கி நிற்கின்ற புகைக்கூட்டங்கள் மட்டுமே இப்போது அங்கே எஞ்சி நிற்க, மகத்தான சோர்வோடு அவளிடம் திரும்புகிறான்.
ஊசிகள் செருகப்பட்ட அவனது புறங்கையின்மீது அவள் தனது கையை வைத்துவிட்டு தூரங்களில் பார்வையைக் கரைக்கிறாள்.
ஞாபகங்களைத் தொலைத்துவிட்ட மனிதனுக்கு அதன் ஆழங்கள் புரியவில்லை.
ஒரு கூழாங்கல்லின் மீது பட்டுத்துணியென பாசி படிவதற்கு எத்தனை யுகங்கள் மழை பொழிய வேண்டுமென யாருக்குத் தெரியும்! அதன் முதல்துளி, சுருக்கங்கள் படிந்த அந்த புறங்கையின்மீது இப்போது வெதுவெதுப்போடு வீழ்கிறது.

●

ஒரு கோடைகால துவக்கத்தில் பத்தாம்வகுப்பின் கடைசி பரிட்சை எழுதிவிட்டு, மறுதினத்திலிருந்து குடும்பச்சூழல் காரணமாக ஏதேனும் வேலைக்குச் செல்லவேண்டி நின்றிருந்த என்னை, தான் வேலைசெய்த நவதானிய மண்டியிலேயே வேலைக்குச் சேர்த்துவிட்டவன் சரவணன்.
எனது அண்ணனின் வகுப்புத்தோழனும்கூட.
அண்ணன் என அழைக்க ஆரம்பித்து, வாய்யா போய்யாவில் தொடர்ந்து, வாடாபோடா வில் நீடித்த உறவு அது.
மிகுந்த பொறுமையும், யாருக்கும் பெரிதான தீங்கை யோசிக்கக்கூட தெரியாத பிறவி அவன்.
அவன் பழங்கள் நறுக்குவதை பார்த்துக்கொண்டே இருக்கலாம். போலவே தானியமூடைகளில் விலாசமிடும்போது அவன் செய்கின்ற பிழைகள் உருவாக்கிய சூறாவளியை, நினைத்து நினைத்து சிரிக்கவும் முடியும். (உதாரணம் : வடிவேல் என்பதில் வே க்கு அடுத்து துணையெழுத்துப் போட்டு எழுதியதில் உருவான சண்டைகள்)
எங்கேனும் செல்வதற்காக என்னை அவன் அழைக்கவரும்போது எனது அம்மா முழு நம்பிக்கையோடு, கேள்வி எதுவும் கேட்காமல் அனுப்பிவைப்பார். ஆனால் நான் அவனை மேலும் கெடுத்துவைப்பதை அவர் அறிந்திரமாட்டார்.

பொறுமையைவிட, மூர்க்கத்திற்கும், குறிப்பறிந்து செயல்படுவதற்கும் முக்கியத்துவமிக்க பஜார்வாழ்க்கையில் சரவணன் போன்ற மென் ஆத்மாக்களுக்கான இடம் மிகக்குறைவு. என்னைவிட மிகச்சிறப்பாகவும், நுட்பமாகவும் ஒருவேலையை முடிக்கும் திறன்வாய்ந்தவன் அவன். ஆனால் ஒரு பொய்யை முதலில் கூறிவிட்டு அதை உண்மையாக்குவதற்காக அசுரவேகத்தில் ஓடுகின்ற என்போன்றோர்களுக்குக் கிடைத்த பாராட்டுகளோ, வரவேற்போ அவனுக்குக் கிடைத்ததேயில்லை.

ஒரு வயதுவரை அதுகுறித்து யோசித்ததேயில்லை. ஆனால் முழுமையாக ஆழ்ந்து வேலை செய்பவர்களின் மனநிறைவிற்கு முன்பு இந்த மூர்க்கமான ஓட்டத்தின்வழியே, நான் ஈட்டியிருக்கும் எதுவுமே பொருட்டில்லை என்கின்ற உண்மைகள் விளங்குகின்ற பருவத்தில், சரவணன் போன்றோரை நான் மானசீகமாக ஆசியர்களாகவே கொள்கிறேன். என்னால் ஒருபோதும் அத்தகையவர்களுக்கு மாணவனாக இருக்கமுடியாது என்றபோதிலும்.

●

இன்று வருடாந்திர புதுக்கணக்கு வேலைகளில் கடையை மாலையிட்டு, சந்தனம் வைத்து அலங்கரித்துக்கொண்டிருக்கும் வேளையில் சரவணன் இறந்துவிட்டிருக்கும் செய்திவருகிறது.

வழக்கம்போலவே வழியாமல் சந்தன திலகத்தை சாமிபடங்களுக்கு வைக்கத் தெரியாத நான் அந்தவேலையை
நிதானமும், அழகுணர்வோடும் வேலை செய்யும் பெண்ணிடம் ஒப்படைத்துவிட்டு வெளியே வந்து நிற்கிறேன்.
பொருட்கள் வாங்குவதற்கென வந்திருக்கும் சிலர் பொறுமையின்றி துடிக்கின்றனர்.
அவர்களை சமாளிக்கும்விதம் நாங்கள் அறிந்ததே.

ஒருபுறம் அந்தப் பெண் விரலளவு வெட்டப்பட்ட மல்லிகைப் பூக்களால் கடைமுழுக்க அலங்கரித்துக்கொண்டிருப்பதை யாரும் இடையூறு செய்யவிடாமல்,
அதேசமயம், வந்திருக்கும் வாடிக்கையாளர்களின் அவசரங்களின் பொருட்டு நாங்கள் மூடைகளுக்கு நடுவே அட்டியல்களோடு மற்போர் புரிந்துகொண்டிருக்கிறோம்.

சரவணனுக்கும் இதை நாங்கள் செய்திருக்கவேண்டும்.
●

கடையிருக்கும் சந்திற்குள் ஒரு குடிகாரர் இருக்கிறார்.
குடித்துவிட்டால் மகாமனுசனாகி நாய்க்குட்டிகளுக்கும்,
குப்பைத்தொட்டிக்கும் முத்தம் குடுக்கும் நபர்.

சித்திரைத் திருவிழாவையொட்டி தினசரி மாலைவேளைகளில்
மாசிவீதியில் சுற்றிவரும் மீனாட்சி சப்பரத்திற்கு மயில்தோகை
விசிறிச்செல்கின்ற பாத்தியதையைக் கொண்டுள்ள பூர்வீக
குடும்பத்தின் வாரிசு அவர்.
இன்று நல்ல வெயிலடித்த காலைவேளையிலேயே
நிறைபோதையோடு, "மூடையெல்லாம் உள்ளாற தூக்கி வைங்க..
மழை விழும்" என்றவாறே, தள்ளாடி வீடு நோக்கிச் சென்றவரை
நாங்கள் பொருட்படுத்தவில்லை.
கங்குபோல மேகங்கள் உடைந்துகொண்டிருக்கும்
மதியத்தின்மீது திரைச்சீலையைப்போல ஒரு கருமேகம் சூழ,
வாசல் தெளித்ததுபோல ஒரு தூறல் விழுந்துசென்றபோது
முகம்கழுவிக்கொண்டே அவரை நினைத்துக்கொண்டேன்.

மெல்லிய இருளுக்குள் மாசிவீதிகள் நுழைந்த மாலையில்
முரசு சப்தங்களும் மக்களின் கீச்சொலிகளுமாக மதுரை, தன்
புராணிக களையெழிலை பூசிக்கொண்டு மீனாட்சியை வரவேற்க
தயாராகிவிட்டிருந்தது.
நன்கு குளித்து, விபூதி பட்டைகள் உடல்முழுக்க அணிந்துகொண்டு
புதிய சரிகைகள் பின்னப்பட்ட தனது மயில்தோகையை
தூக்கிக்கொண்டு முற்றிலும் வேறுமனிதனாக அவர் சிரித்தபடி
கூட்டத்தில் சேர வந்துகொண்டிருந்தார்.
தெருவின்முனையில் நின்றிருந்த அவரது உறவினர்கள்
அதிர்ச்சியோடும், வசைகளோடும் அந்த மயில்தோகை விசிறியை
அவரிடம் பறித்துக்கொண்டனர்.
'குடிச்ச புளிச்சவாடை இன்னும் போகல... அதுக்குள்ள இந்த
வேசமா.. போ, போய் வீட்டுல இரு...'
நிரந்தர குடிகாரர்களுக்கென்று நிரந்தரமான ஒரு சிரிப்பு இருக்கும்.
கோமாளியின் துயரமுகம் போல.
அந்த மனிதன் கெஞ்சக் கெஞ்ச அவனது மயில்விசிறி
வேறு யாருடைய கையிலோ அணைத்தபடி கூட்டத்திற்குள்
சென்றுவிட்டது.
வைத்த விபூதி வியர்வையில் கரையக் கரைய அவர்
சிறுவனைப்போல நின்றபடி சப்பரத்தில் சென்றுகொண்டிருக்கும்
சாமிமுகத்திற்கு எக்கி எக்கி பார்க்கிறார்.

இன்றும்கூட ஒவ்வொருமுறையும் எனது சிறிய நூலகத்தை ஒதுங்கவைக்கும்போதெல்லாம், எது தேவையான புத்தகம், எது தேவையில்லாதது என்பதைப் பிரித்தறிய இயலாமல் திணறிப்போய் பழையபடி ஒன்றாகவே அடுக்கிவைத்துவிட்டு வீதியை வேடிக்கைப் பார்ப்பவனாகவே உள்ளேன்.

மாபெரும் மானுட உண்மைகளைப் பேசுகின்ற நூல்களுக்கு அருகிலேயே, எளிய சிறார் கதைகள் தொகுப்பும்;
உலகம் தோன்றிய வரலாறை பெரும்பக்கங்களில் விளக்கும் நூல்களுக்கு அருகில் நேற்று எழுதத் துவங்கியவரின் காதல்கவிதைகள் தொகுப்பும்;
பெருந்துயர்களும், இன அழிப்பின் சரித்திரமும் பேசும் இருண்ட புத்தகங்களின் நடுவே, தும்பி வெளியிடுகின்ற பக்கமெல்லாம் புன்னகைக்கின்ற குழந்தைகளின் முகம் கொண்ட புத்தகங்களும் ஒன்று கலந்தே கிடக்கின்றன.

'நல்லது எது? கெட்டது எதுன்னு பிரிக்கத் தெரியாதாடா?' என்பார் அம்மா.
நல்லதையும், கெட்டதையும் தெரிந்துகொண்டபிறகு அப்படி பிரிக்கமுடியாதென உள்ளூர சொல்லியபடி வீதியைப் பார்க்கத் துவங்கிவிடுவேன்.

●

ரகசியங்களற்றவனின் நிழலில்
கண்ணாடி வளர்கிறது.

எப்படியாயினும்,
இதற்கு ரகசியமெனப் பெயரிட
நான் இன்னொருவருக்கும்
இதனைத் தத்துக்கொடுக்க வேண்டியதிருக்கிறது.

ரகசியங்கள் பெறுமதியானவை
என்பதிலிருந்து வெளியேறிவிட்ட என் புதுவயதில்
நான் சிறிய காற்றாடிகளை
நீண்ட தொலைவில் செலுத்தும்
ஞானம் பெற்றேன்.

எல்லாவற்றிலிருக்கும்
ரகசியங்களை
என் வெகுளித்தனம் சுரண்டி விலக்குகிறது.
அங்கே குருதியற்ற ஓருடல் வெளிப்படுகிறது.
எடையிழந்த எல்லாமும்
மிதக்கத்துவங்குகின்றன.

ரகசியமற்ற ஈருடல்கள்
புணர்ந்து கொண்டிருக்கின்றன.
இப்போது
கண்ணாடி உடல்கள் பிறக்கும் பருவம்.

கடவுள் என்னைச் சபித்தார்.
ரகசியங்கள் ஆரஞ்சின் தோல் போன்றவை எனச்சொல்லியபடி,
தீவினைகளற்ற வாழ்வில்
நீ இருக்கும்போதே இறப்பாய் என்றார்.
நான் ஆற்றில் மிதந்து செல்கின்ற சடலத்திற்கு
எவ்வளவு மீன்கள்
எவ்வளவு மீன்கள்
என முனங்கினேன்.

ரகசியங்களற்ற ஒன்றை நான் வரைந்தேன்.
இப்போது அது உங்களைப் பார்ப்பதை
நீங்கள் ஏன் உணரவேயில்லை.

– **கனலி இணைய இதழ்**

ரகசிய அவஸ்தையோடு, பராமரிக்கத் தேவையில்லாதபடி
இம்முறை உனக்கு சில புத்தகங்கள் மட்டும்.
அடிக்கோடிடப் பட்டிருக்கும் வரிகளை விட,
மிக அழகான இருக்கையை, இரைச்சலும் சந்தேகமுமிக்க இந்த
நகரில் வேறெங்கும் நாம் கண்டடைய முடியாது.
சிறிதளவு காதுமடங்கிய பக்கங்களிலெல்லாம் உனக்கொரு
நிழற்குடைதாவரத்தை வைத்திருக்கிறேன்
யாரோ, எதற்கோ எழுதி விளைவித்து கைவிட்டுச் சென்ற
இந்த இளம்புற்களின் சமவெளிகளில் இன்னமும் பனிக்காலம்
மீந்திருக்கிறது

விரும்பும்போதெல்லாம் நாம் இணைந்து நடப்பதற்கு.
ஏக்கங்களும், முத்தங்களும், கண்ணீரும், காதலும்
எஞ்சிவிட்டிருக்கும் பக்கங்களில் நாம் விடுமுறைக்கு
விருந்தினர்வீட்டிற்கு வந்திருக்கும் குழந்தைகளென விரும்பியதை
எடுத்து அணிவோம்,
காய்ந்த இனிப்புகளை மனம்ததும்ப எடுத்து உண்போம்.
பிடித்த புத்தகத்தை கையளிக்கும் ஒவ்வொருமுறையும்,
நுரைக்குமிழிபோன்ற பிரபஞ்சத்தையும் சேர்த்தே தருகிறோம்
ஒட்டகங்களின் நிழல்களைப்போல, எழுத்துக்கள் செல்கின்ற
புத்தகங்களின் வாக்கியங்களைப்போன்ற
அழகான தெருவில்
விரும்பியபோதெல்லாம் சந்தித்துக்கொள்வதற்கு;
நினைக்கும்போதெல்லாம் தெருமுனையில் தோன்றி
கையசைப்பதற்கு.

●

எப்போதாவது அரிதாக மனிதக்கூட்டங்களையும்,
தேவையற்ற தீபவெளிச்சக் கசிவுகளும் நீங்கிவிட்ட கற்கோவில்
காணக்கிடைக்கிறது.
ரொம்பவும் சின்னப்பெண்ணாக மீனாட்சி நிற்கிறாள்.
தழையத் தழைய மாம்பழநிறப் பட்டுடுத்தி, வேலை முடிந்து
வீடுவருகின்ற தகப்பனிடம் காட்ட முதல்நாள் சேலையுடுத்திய
சிறுபெண்ணைப்போல.
அப்போதுதான் கழுவிவிட்ட நீர்மையில் கோவில்முழுக்க அமைதி
தவழ்கிறது.
அந்த சின்னப்பெண்ணிடம் போய் என்ன வேண்டுவது? லேசாக
உச்சந்தலையை வருடிவிட்டு வருவதைவிட.

ஆசையாக நின்று அவளை வேடிக்கைப் பார்க்கும்போது,
வாசலில் கார் வந்து நிற்கிறது.
உள்ளிருந்து பழுத்து வயதாகிவிட்ட முதியவளை இருவர்
கைத்தாங்கலாக இறக்கிவிடுகிறார்கள். கொஞ்சமே கொஞ்சம்
உயர்ந்த படிக்கட்டுகள்தான். வாசலில் நின்றே கும்பிடலாம் என
வந்தவர்கள் சொல்கிறார்கள்.

வறண்ட ஓடையைப்போல மார்புகளுக்கிடையே புரள்கின்ற
சேலையின் முந்தியைப் பொருட்படுத்தாமல் அவள் படிக்கட்டில்
கையூன்றி பொதிந்து ஏறிவருகிறாள்.
நீண்டகாலங்களுக்கு முன்பு அவள் கொலுசொலிக்க தாவியேறிய
படிக்கட்டுகள் அவை.

அதே சிலையென நிற்கும் சிறுமியின்முன்னே வேண்டுதல்
ஏதுமின்றி வெறுமனே கொஞ்ச நேரம் நிற்கிறாள் முதியவள்.
எத்தனை எத்தனை பருவங்களிலோ சந்தித்துக்கொண்ட கண்கள்.
நெடும் நாடகம் ஒன்றிலிருந்து திரும்பிவந்து தனது தோழிமுன்
நிற்பவளாக நிற்கிறாள்.

மின்னல்போல காலம் அவர்களிருவருக்கும் நடுவே நடுங்கி
மறைகிறது. தீப்பெட்டி அளவு கற்கோவில் அதில் இப்போது
மெழுகென
காலம் கொதிக்கத்துவங்கியது.

நீண்ட புகைப்படச்சுருள்போல, தனது ஞாபகங்களின்
முதுகுத்தண்டை முதியவள் உருவியெடுத்துக்கொண்டிருந்தாள்.
கண்களில் நீர் திரண்டிருந்தாலும் உதட்டில் ஒரு
புன்னகை ஊறிக்கொண்டிருந்தது. எந்த நேரமும்
உரக்கச்சிரித்துவிடுபவள்போல அது விரிந்துகொண்டே

சென்றது. என்னால் மேலும் அந்த சாம்பல் புகைப்படத்திற்குள் நிற்கமுடியாமல் வெளியேறும்போது,
இருளுக்குள் ஒரு சொல்லென தீபம் எரிந்துகொண்டிருந்தது.

●

மேலும் இரண்டு வெள்ளைப்பேப்பர்களை நுழைத்தார். இப்போதும் அவை கசங்கி வெளிவந்தன. இல்லையெனில் கருப்புமை தீற்றலாகி வெளிவந்தன. ஜெராக்ஸ் இயந்திரம் காலைவேளைகளில் வழக்கமாக இப்படித்தான் துவங்குமென தனக்குத்தானே கூறிக்கொண்டார். எனக்கு காலை நடையின்போது எடுத்துக்கொள்ளும் உறுதிமொழிகள் நினைவில் எழுந்தன. இன்னமும் கிர்ர்ர் என்றபடி அது சோம்பலாக தன்னிஷ்டம்போல காகிதங்களைத் துப்பிக்கொண்டிருந்தது. ஒரு நகலெடுக்கும் இயந்திரத்தின் தன்னிஷ்டம் என்பதுபோல ஆபத்தும், அபத்தமும் வேறில்லை என நாங்கள் முனங்கிக்கொண்டோம்.

வெளியே புதிய அரசாங்கத்தின் கொள்கைகளை, புதிய மதத்தின் மாட்சிமைகளை, புதிய சிறுகதையொன்றின் காகிதங்களை சுமந்தபடி நபர்கள் நின்றுகொண்டிருந்தனர்.
எத்தனையெத்தனை நகல்கள் என அது எரிச்சலாகி இன்னும் கிர்ர்ர் என்றதும் கடைக்காரர் அதன் அடிவயிற்றில் ஒரு உதைவிட்டார்.

வைத்திருக்க வைத்திருக்க இந்த எளிய அசல்கள், அருவருப்பான எடையாக எங்களின் கைகளில் கனத்துக்கொண்டிருந்தன. உடனே உடனே நகல்கள் வேண்டும். ஜெராக்ஸ்மிஷினின் வேலைநிறுத்தம் ஒவ்வொருவருக்குள்ளும் அவர்கள் எதனின் போலிகள் எனச் சொல்லாமல் சொல்லிக்கொண்டிருந்தது.

கடைக்காரர் எங்களை என்ன செய்வது எனும்விதம் ஏறிட்டார். நாங்கள் மதிய வெயிலின் சாலையை வெறுமனே பார்த்துக்கொண்டிருந்தோம்.
அடிபட்ட ஜெராக்ஸ் இயந்திரம்
இப்போது முழுமையாக உயிர்விட்டது.
இன்னும் நீண்டதூரம் செல்லவேண்டிய அடுத்த நகல்நிலையத்திற்கு நடுவே, எங்களின் நிழல் எங்களைக் கொக்கரித்தபடி வந்துகொண்டிருக்கும்.
●

நண்பர்கள் பெரியமனிதர்களாகி அன்றாடத்தின் பாடுகளுக்குள் சிக்கி நிற்கின்ற பருவத்தில் அவர்களைச் சந்திக்கும்போது, இதற்குமுன் அதில் இருந்த குழந்தைத்தனம் காணாமலாகிவிடுகிறது. ஆதலால் அவர்களது குழந்தைகளுடன் நமது நட்பை இணைத்துக்கொள்வது நம்மை வயதாவதிலிருந்து காப்பாற்றுகிறது, இன்னொரு இளம்பருவத்தையும் பரிசளிக்கிறது.

எந்த பண்டிகையும் இல்லாத இந்த நாளில் பட்டாசு கேட்டு அடம்பிடிக்கும் தனது பத்துவயது மகனுடன் கடைவீதிக்கு வந்த நண்பனை இன்று எதிர்கொள்ள நேரிட்டது.

அதே வாழ்க்கை சோகதோசையை அவன் சுட்டுக்கொண்டிருந்தான்.

நானும், அவனது மகனும் பட்டாசுக்கடையில் தூங்கிக்கொண்டிருந்த முதலாளியைத் தட்டி எழுப்பி விடிந்தால் தீபாவளி எனும் உற்சாகத்தோடு பட்டாசு பெறக்கிக்கொண்டிருக்கிறோம்.

அவனிடம் மெதுவாக "அடுத்து உங்கப்பனை வீட்ல விட்டுட்டு வாடா,

சும்மா நம்மளை முறைச்சுக்கிட்டு நிக்கிறான்" என்றேன்.

அங்கிருந்து கொஞ்சம்தூரத்தில் நின்றிருந்த தகப்பனைப் பார்த்தபடி,

'சரி விடு பார்த்துக்கலாம்' என்றான்.

நாங்கள் இருவரும் கெக்கலித்துச் சிரிப்பதைப் பார்த்து முறைத்த நண்பனிடமிருந்து, ஒரு பருவம்போல மகிழ்வோடு நான் நீங்கியிருந்தேன்.

●

நீ பேசு.. நீ பேசு.. மற்றொரு அறையில் சக பெண் உறவினர்களோடு அமர்ந்திருந்தவாறு மனைவி கண்காட்டினாள். சற்று முன்னர்தான் நான் மிகச்சப்தமாக, அமைதியா இருங்க எனக் கத்தியிருந்தேன். இரண்டுவீட்டு சார்பாகவும் வந்திருந்த நபர்கள் அந்த குரலால் சிலகணம் திடுக்கிட்டு பிறகு மீண்டும் மெதுவான குரலில் பேச ஆரம்பித்தார்கள். எனக்கே அந்த கத்தல் கொஞ்சம் அதிர்ச்சியாகத்தான் இருந்தது.
ஒரு மதிப்பான பார்வையோடு எல்லோரும் என்னைப்பார்ப்பதை நாணியபடி முகம்கவிழ்ந்து கொண்டேன்.

கூடத்தில் அந்த பெண்ணும், அவளது அம்மாவும் மட்டும் அமர்ந்திருந்தார்கள். இதுபோன்ற விவகாரங்களில் பேசுவதற்கென்றே பழக்கப்பட்டிருந்த நபர்களால் கூடம் நிரம்பியிருந்தது.
'நேரம் சரியில்லைன்னா இப்படித்தான் கதிரேசு. பொறுத்துப்போடா நீயும்' என யாரோ சொல்லிக்கொண்டிருந்தனர்.
கதிரேசன் எனக்கு இரண்டு நபர் தள்ளி அமர்ந்திருந்தான். அவனது மனைவியை ஏறிட விரும்பாதவனாக, அவனுக்கு சம்பந்தமேயில்லாத உக்கிரமான முகத்தை வலுக்கட்டாயமாக அணிந்துகொண்டு.
பிறகு, மெல்ல என்பக்கம் தாழ்ந்து "மச்சான், நடந்தது எல்லாத்தையும் உங்ககிட்ட சொல்லிருக்கேன். மேற்கொண்டு என் வாயைக்கிளறாம கொஞ்சமாச்சும் மரியாதையோட அவளைக் கூப்ட்டு போகச்சொல்லுங்க.."
நான் தலை நிமிராமலே அவனது மனைவி எங்களைப் பார்த்துக்கொண்டிருப்பதை உணரமுடிந்தது. அதுபோலவே, இது என்னத்தை பேசுச்சு.. என அறைக்குள் இவள் சலித்துக்கொள்வதையும்.

ஒருமுறை வீட்டுக்கிணற்றில் வாளி காணாமல்போனது. அதனைத்தொடர்ந்து சில சில்லறைப் பாத்திரங்கள் காணாமல் போயின. பிறகு, கொடியில் காயப்போடும் துணிகளும். கோடைவிடுமுறையில் சிறுவனாக நான் வீட்டில் இருந்தேன். புத்தகங்களைத் தவிர உடன்பிறந்தோர் யாருமில்லாத தனிமை. கையில் அழுக்குப்பொதியோடு ஒரு குப்பை பொறுக்குபவன் கிணற்றடிப்பக்கமாக குப்பைமேடுகளை நோட்டமிட்டு போய்க்கொண்டிருந்தான். அது அவ்வளவு சிறிதான

காட்சி மட்டும்தான். நான் ஏனோ அம்மாவிடம் அதனை வெகுதுல்லியமாக இரண்டுமுறை கூறியிருந்தேன்.
மறுநாள் நல்ல தூக்கத்தினூடே அம்மா என்னை எழுப்பினாள். வாசலில் ஒரே இரைச்சல். 'திருடனைப் பிடிச்சுட்டாங்க வா..' என வாசலுக்குக் கூட்டிப்போனாள்.

சிறிய அரசியல்வாதியும், சைக்கிள் கடைக்காரனுமாகிய அபு அந்த குப்பை பொறுக்குபவனை, அவனது பழையசட்டையின் பட்டன்கள் தெறித்துவிழ காலரோடு நிறுத்திப் பிடித்திருந்தான். முகம்முழுக்க கன்றிப்போன காயங்கள். நான் வாசலுக்கு வரவும் எல்லோரும் மிக உற்சாகமாக, 'இவனா.. இவனா சொல்லு.. சொல்லு' என உலுக்கி கத்தினார்கள். அவன் இவ்வளவு சிறிய பையனின் கையில் தனது வாழ்வும், மானமும் எஞ்சியிருப்பதை எதிர்பார்த்திருக்கவில்லை. காயங்களினூடான ஒரு சிரிப்போடு, 'சும்மாதான தம்பி இங்குட்டுப்போனேன்' என்றான்.
அபு அவனது வாயில் அடித்தான். பிறகு என்னிடம் 'இவந்தானடா..?' என்றான்.
நான் இன்னமும் குழம்பிப்போய் நின்றேன். கூட்டம் மொத்தமும் 'நீ பேசு.. நீ பேசு' என்றது. பிறகு நடுங்குகின்ற குரலில் ஆம் என்றேன். எண்ணற்ற அடிகளின் சத்தத்திற்கு நடுவே ஊளையைப்போலொரு அழுகை கிளம்ப கிளம்ப கூட்டம் அவனை இழுத்துச்சென்றது. நான் நான்கு நாட்கள் காய்ச்சலில் விழுந்தேன்.
அன்றிலிருந்து கூட்டம், நீ பேசு நீ பேசு என்கிற ஒவ்வொருமுறையும் உள்ளுக்குள் மிக கசந்துவிடுபவனாக, அஞ்சிவிடுபவனாக நான் மறைந்துகொள்பவனாகி இருந்தேன்.

'தாலியை கழட்டி வெச்சுட்டு அவளைக்கூப்ட்டு போகச்சொல்லுங்க.' அடுப்பங்கரையில் வைத்து கதிரேசனை சமாதானப்படுத்த முயன்றுகொண்டிருந்தார்கள். கூடத்தில் இன்னமும் பேச்சு போய்க்கொண்டிருக்க, அந்த பெண்ணின் முந்தியில் தாறுமாறாக சிக்கிக்கிடந்த நூல்பிசிறுகளை அவளது அம்மா அமைதியாக விரலில் சுழற்றி வெட்டிக்கொண்டிருந்தாள். நான் அடுப்பங்கரை வாசலில் நின்றவாறு இந்தப்பக்கம் கதிரேசனையும், இந்தபக்கம் அந்த பெண்ணையும் பார்த்துக்கொண்டிருந்தேன். அனேகமாக இன்னும் சில கணங்களில் இதுவொரு முடிவுக்கு வந்துவிடுமெனத் தெரிந்தது. நெஞ்சுமுழுக்க தைலம் தேய்த்ததுபோலொரு தணப்பு பரவியது. என்னால் இனியும் அங்கே நிற்கமுடியாதெனவும். அடுப்பங்கரையின் ஒருமுனையில் நின்றவாறு என்னைக் கவனித்துக் கொண்டிருந்தாள் மனைவி. ஆட்டுக்குட்டியைப்போல மலங்கலாகி விட்ட என் கண்களைப் பார்த்தவள், எனக்கு மட்டுமே அர்த்தமாகும் மிருதுவான புன்னகையோடு,

‘சரி நீ அணைக்கட்டுப் பக்கம் போய்விட்டு வா’ என ஒலிவராமல் உதடுகளசைத்துச் சொன்னாள்.

மிகவிசாலமான வானத்தோடும், புதர்கள் மண்டிய மலைக்குன்றுகளோடும் அணைக்கட்டு வெகுதூரத்தில் தெரிந்தது. நான் மூச்சிளைத்தபடி அதனை நோக்கி என் இருசக்கரவாகனத்தில் விரைந்துகொண்டிருந்தேன். போ எனச்சொல்லிய மனைவியின்முகம் மிகக்காதலாக உள்ளூர எழுந்தது. இதைச்சொல்லி ஒருமுறை முத்தமிட வேண்டுமென எண்ணிக்கொண்டேன். அவளுக்குப் புரியாது, எனினும் முத்தமிடவேண்டும். அந்த முத்தத்தைவிட அப்போது லேசாக கலங்கியிருக்கும் கண்களை அவள் புரிந்துகொள்வாள்.

●

இதுவா... இதுவா...
கடைக்காரரின் விரல்கள் ஒவ்வொரு நிறமாக தாண்டி வருகின்றன.
கண்களுக்கும், கனவுக்குமான பள்ளாத்தாக்கில்
காட்டுக்குதிரையென நிற்கிறது அவளது விருப்பம்.
அவளது மொழி குழறுகிறது.
உறுதியாக எதுவும் தெரியவில்லை, ஆனால் பள்ளத்தாக்கினுள்
வழியற்று நிற்கும் பசித்த குதிரையை அவள் மேடற்ற வேண்டும்.
கடைக்காரரின் கண்களுக்கு அந்த குதிரை தென்படுகிறது,
கலங்களான நீருக்கு நடுவே மிதக்கும் நிலவைப்போல.
அவர் இன்னமும் வேறு வேறான நிறங்களில், விரல்களை
நகர்த்திக்கொண்டே செல்கிறார்.
இதுதானா என உறுதியும், உறுதியின்மையுமான
அவள் சறுக்கிக்கொண்டிருக்கிறாள்.
குதிரை அண்மிக்கிறதா.. விலகுகிறதா என்கின்ற
பதைபதைப்போடும்.
கடைக்காரர் விரல் ஒரு நிறத்தில் நிற்கிறது.
அவர் குதிரையைப்போலொரு குதிரையை சொல்லின்வழியே
அவளது கண்களில் வரைகிறார்.
அவளது கனவினுள் சில பகுதிகளை அழிக்கிறார்.
வந்தபொழுதில் இருந்த தனக்கும்
இப்போதிருக்கும் தனக்குமிடையே நழுவிவிட்ட ஏதோவொன்றை
அவள் ஏங்கிக்கொண்டே இருக்கும்போது,
மென்மையாக அதனை காகிதத்தில் பொதிந்தபடி
கடைக்காரர், அவள், அவளுக்கு முன்பிருந்த அவள்கள்
குதிரைகளை இழப்பது ஒரு பூர்வகதை என்பதை கண்களைப்
பாராமல் சொல்லத்துவங்கினார்.

●

என்ன சொன்னார் எனத்தெரியாது. ஊமையண்ணன் இடுப்பில் மயிலிறகைப்போல சொருகி வைத்திருந்த கணத்த கோணூசியை உருவி நங்கென அவரது மனைவியின் புறங்கையில் ஒரு போடு போட்டார். மூடைகள் எடை போடாத ஓய்வு நேரங்களில் தார் ரோட்டில் தேய்த்துத் தேய்த்து வெள்ளிபாய்ந்த இரும்புக்கோணூசி அது. ஆனால் நெற்றியில் லேசாக தட்டினாலே ரத்தம் கசிய வைத்துவிடும் தீர்க்கம் கொண்டதும்கூட.

மதிச்சியத்திலிருந்து கீழ்ப்பாலம் வழியாக நடையாக அவருக்கு மதியச்சோறு தூக்கி வந்திருந்த வியர்வை இன்னமும் வழிந்துகொண்டிருக்க, 'தீயில வைக்க உன்ன...' எனச் சீறியபடி அடிபட்ட கையை வயிற்றோடு அணைத்தபடி அவரது மனைவி குனிந்து அழ ஆரம்பித்தார். ஊமையண்ணன் அதே பழைய நிதானத்தோடு மூடைகளின் வாயை தைக்கத் துவங்கினார்.

ஊமையண்ணனுக்கு எப்போதும் சிரித்துப்பேசவே வராது. நல்ல குட்டியானையைப்போல கரிய உடல். குவிண்டால் மூடைகள் காலத்தில் லோடு இறக்கி மதர்த்து இறுகிவிட்ட தசைகள். சிப்பங்களாக, பைகளாக தானியமூடைகள் வரத்துவங்கி விட்ட நாட்களில் அந்த எளிய சுமைகளை இறக்குவதை அவமானமாகக் கருதியே, கடையின் உள்வேலைகளுக்கு வந்துவிட்டவர். பெரும்பாலும் யாரிடமும் பேசிக்கொள்ளாதவர்.

கிட்டங்கியில் உறங்கிக்கொண்டிருக்கும் ஆயிரக்கணக்கான மூடைகளுக்கு நடுவே இடுப்பில் வெறுமனே குற்றாலத்துண்டும், ஊக்குமாக தனிமையில் அலைபவர். லட்சக்கணக்கான மூடைகளைத் தைத்து அட்டியல்போட்டிருந்த அனுபவம் இருந்தாலும் இப்போதும் மூடையின் வாயை மடித்து தைக்கும்போதும், அப்போது ஒவ்வொரு கணுவிற்கும் நடுவே சாக்கின் சணல் அழகான தாமரைமொட்டைப்போல உப்பி பூரிப்பதை மெய்மறதியாக பார்க்கின்ற போதையை ரசித்துவிரும்பிச் செய்யும் மனிதர்.
நான்காண்டுகளாக எட்டணா கூலி ஏற்றித் தரும்படி கல்லாப்பெட்டியருகே நித்தமும் பிராது தருபவர்தான். ஆனால் போன தீபாவளிக்கு காசு வசூலிக்கும் கூட்டமொன்று பாபு அண்ணனை வந்து சிரிப்போடு மிரட்டிக்கொண்டிருந்தபோது இரண்டாள் உயர மூங்கில்சவுக்கைத் தூக்கிக்கொண்டு அடித்துவிரட்டிய மனிதரும்கூட.

எங்களுக்கு அந்த அன்பின் அலைவரிசை எப்போதும் புரியாது. பாபு அண்ணனுக்கு ஓரளவு புரியும். எப்போதாவது அதுகுறித்துக் கேட்டால் உருளையான கட்டையால் பற்று வரவு பேப்பரில் காலம் பிரித்து கோடு போட்டபடி, லேசான சிரிப்போடு அவருக்குள் சொல்வதுபோல சொல்லிக்கொள்வார்.
“அந்தாளு ஒரு அரைக்கிறுக்கண்டா...கமுதி கிட்ட ஜெயில்ல கிடக்கவேண்டியவன். ஆனா என்னவொன்னு...”
அதோடு பேச்சு நின்றுவிடும். பிரியமான நறுமணத்தைப்போல அந்த சிரிப்புமட்டும் தொடரும்.

சாக்குக்கிட்டங்கியில் வைத்துதான் மதியம் சாப்பிடுவது. சீசன் நேரத்தில் வெளியூர் மனிதர்கள் குவிந்துகிடப்பார்கள். இப்போது கோடைகாலம். எப்போதோ சுருட்டிப்போட்டிருந்த பாய்கள் இன்னமும் அதே நெளிவோடு சுவரொற்றிகிடந்தன.
நான் உள்ளே சாப்பிட்டுக்கொண்டிருந்தேன்.
வெளியே ஊமையண்ணன் வழக்கம்போல அவரது மனைவி பரிமாற சாப்பிட்டுக்கொண்டிருந்தார். தினமும் கவுச்சி இல்லாவிடில் சாப்பாடுசெல்லாத மனிதர். அவர் சாப்பிடும்போது அந்த ஆவேசமான வாயசைவுகள் மிருகத்தைப்போலிருக்கும்.

அப்போது ஓரளவு சிறுவயது கொண்டவன் நான்.
அன்பாக இருப்பதென்பது எப்போதும் பூனையின் தலையைத் தடவுவதுபோல நித்யபண்பாக இருக்கவேண்டிய ஒன்று என்கிற தப்பர்த்தம் கொண்டிருந்த மனதும்கூட.
அழுகையின் மீயொலிகள் மிச்சமாக வெளிப்பட்டபடி இருக்க அவரது மனைவி பரிமாறிக்கொண்டிருந்தார்.
ஊமையண்ணன் சாப்பிட்டுமுடித்துவிட்டு தட்டைக்கழுவினார். சோறு கொண்டுவரும் கேரியரின் அந்த தாழ்ப்பாள் ஸ்பூனை வழக்கம்போல மாட்டத்திணறிக்கொண்டிருந்தார் மனைவி.
கழுவிய தட்டின் ஈரம் சொட்டச் சொட்ட அவரருகே நின்றுகொண்டு, அவரது திணறலைப்பார்த்துக்கொண்டிருந்த ஊமையண்ணன் மெலிந்த உறுமலாக, “நவுறு, நான் மாட்டுறேன்”
அவரது மனைவி கேட்பாரில்லை.
ஒன்று, இரண்டு, மூன்று...ம்ஹூம்...அவரால் முடியவில்லை.
ஊமையண்ணன் மெதுவாக அவரருகே அமர்ந்து மெல்லிய வீக்கம்கொண்ட அந்த புறங்கையைப் பற்றி அகற்றி,
அந்த தாழ்ப்பாளை மூடினார்.
அந்த தொடுகையின்போது ஒருகணம் வலிசுண்டிய அவரது மனைவியின் முகத்தை நான் பார்த்தேன். ஆனால் ஊமையண்ணனின் கரம் அதனைக் கண்களை விட நுட்பமான வேறொரு உணர்வால் பார்த்ததுபோல!
ஜன்னல்வழியே மதியவேளையின் வெக்கையை ஊடறுத்து

மிதமான காற்று உள் நுழைந்தது.
உள்ளே சாப்பிட்டுக்கொண்டிருந்த என்னிடம்,
"ஏலே, சாப்ட்டுட்டு போய் கொஞ்சம் சுண்ணாம்பு வாங்கிட்டு வாடா" என்றார்.

சாப்பாட்டுவேளை முடிந்த மண்டிகள் வழக்கமான
மாலை பரபரப்பிற்குள் தங்களையும், எங்களையும்
விரட்டிக்கொள்ள ஆரம்பித்துவிட்டன. தராசில் படிக்கல்லை
மாற்றி எடைவைத்து,அதன் முள்முனையை உற்றுப்பார்த்து
நிறுத்துக்கொண்டிருந்தேன்.
பார்வைக்கோட்டிற்குள் ஊமையண்ணனின் மனைவி காலியான
சாப்பாட்டுக்கூடையை எடுத்துச் சென்றுகொண்டிருக்கிறார்.
அவரது புறங்கையின் வீக்கத்தின்மீது சுண்ணாம்பால்
பொட்டைவிட பெரிய அளவிலான வட்டம் வரையப்பட்டுள்ளது.
அழுகையிலிருந்து, மகிழ்ச்சிக்குத் திரும்புகின்ற கண்களுக்கேயுரிய
ஸ்படிகமினுப்புடன் அவர் செல்கிறார். எடைக்கல்லின்
மூர்க்கத்திற்கு எதிராக மயிலங்கம்புவால் நிறைந்த எடைத்தட்டு,
தராசின் முள்ளை தன் பக்கம் இழுக்கிறது.

●

பூர்ணாவிற்கு நடுமுதுகில் கையளவு மச்சம் உண்டு.
அவளை எங்களது பாட்டியின் மறுஜென்மம் என்பார் மாமா.
பூர்ணாவின் இரண்டரை வயது பொறுப்புணர்ச்சிகளையும்,
அன்பின் வெளிப்பாடுகளையும் பார்க்கும்போது அதை சில நேரம்
நம்பிவிடலாமா எனக்கூட தோன்றும்.
மிக மிக மெலிதான சிகரட்வாடையோடு அவளை முத்தமிட
குனியும்போது,
அவளது கண்களில் கடக்கும் தீக்குச்சிப்பிழம்பின் வடிவான
சிடுசிடுப்பின்போதும்,
அடிபட்ட காலை நீட்டிவைத்து மருந்திடும்போது, சிறிய
நெருஞ்சிமுள் அளவில் வளர்ந்த நகங்கள் இருக்கும் விரல்பதிய
அவள் எனது தோள்பற்றி நிற்கும்போது அந்த நெருஞ்சி நகங்கள்
வெளிப்படுத்தும் பற்றுறுதியின்மீது,
எல்லோரும் உறங்கும் நள்ளிரவில் வாசித்துக்கொண்டிருப்பவனை,
குழவிக்கல் திரும்புவதுபோல தூக்கத்தின் நடுவே
ஒருமுறை கண்விழித்து தலையுயர்த்திப் பார்க்கும்போது,
இன்னுமின்னுமென...
அவளது அந்த சிறிய கண்களுக்குள் நான் அப்போதெல்லாம்
முதியபார்வை ஏதேனும் அமர்ந்திருக்கிறதா என கவனிப்பேன்.
கவனிப்பது தெரிந்த அடுத்த நொடி மூன்றுவயதுப் பூர்ணா
வந்துவிடுவாள்.

இன்று, எல்லோரும் தொலைக்காட்சிப் பார்த்துக்கொண்டிருக்கும்
வீட்டில், வாசலில் தனியே கால் நீட்டி அமர்ந்தவளாக, கோழிகள்
வீடு திரும்புவதை லயித்துப்போய் பார்த்துக்கொண்டிருந்தாள்
பூர்ணா.
எதற்கோ வெளியே வந்தவன், அவளது கால் நீட்டி அமர்ந்திருக்கும்
பாங்கு, எங்கோ ஆழத்தில் உறைந்திருக்கும் அவளது பார்வை
இவற்றைப் பார்த்தபடி, 'பூர்ணா' என்பதற்கு பதிலாக
மெல்லியகுரலில், 'ஆச்சி..' என்கிறேன்.

அவள் திரும்பவில்லை. ரப்பர் அவிழ்ந்த அவளது சிறியகூந்தல்
காற்றில் அலைபாய அவள் அமர்ந்தேயிருந்தாள். அவளது
முதுகுப்பரப்பின் கையளவு மச்சத்தின்மீது கூந்தல் விளிம்புகள்
இமைபோல படர, ஆச்சி என்னைப் பார்த்துக்கொண்டிருந்தாள்.
●

யோசித்தால் விசித்திரமாக இருக்கும், மலைக்கு எதற்குப் பாதுகாவலரென. ஆனால் திண்டுக்கல் மலைக்கு அப்படி ஒருவர் இருக்கிறார். மலைக்குக் கீழே ஒரு சிறிய அறையில் இருந்தபடி தொல்லியல் துறையின் சார்பில் அறிவுரைகளை போதித்து, வருகையாளர்களை மலையேற அனுமதிப்பவராக. (உண்மையில் திண்டுக்கல் மலைக்கோட்டையைப் போல எளிமையானது வேறில்லை. நாம் ஞானம் வேண்டி சிகை பறக்க மேற்குப் பார்த்து, அஸ்தமனம் பார்த்தபடி, உலகில் தனியனாக உணர்ந்தபடி, புத்தனின் முகத்தோற்றத்தை மானசீகமாக முயற்சிக்கும் போது, மலைக்குக் கீழிருக்கும் குடிசை ஒன்றிலிருந்து கிளம்பும் குழம்பு வாசனை காதைப் பிடித்து திருகியபடி தரதரவென கீழிழுத்து, இதென்னடா குரங்கு சேட்டை பண்ற... இருட்டிடுச்சு வீட்டுக்கு ஓடுறா..' என சாமானியனாக்கி அனுப்பி விடும். நல்லவேளையாக எனக்கு இன்னமும் பால்யத்தின் பிரமிப்பு அப்படியே இருக்கிறது. அதிசயங்களைப் பார்ப்பதற்கு வயது முக்கியமில்லை. உணர்வதற்கு கண்டிப்பாக முக்கியம் போல.)

அவ்வபோதைய சிகரட் பரிமாறல் பழக்கத்தில் நண்பரானவர். ஒருமுறை மதிய வேளையில் வெயிலில் மலை ஏற வந்த இளைஞனை அனுமதிக்க மறுத்து, நீண்ட சண்டைக்குப் பின் இரண்டு கல்லூரிப் பெண்கள் மலையேற வந்தபோது, சண்டையின் எந்த அடையாளமுன்றி சிரித்தபடி அந்தப் பையனையும் அவர்களுடன் சேர்ந்து மலையேற அனுமதித்தார். அந்த மதிய வேளையில் மௌனமாக, இறுக்கமாக விலங்கின் முகத்தைப் பெற்றுக் கொண்டிருக்கும் மலைக்கோட்டையைப் பார்த்தபடி, 'ரொம்ப அசாதாரண நேரம் இது. அதும் குறிப்பா ஒரு ஆணுக்கு ' என்றார். "நிறைய சூசைட்... அதுக்கு பிரமாதமான காரணம் கூட இருக்காது. நிசப்தத்தின் ஸ்தூல வடிவம் போல கிடக்கும் இந்த மலை அந்த சூசைட்டுக்கான முக்கியமான ஒரு காரணம்னு சொன்னா, இந்த பையனுக்குப் புரியுமா? இவ்ளோ அழுத்தமான அமைதிக்கு, வலுவான எதிர்முனை ஒன்னும் வேணுமில்லையா! மனுசன தன்னோட தன்னியல்ப விட்டு துண்டிச்சுப் போக முடியாதபடி சிக்குனு பிடிச்சுக்குறதுக்கு... இந்த பொண்ணுங்களை விட இந்த மலையோட மோத வேற யாரால முடியும்னு நினைக்கிற?" என்றபடி என் பையில் கைவிட்டு லைட்டரை எடுத்தார். அடிப்படையில் இந்த வார்த்தைகள், பெண் சுதந்திரத்திற்கு எதிரானது. ஆனால் அதில் இயற்கையோடு இணைக்கின்ற புள்ளியில், அது ஒரு ஆணின் குரலாகவே

இருக்கட்டும், ஒரு பாசாங்கற்ற தன்மையும் உள்ளது. தன்னை ஒப்புக் கொள்ளுதலும் கூட. ராணுவப் பயிற்சி வகுப்பின் நீண்ட காட்சிகள். பயிற்சிக் கட்டளை- துப்பாக்கியுடன் மட்டும் பேசு, குண்டுகளைப் போல நண்பனில்லை, ஓடு.. கீழ்படி.. யெஸ் ஸேர் என்பது தவிர மொழியில்லை. இரும்புத் தொப்பிகள் சாகசம் செய்யும் உடலிச்சையை தரும் ஷூக்கள்.. உடம்பையும், மனதையும் உராய்ந்து உராய்ந்து, வலுவாக உள்ளே மூடிக் கொண்டு நிற்கின்ற ஒரு இரும்பு டப்பாவைப் போல ஒரு மனிதனை ஆக்குகின்ற நீண்ட பயிற்சி வகுப்புகள். நிச்சயமாக இந்த படத்தில் வருகின்ற ராணுவ பயிற்சியாளன் நரகத்திலிருந்து வந்தவன் தான். ஈவிரக்கமற்ற அவனது ஆணைகள், பயிற்சியின் கண்களைப் பார்த்தபடி நெருப்புக்கோழியென அவன் உதிர்க்கின்ற வசைகள், தன்னால் பயிற்சி தரப்பட்டவனாலேயே சுடப்பட்டு சாகும் வேளையில் கூட, "நீ ஏன் ஒழுக்கமற்றவனாகவே இருக்கிறாய்?" எனக் கேட்டபடி உயிர் விடுகிறான்.

குப்ரிக்கின் இந்த படம் பயணம் செய்யும் பாதை வேறிடம். ஆனால் நீண்ட இந்த பயிற்சி வகுப்பின் சித்திரவதைக் காட்சிகள் முடிகையில், நேராக்கப்பட்ட தகரத்தைப் போல விறைத்துவிட்ட பார்வையாளனை இந்த படத்தின் முதல் பெண் சந்திக்கும் காட்சி நம்மை சட்டென இலகுவாக்குகிறது. அவள் தோற்றப்பொலிவானவள் கிடையாது. கதையின் முக்கிய பாத்திரம் கிடையாது. ஆனால் பழுப்படைந்து விட்ட காகிதங்களுக்குக் கீழே ஊர்ந்து வருகிற நீர் போல.. அவள் வரும்போது எனது சிறிய தொலைக்காட்சிப்பெட்டி கூட ஒருமுறை பெருமூச்சு விட்டபடி தளர்ந்தது. சதா மிரட்டும் குரலில் கத்தும் பயிற்சியாளனும், அவனைக் கொன்று, தானும் தற்கொலை செய்து கொள்ளும் ராணுவ இளைஞனையும், இந்த மரண சம்பவத்தை நேரில் நடுங்கியபடி காணும் பயிற்சி வீரனின் பார்வையில் செல்லும் கதையில், சீருடையுடன், கறைகளுடன், துப்பாக்கியுடன், வாயில் கசியும் சிகரட்டுடன், ஒரு முழு இரும்பு டப்பாவாக வீதியில் அமர்ந்திருக்கையில் இந்த பெண் நுழையும் தருணத்தில் அவன் மனிதனாகும் காட்சியை ஒரு ஆணால் மட்டுமே உணர முடியுமெனத் தோன்றுகிறது. -Stanley Kubrick's- FULL METAL JACKET.

●

வீடு பழக்குதல்

புத்தம் வீட்டில் இன்னும் ஈரம் காயவில்லை. மிடறு மிச்சமிருக்கும் கோப்பைகளை எங்கே வைப்பதென்ற குழப்பங்கள் இன்னமும் இருக்கின்றன. போலவே வெளிச்சமும், காற்றும் எப்போது நிகழுமென்கிற குறுகுறுப்போடு திறக்கப்படாத அதன் ஜன்னல்கள் காத்திருக்கின்றன.

அதற்கென இடம் குறிக்காத புத்தம் வீட்டின் முதல் மழையின்போது, மெல்லிய இருளும், குளிருமாக தனது முதல்காமத்தை அது உணருகிறது. அவ்வளவுநாள் வெயிலில் நிலமெனக்கிடந்தவளை நாங்கள் அறைகள் கோர்த்து அழகுபடுத்தியிருந்தோம். அறைகள் வந்தபிறகு அவளுக்குத் தனிமையும் வந்தது.

மழையின் தனிமையில் தனித்திருப்பவனுடன் புத்தம்வீட்டின் அறை, குளிர்கிறேனா என சுவர்களில் படரும் நீர்மைகளின் வழியே தயங்கியபடிக் கேட்கிறது.
அதுவரை மழையையும், வெயிலையும் லட்சியமற்று உடலில் வாங்கியவள்தான். இப்போது வெளியே மழைக்கும், குளிருக்கும் நடுவே புதிய உடலாகத் தன்னை உணர்ந்துகொண்டிருக்கும் புத்தம் வீட்டின் ஈரம் உலராத சில அந்தரங்களில் இன்னமும் குழைவுகள் உயிர்ப்புடனிருக்கின்றன. ஜன்னலை சரியாக சாத்திவைக்க முயல்பவனின் விரலுக்குப் பின்புறங்களில் அதன் குழைவுகள் ஒட்டிக்கொண்டு தன்னை உருக்கித்தருகின்றன.

ஜன்னலைச் சாத்தியபிறகு, விடிவிளக்கின் இளவெளிச்சத்தில், பார்த்தாலே ஒட்டிக்கொள்ளச் சொல்கின்ற வர்ணங்களிலான அதன் சுவர்களை அவன் பார்த்தபடியே இருக்கிறான்.

படபடப்பும், தவிப்புமான உடலோடு
தனது முதல்மழையின்போது நீர்த்திவலைகள் மேலே தெறிக்க தெறிக்க வாழைக்கன்றுகளின் குட்டித்தோட்டத்திற்கு நடுவே புத்தம்வீடு அமர்ந்திருக்கிறது.

●

வெகுதூரத்திலிருந்து வருபவர்கள்போல..
ஹேண்ட்பேகில் டீ ப்ளாஸ்க் வைத்திருக்கும் தம்பதியை இன்று பார்க்க நேர்ந்தது.
ஏதோ மருத்துவசோதனை முடித்துவருகிறார்கள். எங்கள் பகுதியில் எல்லாமே இப்போதுதான் பாதி வளர்ந்து நிற்கின்ற ஆறாம்வகுப்பு படிக்கும் சிறுமியைப்போன்ற மரங்கள். கத்தரித்து வைத்தமாதிரி இருவருக்கு மட்டுமே நிழல் தருகின்றவை. செம்மண்ணும், மணலும் விரவிய தரையில் அமர்ந்துகொண்டனர். வியர்வைகளைத் துடைத்தவாறு, ஒரு மாயக்கோலை கையாளும் லாவகத்துடன் ப்ளாஸ்க்கை பொறுமையாகத் திறந்து இரண்டு சிறிய டம்ளர்களை மண்தரையில் வைத்து ஆவியெழ ஊற்றினார் அந்த அம்மா. அந்த மண்ணின்மேல் புறப்படத் தயாரான ஒரு கப்பல்போல அந்த டீக்குவளை அப்போது புகையெழ நின்றிருந்தது.

நீண்டநாட்கள் சேர்ந்து வாழ்கின்றவர்களின் அந்தரங்கங்கள் ரோஜாவின் இதழ்களைப்போல அடுக்கடுக்கானவை. குவளைகளை கையில் ஏந்திக்கொண்டதும் அவர்களைச் சுற்றி சிறிய பூங்காவே உருவாகிவிட்டதான மாயஉணர்வு தோன்றிவிட்டது.
அவர்கள் பேசுவதற்கென பக்கம் பக்கமான மகிழ்வுகளும், எழுத்துப்பிழைகளான துயர்களுமென எவ்வளவோ இருந்தன.
வயதான மகிழ்ச்சிகள் நெடுங்காலமாக தேன் ஊற்றி வைத்திருக்கும் சர்பத் பாட்டில்களைப்போல.
அப்படி என்றால் துயரங்கள் என்னவாக எஞ்சுகின்றன?

முழுமையாக அனுபவிக்கப்பட்ட துயர்கள் சாலைகளில் நசுக்கப்பட்ட வண்ணத்துப்பூச்சிகளின் சித்திரங்களைப்போல, கொஞ்சம் வலியோடுகூடிய அழகானவை.

எனக்கு வேலைக்குத் தாமதமாகிவிட்டது. ஒரு மடக்கு தேநீருக்குப் பிறகு, இந்த பிணி உடலுடன், வியர்வை துடைத்த முகத்துடன் அவர்கள் எதைப்பற்றி இப்போது பேசுவார்களென கவனிக்க விரும்பினேன். ஆனால் நேரமில்லை.
பாலத்தில் வரும்போது தானாகத் தோன்றியது,
ஹேண்ட்பேகில் அந்த ப்ளாஸ்க் டீ இருக்கும் காலம் முழுவதும், மகிழ்வோ, துயரோ அவற்றின்மீதெல்லாம் மென்மணல்களை நிரடிச் செல்கின்ற இந்த காற்றடி காலம் இருந்துகொண்டேதான் இருக்குமென.

●

மிருது

மாலை நடைப்பயிற்சி செல்லும் முதிய தம்பதிகள் மிருதுவை விரும்புகின்றனர்.
கனிந்த மாம்பழத்துண்டுகளைப் போல உடையத் துவங்கிவிட்ட சதைத்திரள்கள்,
சீன பீங்கான்களின் தேவ பமுப்பில் மினுங்கும் பற்கள் கண்கள்,
ஆடைகளின் வர்ணங்கள்,
சப்தமற்ற சொற்கள்,
மிருதுவின் இலைகள் அவர்களிடம் காற்றசைக்கின்றன.
உலர்ந்து விட்ட இந்த ஏரிக்கரையோர மாலை நடையில் அவர்கள் எல்லாவற்றையும் வியக்கின்றனர்.
இன்னும் ஈரம் வழிந்து கொண்டிருக்கும் ஒரு கால்மிதியின் கண்களை,
துர்வாடையின் இறுதி தினத்தில் சுவடாகிக்கிடக்கும்
சிறு பிராணியின் உடலை,
ஒவ்வொரு அழைப்புக்கும் ஒவ்வொரு குரல் மாற்றும்
யுவதிகளின் பதட்டங்களை,
மேலும் ஒரு மறு திரையிடலைப் போல மௌனித்தியங்கும்
தூர நகர்காட்சியை,
விதை நீக்கப்பட்ட பழங்களைப் போல அதீதம் வெளிறிய மிருது கடவுளே,
அதனை ருசிக்கப் பழக எவ்வளவு நாட்கள்.
முதியப் பெண்ணின் முகம் தேக்கு மரத்தினைப் போல
வெயிலை எதிரொளிக்கிறது,
அவளது சுருங்கிய உதடுகள்... தவங்கிய முலைகள்... காலத்தில்
நைந்து விட்ட அடிவயிற்றின் கோதுமை தானியம்,
அவளது புன்னகை
இப்பொழுது காதலுக்கு வெளியே
மலை முகட்டின் சிறு பூவைப் போல தெய்வமுகம்
ப்ரகாசிக்கின்றது.
கிழிந்த ஷூவையே விரும்பி அணியும் இந்த வழுக்கை கிழவனை
அலுவலக நாட்கள் காயடிக்க முயன்ற போதெல்லாம் அவன்
தனது கள்ளக்காதலியை நாடிச்சென்று தனது நாட்களின்
பதட்டத்தையும்
உடலில் விலங்கின் வியர்வையையும் நீட்டித்து கொண்டான்.
இப்பொழுது மாலை நடைப்பயிற்சி செய்யும் இந்த ஜோடிகளுக்கு
இறந்த காலமென்பதே இல்லை.

இன்னும் சற்று நேரங்கழித்து வீடு திரும்பும் அவர்கள்
குழந்தைகளைப் போல
வினோத வடிவ மாத்திரைகளை வைத்து விளையாடி
விழுங்குகின்றனர்,
சுவை ஒழிக்கப்பட்ட மாவுக்கரைசலை ஓங்கரித்தபடி
செரிக்கின்றனர்,
மௌனமாகப் ப்ரார்த்தனை செய்கையில் ரகசியமாய்
நோட்டம் விடுகின்றனர்.
பின் மிருதுவாக முத்தமிட்டு, இளஞ்சூடான பாலைப் போன்ற
உடலுறவுக்குப் பின் உறங்குகின்றனர்.
அதிகாலையில் சிறுநீர் முட்ட விழித்தெழும் போதெல்லாம்
தன் இணையின்
தாழ்ந்தெழும்பும் நெஞ்சுக் கூட்டை அவசர அவசரமாக சரி
பார்க்கும்போது
அணைக்க மறந்து விட்ட தொலைக்காட்சியில் சில
கழுதைப்புலிகள்
நிச்சலனமாய் இவர்களின் உடல்களைப் பார்த்தபடியிருக்கின்றன.

– ஓலைச்சுவடி இணைய இதழ்

திண்டுக்கல்லில் கழித்த கோடைகாலங்களை நினைக்கும்போதெல்லாம் "ஏப்ரல் மேயிலே பசுமையேயில்லே" பாடலையும் மறக்கமுடியாது.

செய்த எல்லாக் காதலிலும் தோற்றுப்போன சுரேஷ் அண்ணன் தனது பேச்சுலர் மாடியறையில் இதுபோன்ற பாடல்களை ஒலிக்கவிட்டபடியே, பல் விளக்குவார், குளிப்பார், சாப்பிடுவார், நகங்களை முகம்முகமாகப் பார்த்தபடி பால்கனியில் சும்மா உட்கார்ந்திருப்பார்.
பாடல்கள் ஒலிக்க ஒலிக்க மெத்தைக்குள் புதைந்தபடி உறங்குவதுபோல பாடலின் நடுவே பாயின்மீது உறங்கிப்போவார்.

அவரிலும் இளையவர்களான நானும், அருண் அண்ணனும் அந்த அறைக்குள் எலிக்குஞ்சுகளைப்போல சுற்றித் திரிவோம். கேசட்டுகளில் வெளியே ஸ்கெட்சினால் எழுதப்பட்டிருக்கும் அழகிய வடிவங்களிலான வரிகளை நான் பார்த்துக்கொண்டிருக்கும்போது, அருண் அண்ணாவோ ஜெராக்ஸ் கடையின் பூட்டிய ஷட்டரை மாடியிலிருந்து நோட்டம் பார்த்துக்கொண்டிருப்பான். அங்கே அவனைவிட சற்றே வயதில் மூத்த ஒருபெண் அவ்வபோது ஒயிலான ஸ்னேக பாவனைகளை அவனுக்குப் பரிசளித்துக்கொண்டிருந்தார்.

சுரேஷ் அண்ணா வேலைக்குப் போய்விட்டார். அறைக்குள் ஒலித்தபடி இருக்கின்ற இளையராஜா அவரை தோள்தட்டி அனுப்பிவைக்கிறார்.
நானும் அருணும் மட்டுமே அறைக்குள்ளே முடங்கிக்கிடக்கிறோம். வெயிலேறத் துவங்கிவிட்ட திண்டுக்கல் வீதிகளில் எப்போதும் வீசுகின்ற வறண்ட முற்பகல் காற்று வீசிக்கொண்டிருக்கிறது. ஒருபாடல் முடிந்து அடுத்த பாடலாக இந்த "ஏப்ரல் மேயிலே பசுமையேயில்ல.." ஆரம்பிப்பதற்கான துவக்க இசை வருகிறது. இளையராஜாவிற்குதான் எல்லாம் தெரியுமே..! பாலைவனத்தை வரைந்து காட்டுகின்ற அந்த துவக்க இசையைக்கேட்டு ஒருமுறை ஜன்னலைத் திறந்து காகிதங்கள் உருள்கின்ற வீதியைப் பார்த்தேன். ஆம், பாலைவனம்தான்.
அருண் அண்ணா என்னடா எனும்படி என்னைப் பார்த்தான். பிறகு பாடல் ஒலிக்கத்துவங்கியது. வெறுமனே பாயில் படுத்தபடி ஜன்னல்வழியே தெரிந்த தூர மலைக்கோட்டையை வெறுமனே பார்த்துக்கொண்டிருந்தேன். மிகவும் தனிமையாக வெறுமையாக போய்க்கொண்டிருந்தது. ராஜாவும் அதையே சொன்னார்.

சட்டென ஷட்டர் மேலேற்றப்படும் ஓசை,
அருண் அண்ணா துள்ளி எழுந்தான்.
அவசர அவசரமாக கண்ணாடியில் முகம் திருத்திக்கொண்டு தூசியான மாடிப்படிகளில் தடதடத்து, விசிலடித்தபடி இறங்கிக்கொண்டிருந்தான்.

பின்னால் இளையராஜா "அடடடடடட... பன்னீர்ப்பூக்களைப் பார்க்கவென்று..." எனப் போய்க்கொண்டிருந்தார். போகிறபோதே அறைக்குள் இருந்த என்னையும், சூழ்ந்திருந்த கோடைகால வெறுமையையும் பார்த்து,
"முதல் ஒரு நிமிசம் உனக்காகத்தான வாசிச்சேன்.. இப்ப இவனுக்கு..."
என்றபடி படியிறங்கிப் போனார்.

●●●